AF528087

ഗ്രീൻ ബുക്സ്

പണ്ട് പണ്ട് പണ്ട്...

മഹേഷ് ഹരിദാസ്

തൃശ്ശൂർ ജില്ലയിലെ വെങ്കിടങ്ങിൽ ജനനം.
പിതാവ്: കഴുപ്പറമ്പിൽ ഹരിദാസ് മേനോൻ.
മാതാവ്: ഉള്ളനാട്ട് മീനാക്ഷിയമ്മ.
തൃശ്ശൂർ സെന്റ് തോമസ് കോളേജിലെ പ്രീഡിഗ്രി പഠനത്തിനുശേഷം തൃപ്രയാർ ശ്രീരാമാ പോളി ടെക്നിക്കിൽ നിന്ന് കമ്പ്യൂട്ടർ എഞ്ചിനീയറിംഗ് ഡിപ്ലോമ പൂർത്തിയാക്കി. 2001 ജനുവരി മുതൽ തിരുവനന്തപുരം ടെക്നോപാർക്കിലെ ഒരു സ്ഥാപനത്തിൽ സോഫ്റ്റ്‌വെയർ എഞ്ചിനീയറായി പതിനേഴ് വർഷം ജോലി ചെയ്തു.
2017ൽ സുഹൃത്തുക്കളുമായി ചേർന്ന് ടെക്നോ പാർക്കിൽ 'ട്രെൻസർ ടെക്നോളജി സൊല്യൂഷൻസ്' എന്ന കമ്പനി ആരംഭിച്ചു. Viacom18 എന്ന പ്രൊഡക്ഷൻ കമ്പനി 2018ൽ മുംബൈയിൽ വെച്ച് നടത്തിയ ഷോർട്ട് ഫിലിം ഫെസ്റ്റിവലിൽ ഏറ്റവും മികച്ച ചിത്രമായി തിരഞ്ഞെടുക്കപ്പെട്ട 'Snake & Ladder'ന്റെ തിരക്കഥാകൃത്തായിരുന്നു.
എഴുത്തിൽ സജീവം.

കഥ

പണ്ട് പണ്ട് പണ്ട്...

മഹേഷ് ഹരിദാസ്

ഗ്രീൻബുക്സ്

green books private limited
gb building, civil lane road, ayyanthole,
thrissur- 680 003, kerala,
ph: +91 487-2381066, 8589095304
website: www.greenbooksindia.com
e-mail: info@greenbooksindia.com

branches:
thrissur 8589095302
thiruvananthapuram 8589095301
kozhikode 8589095307

malayalam
pandu pandu pandu...
story
by
mahesh haridas

published may 2022

cover design : jagadeesh narayanan

printed in india
repro india ltd

isbn : 978-93-93596-21-5

₹ 210.00
GBPL/1221/2022

സമർപ്പണം

എഴുതിത്തുടങ്ങാൻ നിമിത്തമായ,
പിന്നെയുമെഴുതാൻ ആത്മവിശ്വാസം നിറച്ച,
എഴുതാതിരുന്നപ്പോൾ
സ്നേഹശാസനകളാൽ പ്രോത്സാഹിപ്പിച്ച,
എഴുതിയതെല്ലാം അച്ചടിച്ചുകാണാൻ
എന്നേക്കാൾ ആഗ്രഹിച്ച,
ഓരോരുത്തർക്കും....

ഉള്ളടക്കം

ആമുഖം

ഇതൊരു യാത്രയാണ്. ഓർമ്മകളിലൂടെയുള്ള യാത്ര. ഓരോ ഓർമ്മയ്ക്കും ഓരോ നിറമാണ്, ഓരോ ഗന്ധമാണ്. രുചിയും താളവും പോലും വ്യത്യസ്തമാണവയ്ക്ക്.

അമ്മയുടെ കൈ പിടിച്ച് കണ്ണോത്ത് വഴിയും മണപ്പുഴ വഴിയും മതുക്കരയ്ക്കുള്ള യാത്രകൾക്ക് കൊയ്ത്തുകഴിഞ്ഞ പാടത്തിന്റെ മണമായിരുന്നു. ഒപ്പം, യാത്രയിലുടനീളം കൂട്ടു വരുന്ന വരണ്ട കാറ്റിന്റെ തലോടലും.

ആ യാത്രയ്ക്കൊടുവിൽ മങ്ങിയ വെളിച്ചമുള്ള ചില മുറികളുണ്ട്. കുഴമ്പിന്റെയും കഷായക്കൂട്ടുകളുടെയും ഗന്ധമുള്ള ആ മുറികളിലൊന്നിൽ ഒരു നരച്ച താടിയുടെ വാത്സല്യമുണ്ട്, മറ്റൊന്നിൽ പല്ലില്ലാത്ത മോണ കാട്ടി ചിരിക്കുന്ന നിഷ്കളങ്കതയും. പുക പിടിച്ച അവിടുത്തെ അടുക്കളച്ചുമരുകൾക്കെന്നും ചക്ക വരട്ടിയതിന്റെയും പുളിയിഞ്ചിയുടെയും രുചിയായിരുന്നു.

ചെമ്മാപ്പിള്ളിയുടെ ഓർമ്മകൾക്ക് ആനേശ്വരത്തെ ടേപ്പ് റെക്കോർഡറിൽ നിന്നൊഴുകിയെത്തുന്ന സംഗീതമാണ് കൂട്ട്. 'വടക്കുംനാഥന് സുപ്രഭാതം പാടുന്ന വണ്ണാത്തിക്കിളികൾ' വിളിച്ചുണർത്തുന്ന പുലരികളും 'ഹരിവരാസനം' പാടിയുറക്കുന്ന സന്ധ്യകളുമുള്ള ഓർമ്മകൾ.

കയ്യിൽ കിട്ടുന്ന കൗതുകമുള്ളതെന്തും സൂക്ഷിച്ച് വെച്ച് സമ്മാനമായി നൽകാൻ കാത്തിരിക്കുന്ന അച്ഛമ്മയെന്ന സ്നേഹമുണ്ടവിടെ.

അവിടുത്തെ മഴക്കാലത്തിന്റെ ഓർമ്മകൾക്ക്, വെള്ളം നിറഞ്ഞ പാടത്ത് കെട്ടിയിറക്കിയ ചങ്ങാടങ്ങളുടെ ഒഴുക്കാണ്, വെള്ളമിറങ്ങുമ്പോൾ കുളം വറ്റിച്ച് കരയ്ക്ക് പിടിച്ചിട്ട വരാൽ മീനുകളുടെ പിടച്ചിലും.

വാവച്ചേട്ടന്റെ പരീക്ഷണമുറിക്ക് മൺകുടത്തിൽ മുഴങ്ങുന്ന സ്പീക്കറുകളുടെ ശബ്ദമാണ്, മിനി മോട്ടോറിൽ കറങ്ങുന്ന അദ്ഭുതങ്ങളുടെ വേഗവും.

അന്നകരയുടേത് മെറിറ്റ് ബസ്സിന്റെ വെള്ളയും തവിട്ടും കലർന്ന നിറമുള്ള ഓർമ്മകളാണ്. ചിറയ്ക്കൽ ക്ഷേത്രത്തിലെ മഞ്ഞൾപ്രസാദത്തിന്റെ മണവുമുണ്ടവയ്ക്ക്. അവിടെ, പഴുത്ത ചാമ്പക്കയും ഉപ്പിലിട്ട മധുരപ്പുളിയുമായി കാത്തിരിക്കുന്നത് നിറഞ്ഞ സ്നേഹമാണ്. പിന്നെയൊരു കൊമ്പൻ മീശയുടെ ഗൗരവത്തിനടിയിൽ വിടർന്നുനിൽക്കുന്ന ചിരിയും.

വെങ്കിടങ്ങിലെ ഓർമ്മകൾക്കെന്നും മൂവാണ്ടൻ മാങ്ങയുടെ രുചിയും ആത്തിട്ടെ കുളത്തിൽ നീന്തിത്തുടിക്കുന്ന ശബ്ദവും കളരിപ്പൂജയുടെ കർപ്പൂരഗന്ധവുമായിരുന്നു. ബാലുവിന്റെ വീട്ടിന്നുമ്മറത്തെ മഴയുടെ സൗന്ദര്യത്തിന് പലപ്പോഴും കുന്നത്തുള്ളിയിലെ ദീപാരാധനയുടെ മണിയൊച്ച അകമ്പടിയാകാറുണ്ട്. വിയർപ്പിന്റെ മണമുള്ള കളരിപ്പാടത്തെ മത്സരങ്ങളുടെ ആവേശങ്ങൾക്ക്, ഒത്തുചേരലുകളുടെ മാധുര്യവും കൂട്ടുണ്ട്.

ആനച്ചൂരും കരിമരുന്നിന്റെ ഗന്ധവും കൂടിക്കലർന്നതാണ് കരുവന്തലയുടെ ഓർമ്മകൾ, കൂട്ടിന് മേളപ്രമാണത്തിന്റെ മുഴക്കവും.

പറമ്പന്തള്ളിയിലേക്കുള്ള വഴികൾക്കെന്നും കശുമാങ്ങയുടെ മണമായിരുന്നു. ആ വഴികൾക്കപ്പുറത്ത് കാത്തിരിക്കുന്നത് കാവടിയാട്ടത്തിന്റെ മാസ്മരഭംഗിയും.

സ്കൂളിലേക്കുള്ള വഴികൾക്ക് വെള്ളയും മെറൂണുമാണ് നിറം. കലപിലശബ്ദത്തിനൊപ്പം, ഉപ്പിലിട്ട ശീമനെല്ലിക്കയുടെയും അമ്പഴങ്ങയുടെയും പുളിപ്പുമുണ്ട് കൂട്ടിന്. പിന്നെ വഴിവക്കിൽ പതിയിരുന്ന് ആക്രമിച്ചേക്കാവുന്ന രാജുവെന്ന ഭ്രാന്തന്റെ കഥകൾ നൽകുന്ന നെഞ്ചിടിപ്പിന്റെ താളവും.

കലാലയ ഓർമ്മകൾക്കെന്നും ഒരാരവമാണ് കൂട്ട്. കാവിയും വെള്ളയും നീലയും ചുവപ്പുമാണവിടെ വർണ്ണങ്ങൾ. സമരങ്ങളുടെ പ്രക്ഷുബ്ധതയ്ക്കും പരീക്ഷകളുടെ കാഠിന്യത്തിനുമൊപ്പം ക്യാന്റീനിലെ സൗഹൃദസദസ്സുകളുടെ സംഗീതമുണ്ട്. പിന്നെ പ്രണയത്തിന്റെ മധുരമുണ്ട്, പ്രണയനഷ്ടത്തിന്റെ കയ്പ്പും.

ഉദ്യോഗക്കാലത്തെ ഓർമ്മകൾക്കെന്നും അകമ്പടിയായി തീവണ്ടിയാത്രയുടെ കുലുക്കമുണ്ട്, എതിരെ പാഞ്ഞു പോകുന്ന തീവണ്ടികൾ ഞെട്ടിച്ചുണർത്തുന്ന പാതിയുറക്കങ്ങളുണ്ട്. ജീവിതത്തെ മാറ്റിമറിച്ച യാത്രകളുണ്ട്, അതിൽ യന്ത്രപ്പക്ഷികളുടെ മൂളലുണ്ട്. മഞ്ഞുവീഴ്ചകളുടെ തണുപ്പുണ്ട്, ഭൂകമ്പങ്ങളുടെ നടുക്കമുണ്ട്, കൊടുങ്കാറ്റുകളുടെ ഹുങ്കാരമുണ്ട്.

ഈ യാത്രയിൽ ഞാൻ തേടുന്നത് തിരക്കെന്ന ഒഴികഴിവിൽ നഷ്ടപ്പെട്ടുപോയ, ഓർമ്മത്താളുകൾക്കിടയിൽ വേർതിരിച്ചെടുക്കാനാവാതെ കിടക്കുന്ന വർണ്ണങ്ങളും ഗന്ധങ്ങളും താളങ്ങളുമാണ്. നേടിയതിന്റെ ആഹ്ലാദവും നേടാത്തതിന്റെ നൊമ്പരവുമുണ്ടിതിൽ. നേരിൽ കണ്ട കാഴ്ചകളും കേട്ടറിവുകളുമുണ്ട്. അനുഭവിച്ചറിഞ്ഞതിന്റെ ആവേശവും അറിയാനാകാതെ പോയതിന്റെ നിരാശകളുമുണ്ട്. വെറും ഭാവനാസൃഷ്ടികളുമുണ്ട്.

ഈ യാത്രയിൽ എന്നോടൊപ്പം ചേരുന്ന പ്രിയ സുഹൃത്തേ, സ്നേഹസ്വാഗതം. ഒരു നിമിഷത്തേക്കെങ്കിലും ഈ ഓർമ്മകൾക്ക് നിങ്ങളെ സന്തോഷിപ്പിക്കാനായാൽ ഞാൻ കൃതാർത്ഥനാണ്.

പലപ്പോഴായി കുത്തിക്കുറിച്ച ഈ വരികളിൽ അച്ചടിമഷി പുരളാൻ കാരണക്കാരായ ഏവരെയും ഹൃദയം നിറഞ്ഞ നന്ദിയോടെ മനസ്സാ സ്മരിച്ചുകൊണ്ട്, യാത്ര തുടങ്ങട്ടെ.

മഹേഷ് ഹരിദാസ്

അവതാരിക

അവനവൻ പ്രസാധകൻ എന്ന ബ്ലോക്ക് ബസ്റ്റർ ആശയവുമായി അവതരിച്ച ബ്ലോഗിങ്ങ്, ആത്മപ്രകാശനത്തിന്റെ ഒരു അംബുധി ആണെങ്കിൽ, അതിന്റെ പിന്നാലെ വന്ന ഫേയ്സ്ബുക്ക് ഒരു വിശാലമായ അഭ്രമായിരുന്നു.

''ഏതടപ്പാ.. ഈ അംബുധിയും അഭ്രവും'' എന്ന് തോന്നിയവരോട് ഒരു സ്വകാര്യം. സമുദ്രത്തിന്റേം ആകാശത്തിന്റേം പര്യായപദം കൃഷ്ണൻകുട്ടി മാഷ് പഠിപ്പിച്ചതിന് ഇങ്ങനെയെങ്കിലും ഒരു കാര്യം ഉണ്ടാവട്ടെ എന്ന് വിചാരിച്ച് കാച്ചിയതാണ്. പിന്നെ പുസ്തകത്തിന്റെ അവതാരിക എഴുതിയ ആൾ ഒരു പണ്ഡിതനാണെന്ന് ആർക്കെങ്കിലും തോന്നിയാൽ, ആ വകുപ്പിൽ ഇച്ചിരി ബഹുമാനം ഫ്രീയായി കിട്ടുകയാണെങ്കിൽ ആയിക്കോട്ടേ.

മലയാളസാഹിത്യലോകത്ത് ഓൺലൈൻ മീഡിയകൾ വഹിച്ച റോളിനെപ്പറ്റി ഇനി ഞാനും കൂടെ ക്ലാസെടുത്ത് വെറുപ്പിക്കേണ്ട എന്നോർത്ത് ആ കൗണ്ടറിലേക്ക് ഞാൻ കൈ കടത്തുന്നില്ല.

ചുരിക്കിപ്പറഞ്ഞാൽ, ഫേയ്സ്ബുക്കെന്ന ആത്മപ്രകാശനത്തിന്റെ അതിരുകളില്ലാത്ത ആകാശത്തേക്ക്, അല്ലെങ്കിൽ പുഷ്കരത്തിലേക്ക്, അതുമല്ലെങ്കിൽ ഗഗനത്തിലേക്ക് (രണ്ട് പര്യായം കൂടെ ഓർമ്മയുണ്ടായിരുന്നു) സർഗ്ഗാത്മകതയുടെ ഇങ്ക്യുബേറ്ററിൽ വിരിഞ്ഞിറങ്ങിയ പതിനായിരക്കണക്കിന് പക്ഷിക്കുഞ്ഞുങ്ങൾ ദിവസേനെയെന്നോണം പറന്നുയരുന്നുണ്ട്.

ഇത്തരം പക്ഷികളിൽ ബഹുഭൂരിപക്ഷവും പറന്ന് ഒരു ചെറിയ റൗണ്ടടിച്ച് അവനവന്റെ പേജിൽ തന്നെ

വന്നിരിക്കുന്നവയാണെങ്കിൽ, പ്രതിഭയുടെ പളുങ്കുമാലയും ചാർത്തി പിറന്നുവീഴുന്ന ചിലത് പറന്നുയർന്ന്, ഭൂമി മലയാളത്തിലുള്ള കാക്കത്തൊള്ളായിരം അക്കൗണ്ടുകളിലും പേജുകളിലും സൈറ്റുകളിലും ചെന്നിരുന്ന്, ഓൺലൈൻ ലോകം മൊത്തം ചുറ്റിക്കറങ്ങി പിന്നീട് ഓഫ് ലൈൻ ലോകത്തെ ചില്ലകളിൽ ചേക്കേറും.

ആ കൂട്ടത്തിൽ എന്തെഴുതിയാലും ആയിരക്കണക്കിന് വായനാകുതുകികളെക്കൊണ്ട് വായിപ്പിക്കുകയും ലൈക്കടിപ്പിക്കുകയും ഷെയർ ചെയ്യിപ്പിക്കുകയും ചെയ്യുന്ന ഒരു മഹാപരാക്രമിയുണ്ട്.

ആളാണ്... മഹിഷ്മതിയുടെ... സോറി, ഫേയ്സ് ബുക്കിലെ കോമഡിയെഴുത്തുകാരിലെ യുവരാജാവ് മഹേഷ് ഹരിദാസ്!!!!

ഹാസസാഹിത്യപ്പറ്റി ക്ലാസെടുക്കാനൊന്നും ഞാൻ വളർന്നിട്ടില്ലെങ്കിലും ആയ കാലത്ത് ടൈം പാസായി ബ്ലോഗിലെഴുതിയ ചിലത് ചില വായനക്കാരെ ചിരിപ്പിച്ചതിന്റെ വകയിൽ ഞാൻ മനസ്സിലാക്കിയ കാര്യം പറയാം.

കോമഡി എഴുതാൻ അത്ര വലിയ ബുദ്ധിമുട്ടൊന്നും ഇല്ല.

ഒരച്ഛൻ മകനോട്, ‘‘നീ ഇന്നും സ്കൂളീൽ പോകുന്നില്ലേ?’’ എന്ന് ചോദിച്ചാൽ സീരിയസും

‘‘ഞാൻ തട്ടിപ്പോയി എന്ന് പറഞ്ഞിട്ടൊന്നുമല്ലല്ലോ ല്ലേ നീ ഇന്ന് സ്കൂളിൽ പോകാത്തത്?‘ എന്ന് ചോദിച്ചാൽ അത് കോമഡിയുമാവും.

സംഗതി സിമ്പിളാണെങ്കിലും ആ ഒരു ടെക്നിക്ക് പലർക്കും അറിയില്ല.

മലയാള ബ്ലോഗിൽ ഈ ടെക്നിക്ക് അറിയുന്ന ഡസൻ കണക്കിനാളുകളുണ്ടായിരുന്നു. പക്ഷേ, ഫേയ്സ്ബുക്കിൽ വിരലിലെണ്ണാവുന്ന ഇത്തരം എഴുത്തുകാരെയേ ഞാൻ വായിച്ചിട്ടുള്ളൂ. ആ കൂട്ടത്തിലെ തെച്ചിക്കോട്ടുകാവ് രാമചന്ദ്രനാണ് മഹേഷ് ഹരിദാസ്. നമുക്ക് നിസ്സാരമായി തോന്നുന്ന പല സന്ദർഭങ്ങളും തന്റെ സ്വതസിദ്ധമായ രചനാവൈഭവം കൊണ്ട് 916 ചിരിയുടെ തൃശ്ശൂർ പൂരമാക്കാനുള്ള മഹേഷിന്റെ കഴിവ് അപാരമാണ്.

'പണ്ട് പണ്ട് പണ്ട്' എന്ന മഹേഷിന്റെ ആദ്യത്തെ പുസ്തകം ഒരു ഉഗ്രൻ ചിരി ബോംബാവുമെന്നും ആ ബോംബ് പൊട്ടി നിങ്ങൾ ചിരിച്ച് ചിരിച്ച് ചാകാതിരിക്കാൻ വേണ്ട മുൻകരുതൽ എടുക്കേണ്ടത് നിങ്ങളുടെ സ്വന്തം ഉത്തരവാദിത്വമാണെന്നും ഓർമ്മിപ്പിച്ചുകൊള്ളുന്നു.

മഹേഷിനും പണ്ട്പണ്ട്പണ്ട് പുസ്തകത്തിനും ആശംസകളോടാശംസകൾ!

വിനയപുരസ്സരം

വിശാലമനസ്കൻ (സജീവ് എടത്താടൻ)
(കൊടകരപുരാണം, ദുബായ് ഡേയ്സ്
എന്നീ പുസ്തകങ്ങളുടെ രചയിതാവ്)

അധോലോകനായകൻ

എന്തിനധികം പറയുന്നു, അങ്ങനെയിരിക്കെ പെട്ടെന്നൊരു ദിവസം എനിക്കഞ്ച് വയസ്സായി. അന്നുതൊട്ടാണ് വീട്ടുകാരുടെ എന്നോടുള്ള പെരുമാറ്റത്തിൽ എന്തോ ഒരു വശപ്പെശകുള്ളതായി തോന്നിത്തുടങ്ങീത്.

അടിപിടി, കളിപ്പാട്ടങ്ങൾ കയ്യേറൽ, പൊതുമുതൽ നശിപ്പിക്കൽ, തുടങ്ങിയ ക്രിമിനൽ കേസുകൾക്കുപോലും, 'പോട്ടെ, കുഞ്ഞല്ലേ' എന്ന വിധിന്യായത്തിലൂടെ വെറുതെ വിടപ്പെട്ടിരുന്ന ഞാൻ, വീട് വൃത്തികേടാക്കൽ പോലുള്ള നിസ്സാര സിവിൽ കേസുകളിൽ പോലും ദാരുണമായി ശിക്ഷിക്കപ്പെടുന്നു.

അച്ഛന്റേം അമ്മേടേം സംസാരത്തിൽ കൂടെക്കൂടെ സ്കൂൾ എന്ന വാക്ക് ഒരാവശ്യോമില്ലാതെ കേറിവരുന്നു.

എന്തേലും അങ്ങോട്ട് ചോദിച്ചാൽപോലും മറുപടി പറയാൻ പോസിട്ടിരുന്ന കസിൻ ചേച്ചിമാരും ചേട്ടന്മാരും വെറുതെ നടക്കണ എന്നെ ഓടിച്ചിട്ട് പിടിച്ച് സ്കൂളിൽ പോണതിന്റെ ഗുണഗണങ്ങൾ വർണ്ണിക്കുന്നു.

സൂചനകൾ ഇത്രയൊക്കെ ആയതോടെ ആ ഞെട്ടിക്കുന്ന സത്യം ഞാൻ മനസ്സിലാക്കി. 'കുഞ്ഞാവ' എന്ന പ്രിവിലേജ്ഡ് ലീഗിൽ നിന്നും 'സ്കൂളിൽ ചേർക്കാറായ ചെക്കൻ' എന്ന ലോവർ ലീഗിലേക്ക് അതിദാരുണമായി ഞാൻ ഡിമോട്ട് ചെയ്യപ്പെട്ടിരിക്കുന്നു. ഇനി ഏതു നിമിഷവും ഞാൻ സ്കൂളിൽ ചേർക്കപ്പെട്ടേക്കാം.

തീർന്നു. ജീവിതം തീർന്നു. എന്തുചെയ്യണമെന്നൊരെത്തും പിടീം കിട്ടണില്ല. ഇനിയിപ്പോ ഒരാൾക്കേ എന്നെ രക്ഷിക്കാൻ പറ്റൂ. വാവച്ചേട്ടന്...!!!

സ്നേഹം വരുമ്പോൾ വാവച്ചേട്ടൻ എന്നും ദേഷ്യം വരുമ്പോൾ കൂവച്ചേട്ടൻ എന്നും ഞാൻ വിളിക്കാറുള്ള ഷജിൽ ഏലിയാസ്

വാവയാണ് അന്നത്തെ എന്റെ സർവ്വവിജ്ഞാനകോശം. എന്റെ മാത്രല്ല, ഞങ്ങള് പിള്ളേരുടെ മൊത്തത്തിലൊരു ഹീറോയും റോൾ മോഡലും ഒക്കെയായിരുന്നു വാവച്ചേട്ടൻ. ആളുപക്ഷേ ചെമ്മാപ്പി ള്ളീലാണ്. അച്ഛന്റെ തറവാട്ടില്. എന്റെ ചെറിയച്ഛന്റെ മോനാണ് കക്ഷി. കാണണമെങ്കി അങ്ങോട്ട് പോണം. ചെന്നാലും കിട്ടാൻ പാടാ, ഭയങ്കര ബിസിയാണെപ്പഴും.

സ്കൂളിൽ പോണത് ഭയങ്കര പാടാണെന്നാ വാവച്ചേട്ടന്റെ അഭി പ്രായം. വാവച്ചേട്ടൻ പറഞ്ഞാൽ അത് കറക്ടായിരിക്കും. ആൾക്ക് തീരെ ഇഷ്ടല്ല സ്കൂളിൽ പോവാൻ. സ്കൂളീച്ചേർത്തപ്പോ തൊട്ട് എല്ലാ ദിവസോം രാവിലെയായാൽ വാവച്ചേട്ടനെ കാണാണ്ടാവും. പിന്നെ അപ്പറത്തെ പാടത്തൂന്നും തൊഴുത്തീന്നുമൊക്കെയാണ് ചെറിയച്ഛൻ ആളെ വലിച്ചോണ്ട് പോവാറുള്ളത്. ക്ലാസ്സിൽ കൊണ്ടി രുത്തിയാലും ചെറിയച്ഛൻ തിരിച്ച് സൈക്കിളിന്റെ അടുത്തെത്തുമ്പ ളെക്കും വാവച്ചേട്ടൻ ഓടിവന്ന് സൈക്കിളിൽ കേറീട്ട്ണ്ടാവും.

കുട്ടികള് ഒറ്റയ്ക്ക് തീരുമാനമെടുക്കാൻ പാടില്ലാന്നാ വാവച്ചേട്ടൻ പറഞ്ഞിട്ടുള്ളത്. ഏഴ് വയസ്സൊക്കെ ആവണമത്രേ ഒറ്റയ്ക്ക് തീരു മാനമെടുക്കാൻ. വാവച്ചേട്ടനിപ്പോ എട്ട് വയസ്സ് കഴിഞ്ഞു. അപ്പൊ ഉറപ്പായും ഒരു തീരുമാനമെടുക്കാൻ പറ്റും. എങ്ങനേലും ഒന്ന് ചെമ്മാ പ്പിള്ളീലെത്തിക്കിട്ടിയാ മതിയാരുന്നു. വാവച്ചേട്ടൻ എന്തേലും ഒരു വഴി പറഞ്ഞുതരാതിരിക്കില്ല.

അങ്ങനെ കാത്തുകാത്തിരുന്ന് അവസാനം ആ സുദിനമെത്തി. ഒരീസം എവിടെയോ കല്യാണത്തിന് പോയിവരുന്നവഴിക്ക് ചെമ്മാ പ്പിള്ളീലും പോയി.

ചെന്നപ്പൊ വാവച്ചേട്ടൻ ബിസിയാണ്. കെഴക്കേപ്പറത്ത് കെട്ടാൻ പോണ ഉണ്ണിപ്പെരേടെ മാസ്റ്റർ പ്ലാൻ ഡിസ്കസ് ചെയ്തോണ്ടിരി ക്ക്യാണ് കൊറേ പിള്ളേരൊക്കെയായിട്ട്. വാവച്ചേട്ടൻ ക്വട്ടേഷൻ എടുക്കുന്ന എല്ലാവക ഐറ്റങ്ങളുടേം എക്സിക്യൂഷൻ ടീം അവ രാണ്. ഓല ആരുടെ പറമ്പീന്ന് പൊക്കണം, അഥവാ എടുക്കുമ്പോ ആരേലും കണ്ടാൽ ഏതുവഴിക്കോടണം എന്നൊക്കെയുള്ള കൂലം കഷമായ ചർച്ചയാണ് നടക്കണത്. നമ്മക്ക് പക്ഷേ അതുകഴിയണ വരെ വെയിറ്റ് ചെയ്യാൻ ക്ഷമയില്ലല്ലോ. ഞാൻ ഇടിച്ചുകേറി എന്റെ പരാതി ബോധിപ്പിച്ചു.

‘‘ന്നെ സ്കൂളീ ചേർക്കാമ്പോവാന്ന്...’’

അവരെന്നെ നോക്കി ഒരു പുച്ഛലുക്ക് തന്നിട്ട് പിന്നേം ഡിസ് കഷൻ കണ്ടിന്യൂ ചെയ്തു.

എനിക്ക് വിടാൻ പറ്റില്ലല്ലോ. ആവശ്യം എന്റെയല്ലേ.

‘‘ഇയ്ക്ക് സ്കൂളീ പോണ്ട.’’

ക്വട്ടേഷൻ ടീമിലേക്ക് ഒരു ഭാവിവാഗ്ദാനത്തെ എന്നിൽ കണ്ടതു കൊണ്ടാണോ എന്തോ, ഇപ്രാവശ്യം വാവച്ചേട്ടൻ മിണ്ടി.

‘‘അവിടിരിക്ക്. ദിപ്പോ വരാം.’’

കുറച്ച് കഴിഞ്ഞപ്പോ വാവച്ചേട്ടൻ വന്നു. ന്നിട്ട് എന്നെ ഞെട്ടിച്ച ഒരു ചോദ്യോം.

‘‘അതെന്താ നെനക്ക് സ്കൂളീ പോണ്ടാത്തെ?’’

യൂ ടൂ ജോൺ ബ്രിട്ടാസ് എന്ന ഭാവത്തിൽ ഞാൻ വാവച്ചേട്ടനെ അന്തം വിട്ട് നോക്കി. അവസാനപ്രതീക്ഷയാരുന്നു. അതും പോയാ!

‘‘ഇയ്ക്ക് പോണ്ട. പേട്യാ.’’

‘‘ഊം... ന്നാലും സ്കൂളീ ചേർത്താ പിന്നെ പോവാണ്ടിരിക്ക്യാൻ പറ്റില്ല്യാ. പോണ്ടിവരും. പിന്നൊരു വഴീണ്ട്.’’

‘‘ന്തൂട്ടാ?’’

‘‘ഭയങ്കര ധൈര്യം വേണം. ന്നാലേ പറ്റുള്ളൂ.’’

‘‘ന്തൂട്ടാ ചെയ്യണ്ടേന്ന് പറയ്.’’

‘‘നാട് വിടണം. ഓടിപ്പോണം എങ്ങട്ടേലും.’’

വൈകീട്ട് ആറുമണി കഴിഞ്ഞാൽ പുറത്തിറങ്ങാൻ പേടിച്ചിട്ട് കക്കൂസിൽ പോവാൻ തോന്നിയാപ്പോലും പോവാത്ത ഞാൻ, ചാടി യെണീറ്റ് ദിങ്ങനെ പറഞ്ഞു.

‘‘ഇയ്ക്ക് നല്ല ധൈര്യംണ്ട്. എങ്ങടാ പോണ്ടേ?’’

‘‘ബോംബെക്ക് പോണതാ നല്ലത്. അതാവുമ്പോ ആർക്കും പെട്ടെന്ന് പിടിക്കാൻ പറ്റൂല്ല. എന്റെ ക്ലാസ്സിലെ ഷമീറ് നാടുവിട്ടിട്ട്ണ്ട്. അവനങ്ങടാ പോയേന്നാ കേട്ടെ. അതൊക്കെ പ്ലാൻ ചെയ്യാം. പക്ഷേ കൊറേ കാശ് വേണ്ടി വരും.’’

‘‘എത്ര കാശ് വേണം?’’ ഞാൻ നിസ്സാരമായി ചോദിച്ചു.

ചെറുതിലേ തന്നെ ഭയങ്കര സമ്പാദ്യശീലവും ഭാവിയെക്കുറിച്ച് കരുതലുമുള്ളവനായിരുന്ന ഞാൻ, ആ വർഷം വിഷൂന് കിട്ടിയ കൈനീട്ടം മൊത്തം ചില്ലറപ്പൈസ പോലും മിസ്സാക്കാതെ വീട്ടിന ടുത്തൊരു ചെമ്പരത്തിച്ചെടീടെ ചോട്ടില് കുഴിച്ചിട്ടിട്ടുണ്ടായിരുന്നു.

അങ്ങനെ ചെയ്താൽ മുളച്ചുവരുമെന്ന് വാവച്ചേട്ടനാണ് പറഞ്ഞു തന്നത്. അന്ന് അതത്രയ്ക്കങ്ങോട്ട് വിശ്വാസം വന്നില്ലേലും പറഞ്ഞത് വാവച്ചേട്ടനായതുകൊണ്ട് ചെയ്തുനോക്കി. ഇടയ്ക്കിടയ്ക്ക് വെള്ളോം ഒഴിച്ചുകൊടുക്കാറുണ്ട്. ഇനിയിപ്പോ ഇങ്ങനൊരു ആവശ്യം വന്ന

സ്ഥിതിക്ക് അതെടുത്തേക്കാം. പിന്നെപ്പഴേലും കിട്ടുമ്പോ മുളപ്പിക്കാം. കൈനീട്ടം കിട്ടിയ കാശൊക്കെ എവിടേന്ന് അമ്മേം അച്ഛനും മാറി മാറി ചോദിച്ചിട്ടും പറയാതിരുന്നത് നന്നായി. ഇല്ലേങ്കി ഇപ്പൊ പെട്ടേനേ.

''ട്രെയിനിലൊക്കെ പോണം. ചെലപ്പോ നൂറുരൂപയൊക്കെ വേണ്ടി വരും.''

നൂറുരൂപ കാണുമോ ആവോ..., ആ, ആർക്കറിയാം. പക്ഷേ അതൊന്നുമല്ലല്ലോ പ്രശ്നം. ഒറ്റയ്ക്കെങ്ങനെ പോവും? വഴി അറിയണ്ടേ.

''വാവച്ചേട്ടനും വരോ?''

''ഊം... നോക്കാം.''

വാവച്ചേട്ടൻ കൂടെയുണ്ടെങ്കി പിന്നെന്തിനാ പേടിക്കണേ? പോരാ ത്തേന് വാവച്ചേട്ടന്റെ ഫ്രണ്ട് ഷമീറ് അവിടുണ്ടല്ലോ. പുള്ളി എല്ലാം നോക്കിക്കോളും.

അന്ന് തിരിച്ചുപോവുമ്പോ ഞാൻ ഭയങ്കര ഹാപ്പ്യായിരുന്നു. സ്കൂളെന്നുള്ള പേടിയൊക്കെ കംപ്ലീറ്റായിട്ട് മനസ്സീന്ന് പോയി. വീടെ ത്തണവരെ ബോംബെ യാത്ര മാത്രമായിരുന്നു മനസ്സിൽ.

പക്ഷേ ആ സന്തോഷത്തിന് വല്ല്യ ആയുസ്സൊന്നുമുണ്ടായിരു ന്നില്ല. വീട്ടിൽ ചെന്ന് പറമ്പ് മൊത്തം ഓടിനടന്ന് മാന്തിനോക്കീട്ടും പൈസ പോയിട്ട് അതിന്റെ വേര് പോലും കണ്ടുപിടിക്കാൻ പറ്റീല്ല. ചതി, കൊടുംചതി. എന്റെ നീക്കങ്ങൾ അതിരഹസ്യമായി വാച്ച് ചെയ്യപ്പെട്ടിരുന്നത് ഞാൻ അറിഞ്ഞിരുന്നില്ല. ഭാവിയെക്കുറിച്ച് എന്റത്ര കരുതലൊന്നുമില്ലാതിരുന്ന അച്ഛനും അമ്മയും കൂടി എന്റെ പൈസ ക്കൃഷി മൊത്തം നശിപ്പിച്ചിരിക്കുന്നു.

ഇനിയിപ്പോ എന്ത് ചെയ്യാൻ? എന്റേലിനി ആകെയുള്ളത് ആ പ്രാവശ്യം ചെമ്മാപ്പിള്ളീ പോയപ്പോ അച്ഛമ്മ ആരും കാണാണ്ട് പോക്കറ്റിലിട്ട് തന്ന ചില്ലറകളാണ്. പക്ഷേ പിന്നത്തെ തവണ ഞാൻ അതും കൊണ്ട് ചെന്നപ്പോ അമ്പത് പൈസകൊണ്ട് ബോംബേ യ്ക്കൊന്നും പോവാൻ പറ്റില്ലാന്ന് വാവച്ചേട്ടൻ ഉറപ്പിച്ച് പറഞ്ഞു. ഈ കാശും ട്രെയിനുമൊന്നും ഇല്ലാണ്ട് എങ്ങോട്ടേലും സിമ്പിളായി ഓടിപ്പോയാ പോരേന്ന് ഞാൻ ചോദിച്ചതാ. വാവച്ചേട്ടൻ പക്ഷേ അത് പുച്ഛിച്ചു തള്ളി. നാടുവിടലെന്ന് പറഞ്ഞാൽ ബോംബെ ആണത്രേ അതിന്റെ ഒരിത്. അതോടെ ആ പ്രതീക്ഷ തീർന്നുകിട്ടി. അവസാനം മനസ്സില്ലാമനസ്സോടെ നാടുവിടലെന്ന പരിപാടി ഞാനങ്ങ് വേണ്ടാന്ന് വെച്ചു.

അങ്ങനെയൊടുവിൽ, ഞാനെന്ന അഞ്ചുവയസ്സുകാരൻ വിധി യുടെ അനിവാര്യതയ്ക്ക് കീഴടങ്ങി. ആ വർഷം മുല്ലശ്ശേരി ഹിന്ദു

യൂപി സ്കൂളിൽ ഒന്നാം ക്ലാസ്സിൽ ചേർക്കപ്പെട്ടവരിൽ ഞാനുമുണ്ടായിരുന്നു.

ബോംബേ അധോലോകത്തിന്റെ തീരാനഷ്ടം എന്നല്ലാതെ എന്ത് പറയാൻ? വെറും നൂറുരൂപയുടെ കുറവിലല്ലേ നല്ല എണ്ണം പറഞ്ഞ ഒരൊന്നൊന്നര ഡോണിനെ അവർക്ക് നഷ്ടമായത്.

* * *

അതായിരുന്നു എന്റെ സ്കൂൾ കാലത്തിന്റെ തുടക്കം.

കരച്ചിലും പരിഭവങ്ങളും പിടിവാശികളും സൗഹൃദവും കലഹവും ഇണക്കവും പിണക്കവും എല്ലാം ചേർന്ന ഒരു കാലം.

ആദ്യമൊന്നും ഞാനൊട്ടും ഇഷ്ടപ്പെട്ടിരുന്നില്ലാത്ത, ഒഴിവാക്കാനും രക്ഷപ്പെടാനും ഒരുപാട് ശ്രമിച്ച ഒരു കാലം... ഇന്ന് പക്ഷേ... തിരികെപ്പിടിക്കാനാവില്ലെന്നറിഞ്ഞിട്ടും ഇടയ്ക്കൊക്കെ ആ കാലമെന്നെ വല്ലാതെ മോഹിപ്പിക്കാറുണ്ട്.

ക്ലാസ്സ്റൂമിലേക്ക് എങ്ങുനിന്നോ വഴിതെറ്റിവന്ന അപ്പൂപ്പൻതാടിക്കായി അടിപിടികൂടുന്ന ആ വികൃതിക്കുട്ടികൾ, ഇടയ്ക്കിടെ സ്വപ്നങ്ങളിലൂടെ എന്റെ ഉറക്കം കെടുത്താറുണ്ട്.

ഒരിക്കൽപോലും ഞങ്ങളെ നോവിച്ചിട്ടില്ലാത്ത ആ ചൂരൽവടി നീട്ടി കൃത്രിമഗൗരവം കാണിക്കുന്ന രാധടീച്ചറുടെ ക്ലാസ്സുകൾ പലപ്പോഴും ഓർമ്മകളിൽ കയറിവന്നെന്റെ കണ്ണു നനയ്ക്കാറുണ്ട്.

കാലത്തിന്റെ മഷിത്തണ്ട് മനസ്സിലെ സ്ലേറ്റിൽ നിന്നും മായ്ച്ചു തുടങ്ങിയ ചില പെൻസിൽ ചിത്രങ്ങൾ ഒന്നുകൂടി വരച്ചുമുഴുമിപ്പിക്കാൻ ഇടയ്ക്കൊക്കെ ഞാൻ ശ്രമിച്ചുനോക്കാറുണ്ട്.

■

വലുതാവുമ്പോൾ ആരാവണം?

വലുതാവുമ്പോൾ ആരാവണം എന്ന ക്ലീഷേ ചോദ്യം എന്നോടാദ്യമായി ചോദിച്ചത് ഒന്നാം ക്ലാസ്സിലെ രാധടീച്ചറായിരുന്നു.

ഡോക്ടർ, എഞ്ചിനീയർ എന്നിങ്ങനെയുള്ള ചോദ്യത്തെക്കാൾ ക്ലീഷേ ആയ ഉത്തരങ്ങൾ പറയാൻ മാത്രമുള്ള മെച്ചൂരിറ്റി ആയിട്ടില്ലായിരുന്നതുകൊണ്ട് സ്കൂൾ മാഷ്, പൊലീസുകാരൻ, സിൽമാനടൻ തുടങ്ങിയ റേയ്ഞ്ചിലായിരുന്നു ഉത്തരങ്ങൾ മൊത്തം.

അങ്ങനെ എല്ലാരോടും ചോദിച്ച് ചോദിച്ച് ടീച്ചർ അവസാനം ക്ലാസ്സിലെ ഏറ്റവും മിടുക്കനും അതിസമർത്ഥനും അതീവബുദ്ധിമാനും സകലകലാവല്ലഭനും സർവ്വോപരി സൽഗുണസമ്പന്നനും ആയ ആ വിദ്യാർത്ഥിയുടെ അടുത്തുമെത്തി. (യെസ്സ്... നിങ്ങളുടെ ഊഹം വളരെ ശരിയാണ്. അത് ഞാനായിരുന്നു! ബ്ലീസ്... ചിരിക്കരുത്. കഷ്ടപ്പെട്ട് ഉണ്ടാക്കിയെടുത്ത ബിൽഡപ്പാണ്).

അത്രേം നാളത്തെ അദ്ധ്യയനജീവിതത്തിനിടയ്ക്ക് ആ ചോദ്യത്തിന് കേട്ട ഏറ്റവും മാരകമായ ഉത്തരമാണ് കേൾക്കാൻ പോകുന്നതെന്നറിയാതെ ടീച്ചർ എന്നോട് ചോദിച്ചു.

''നെനക്കെന്തൂട്ടാ ആവണ്ടേ?''

''ഔസേപ്പേട്ടൻ. വട്ടൻ ഔസേപ്പേട്ടൻ.''

ഞെട്ടിയപ്പോ തള്ളിപ്പോയി ചുമരിലിടിച്ച് റിട്ടേൺ വന്ന കണ്ണ് രണ്ടും തിരിച്ച് ഫിറ്റ് ചെയ്തുകൊണ്ട് ടീച്ചറ് സംഗതി ഒന്നൂടെ ക്ലാരിഫൈ ചെയ്തു.

''ന്തൂട്ടാന്ന്??''

''ഇനിക്ക് ഔസേപ്പേട്ടനായാ മതി.''

ഔസേപ്പേട്ടൻ ചെമ്മാപ്പിള്ളിയിലുള്ള ഒരു കഥാപാത്രമായിരുന്നു. തോന്നണേടത്ത് കെടന്നുറങ്ങും. വിശക്കുമ്പോ ഏതെങ്കിലും വീട്ടിൽ

കേറിച്ചെല്ലും. അടിപൊളിയായിട്ട് പാട്ടുപാടും. പാട്ട് തീരുമ്പോ വീട്ടുകാര് ഫുഡ്ഡോ കാശോ കൊടുക്കും. ചിലപ്പോ വല്ല ഡ്രസ്സും കൊടുക്കും. എന്നിട്ട് പുള്ളി പോയിക്കഴിയുമ്പോ 'പാവം' എന്നും പറയും. അങ്ങനെ വളരെ സുഖകരമായ ജോലി. ഇതല്ലാതെ പിന്നെ വേറെ എന്താവണമെന്നാണ് ഞാൻ ആഗ്രഹിക്കേണ്ടത്?

കാര്യം ഞാൻ വളരെ സത്യസന്ധവും ആത്മാർത്ഥവുമായി പറഞ്ഞതാണെങ്കിലും ടീച്ചർക്ക് അതത്രയ്ക്കങ്ങോട്ട് പിടിച്ചില്ല. ഞെട്ടലൊക്കെ ഒന്നടങ്ങിയപ്പോ ടീച്ചറെന്നെ ഉപദേശിച്ചൊരു വഴിക്കാക്കി. വട്ടനാവാൻ വേണ്ടിയല്ല, മഹാനാവാനാണ് ശ്രമിക്കേണ്ടതെന്ന് എന്നെ പറഞ്ഞ് ബോധിപ്പിച്ചു. അങ്ങനെ അതീവകൂലംകഷവും അതികഠിനവുമായ ആ ചിന്ത എന്റെ മനസ്സിൽ ഒരു വലിയ ചോദ്യചിഹ്നം പോലെ വളരാൻ തുടങ്ങി. വലുതാവുമ്പോ ആരാവണം?

ഒടുവിലൊരുനാൾ ഒരു ബസ്സ് യാത്രയ്ക്കിടയിൽ ഞാനാ ഉത്തരം കണ്ടെത്തി. ബസ്സിൽ പ്രത്യേകിച്ചൊന്നും ചെയ്യാനില്ലാതെ അച്ഛന്റെ മടിയിൽ ഗഹനമായി ചിന്തിച്ചോണ്ടിരിക്കുന്നതിനിടയിലായിരുന്നു ആ വെളിപാടുണ്ടായത്. വലുതാവുമ്പോൾ ഒരു ബസ് കണ്ടക്ടറാവണം.

സകല സ്ഥലങ്ങളും കൃത്യമായി അറിയുന്ന, കയ്യിൽ ഇഷ്ടം പോലെ കാശുള്ള, ഒരൊറ്റ വിസിലടിയിലൂടെ ആ വലിയ ബസ്സിനെ നിർത്തുകയും ഓടിക്കുകയും ചെയ്യുന്ന മഹാൻ... മതി, ദിതു മതി.

പിന്നങ്ങോട്ട് തീവ്രപരിശീലനത്തിന്റെ നാളുകളായിരുന്നു. വീട്ടിലുള്ളപ്പോ ഭക്ഷണം കഴിക്കാനല്ലാതെ വിസില് വായീന്നെടുക്കില്ല. വിസിലടിയോട് വിസിലടി. കേട്ടുകേട്ട് ചെവി തരിച്ചിട്ട് അമ്മയൊരു ദിവസം വിസിലെടുത്ത് അപ്പറത്തെ വീട്ടിലെ ചാണകക്കുഴീല് കൊണ്ടിട്ടു. വേറെവിടെ ഇട്ടാലും നമ്മള് മാന്തിയെടുത്തോണ്ടുവരുമെന്ന് അമ്മയ്ക്കറിയാം.

ലക്ഷ്യത്തിലേക്കുള്ള പ്രയാണത്തിൽ ഞാൻ നേരിട്ട ആദ്യത്തെ തിരിച്ചടി. പക്ഷേ ഞാൻ തളർന്നില്ല. പണ്ടേ നമ്മളങ്ങനാ, പ്രതിസന്ധികളിൽ തളരാറില്ല. എത്ര മിനക്കെട്ടിട്ടായാലും കിട്ടാനുള്ള തല്ല് ഇരന്ന് വാങ്ങിയിരിക്കും.

വിസിലടിക്കേണ്ടവരൊക്കെ പാക്കിസ്ഥാനിലേക്ക് പോണമെന്ന് അമ്മ കട്ടായം പറഞ്ഞതോടെ ഞാൻ വീടുവിട്ടിറങ്ങി. (എങ്ങോട്ട്, മുറ്റത്തോട്ട്. അല്ലാണ്ടെവിടെ പോവാൻ?). പിന്നങ്ങോട്ട് പരിശീലനം വീടിനുവെളിയിലാക്കി. ഓൺ ദി ഫീൽഡ് ട്രെയിനിംഗ്.

കക്ഷത്തൊരു ബാഗും അതില് ഫുള്ള് കടലാസും കഷ്ടപ്പെട്ട് കളക്റ്റ് ചെയ്ത ബസ്സ് ടിക്കറ്റുകളുമൊക്കെയായി രാവിലെത്തന്നെ

തുടങ്ങും. പറമ്പിന്റെ ഒരറ്റം മുതൽ മറ്റേയറ്റംവരെ ഓട്ടം തന്നെ ഓട്ടം. ഡ്രൈവറും കണ്ടക്ടറും യാത്രക്കാരും ഒക്കെ ഞാൻ തന്നെ. 'മൾട്ടിപ്പിൾ പേഴ്സണാലിറ്റി ഡിസോർഡറി'ന്റെ അതിഭയാനകമായ ഒരു വേർഷൻ.

ശ്രീമുരുക, യാത്ര, പ്രിയം... അങ്ങനെ പലപല ബസ്സുകളിലായി ഓരോ ദിവസം ഓരോ റൂട്ടിലാണ് ഡ്യൂട്ടി. അങ്ങനെ ഒരു ദിവസം 'മെറിറ്റ്' ബസ്സ് തിരഞ്ഞെടുത്തു. അന്നകര വല്ല്യമ്മേടെ വീട്ടില് പൊകുമ്പോ കേറാറുള്ള ബസ്സാണ്. പക്ഷേ കുറച്ചുദൂരം ചെന്നപ്പോ റൂട്ടിലൊരു കൺഫ്യൂഷൻ. ഡൗട്ട് ക്ലിയർ ചെയ്യാൻ വേണ്ടി ഓൺ ദി സ്പോട്ടിൽ സഡൻ ബ്രേയ്ക്കിട്ട് അമ്മയെ വിളിച്ചു. അമ്മയാണ് നമ്മടെ അന്നത്തെ ഗൂഗിളും വിക്കിപ്പീഡിയയുമൊക്കെ. അച്ഛൻ പൊതുവേ ഡീല് ചെയ്തോണ്ടിരുന്നത് ആമസോൺ, ഫ്ളിപ്പ്കാർട്ട് തുടങ്ങിയ സർവീസുകളാണ്.

രണ്ടുമൂന്ന് വിളി വിളിച്ചിട്ടും പക്ഷേ മറുപടിയൊന്നുമില്ല. അമ്മ അപ്പറത്തെ വീട്ടിലോ മറ്റോ പോയിരിക്ക്യാണ്. എന്നുവെച്ച് വണ്ടി നടുറോട്ടിലിട്ട് പോകാൻ പറ്റില്ലല്ലോ. നാളെ ലോകമറിയുന്ന ഒരു ബസ് കണ്ടക്ടറാവേണ്ട ഞാൻ അങ്ങനെയൊരു ഉത്തരവാദിത്തമില്ലായ്മ കാണിക്കാനോ? നോ, നെവർ. നിന്നിടത്തുനിന്ന് ഒരിഞ്ച് അനങ്ങാതെ, അമ്മ ലോകത്തെവിടെയാണെങ്കിലും കേൾക്കാവുന്ന ടൈപ്പ് ഒരു വിളിയങ്ങോട്ട് വിളിച്ചു.

''അമ്മേ......മ്മേ....മ്മേ....മ്മേ... മ്മേ...'' (വിത്ത് എക്കോ).

വിളിച്ചുകഴിഞ്ഞപ്പഴാണ് സംഗതി കുറച്ച് ഓവറായിപ്പോയെന്ന് മനസ്സിലായത്. വിളീന്ന് വെച്ചാ എമ്മാതിരി വിളി...!!! തൊട്ടടുത്ത പറമ്പില് പുല്ലുതിന്നോണ്ടിരുന്ന ഒരു പശു ഞെട്ടിവെറച്ചിട്ട് കയറും പിടിച്ച് നിന്ന കുമാരേട്ടനേം വലിച്ച് നൂറേനൂറിൽ ഓടിയ ഓട്ടം പിന്നെ തമിഴ്നാട്ടിലോ മറ്റോ എത്തിയിട്ടാണ് നിർത്തിയത്. കുമാരേട്ടൻ പിന്നെ ട്രെയിനൊക്കെ കേറിയാണത്രേ തിരിച്ച് നാട്ടിലെത്തിയത്. എന്താല്ലേ! (ഈ കഥയാണ് പിന്നീട് കുമാരസംഭവം എന്ന പേരിൽ സിനിമയാക്കിയത്. ആ, അതുപോട്ട്. അതിനെക്കുറിച്ചൊക്കെ പിന്നെ പറയാം.)

എന്തായാലും സംഗതി കംപ്ലീറ്റായിട്ട് കയ്യീന്നുപോയി. പത്ത് സെക്കന്റുകൊണ്ട് ഏതാണ്ടൊരു അഞ്ചുപത്താള് അപ്പുറത്തൂന്നും ഇപ്പുറത്തൂന്നുമായി സ്പോട്ടിലെത്തി. ഞാനേതാണ്ട് കണ്ട് പേടിച്ച് കാറിക്കൂവിയതാണെന്നാണ് സകലരും കരുതിയത്. പണിപാളി.

തറവാട്ടിലെ അടുക്കളേല് ചപ്പാത്തി പരത്തിക്കൊണ്ടിരുന്ന വല്ല്യമ്മ, ചപ്പാത്തിവടിയോട് കൂടിയത് ഒരെണ്ണം. അവിടെ ടി.വി. കണ്ടോണ്ടിരുന്ന ചേച്ചിമാര്, വായിൽ കുത്തിക്കേറ്റിയ മിക്സ്ചറോട് കൂടിയത്

രണ്ടെണ്ണം. അപ്പറത്തെ വീട്ടില് മോന് ചോറെടുത്തുകൊടുത്തോണ്ടിരുന്ന ഇത്ത പ്ലെയ്റ്റടക്കം, തൊട്ടുപിന്നാലെ കഴിച്ചോണ്ടിരുന്ന അതേ പോസില് വായും പൊളിച്ചോണ്ട് അവരുടെ മോൻ... അങ്ങനെ ചറപറാന്ന് ആളുകൂടിത്തുടങ്ങി.

പടിഞ്ഞാറേ പറമ്പില് പണിയെടുത്തോണ്ടിരുന്ന മാമൻ ഒരു പടി കൂടി കടന്നുചിന്തിച്ചു. പാമ്പാണേലും പട്ടിയാണേലും കൊന്നിട്ടേ പോകൂന്നുറപ്പിച്ച് ഒരു വല്ല്യ വടീം കൊണ്ടാണ് പുള്ളി വന്നത്.

ഒച്ചേം വിളിയുമൊക്കെ കേട്ട് അപ്പറത്തെ വീട്ടീന്ന് മതിലൊക്കെ ജമ്പ് ചെയ്ത് അമ്മയും ലൊക്കേഷനിലെത്തി. അങ്ങനെ ആകെ മൊത്തം ആളും ബഹളോം.

അത്രേം ജനങ്ങളെ ഒറ്റയടിക്ക് പറ്റിക്കാൻ പോന്ന നുണ പറയാൻ മാത്രമുള്ള കുരുട്ടുബുദ്ധിയൊന്നും അന്നെനിക്ക് ഡെവലപ്പായിട്ടില്ലായിരുന്നു.

അങ്ങനെയൊടുവിൽ, ''എന്താ, ആരാ? പാമ്പെവിടെ? പട്ടി കടിച്ചോ?'' എന്നൊക്കെ ചോദിച്ച് ആകാംക്ഷയോടെ നിൽക്കുന്ന ആ ജനക്കൂട്ടത്തെ ഞെട്ടിച്ചുകൊണ്ട്, മനുഷ്യമനസ്സാക്ഷിയെ നടുക്കുന്ന ആ ചോദ്യം ഞാൻ അവർക്കു മുന്നിലേക്ക് എറിഞ്ഞുകൊടുത്തു.

''ഈ.... മെറിറ്റ് ബസ്സ്..... കാഞ്ഞാണിക്ക് പോവോ?''

പിന്നെ എന്താ സംഭവിച്ചതെന്ന് വിശദീകരിച്ച് എഴുതണമെന്നുണ്ട്. പക്ഷേ കൃത്യമായിട്ടങ്ങോട്ട് ഓർമ്മ കിട്ടണില്ല. ആകെ ഓർമ്മയുള്ളത് ദേ ദിതാണ്.

''പ്ഭാ... ടും... പ്ടും... ടമാർ... പടാർ... പഠോ.....!!!''

■

ലോലമാനസൻ

മൂന്നാം ക്ലാസ്സിൽ പഠിക്കുമ്പോൾ ബേബി ടീച്ചറാണ് അതിലോല ഹൃദയനായ എന്നോടാ കൊലച്ചതി ചെയ്തത്. എന്തോ തെറ്റിനുള്ള ശിക്ഷയായി എന്നെ പെൺകുട്ടികളുടെ ബെഞ്ചിൽ കൊണ്ടിരുത്തി.

അവിടെ കൊണ്ടിരുത്തി കൃത്യം മൂന്നാമത്തെ മിനുട്ടിലായിരുന്നു എന്റെ ആദ്യപ്രണയം മൊട്ടിട്ടത്. തൊട്ടടുത്തിരുന്ന സുനിതയോട്.

അന്ന് പിന്നെ ടീച്ചർ ക്ലാസ്സിൽ പഠിപ്പിച്ചതൊന്നും ഞാൻ കേട്ടില്ല. മീൻകാരന്റെ സൈക്കിളിന് വട്ടം ചുറ്റുന്ന കണ്ടൻപൂച്ചയെപ്പോലെ എന്റെ മനസ്സ് സുനിതയ്ക്ക് ചുറ്റും അലയാൻ തുടങ്ങി.

ആരേലും മുഖത്ത് നോക്കി പേര് ചോദിച്ചാൽത്തന്നെ മറുപടി പറയാതെ അണ്ണാക്കിൽ പിരിവെട്ടിനിക്കുന്ന ഞാൻ, ആ നിമിഷം മുതൽ എന്റെ അനശ്വരപ്രണയം സുനിതയോടെങ്ങനെ പറയണം എന്നായിരുന്നു അതീവകൂലംകഷമായി ചിന്തിച്ചോണ്ടിരുന്നത്.

ആ ചിന്തകളുടെ ഭാഗമായി, ആരോടും പറയരുത് എന്ന കടുത്ത നിബന്ധനയോടെ ഞാനാ നിഗൂഢരഹസ്യം ആത്മാർത്ഥസുഹൃത്തായ സുജിത്തിനോട് പങ്കുവെച്ചു. ഒട്ടും സമയം കളയാതെ അതേ നിബന്ധനയോടെത്തന്നെ അവനത് റഷീദിനോടും റഷീദ് ശ്രീജിത്തിനോടും ശ്രീജിത്ത് ബിജുവിനോടും പറഞ്ഞു. ആരോടും പറയാതിരിക്കാൻ വേണ്ടി എന്നെക്കൊണ്ട് പുളിയച്ചാറ് വാങ്ങിപ്പിച്ച് അത് തിന്ന വായപോലും കഴുകാതെ ആ നന്ദിയില്ലാത്തവന്മാര് പിന്നെയും ആരോടൊക്കെയോ എന്റെ പ്രണയരഹസ്യം പാടിക്കൊണ്ടുനടന്നു.

അവിടുന്നങ്ങോട്ട് എല്ലാ ദിവസവും ടീച്ചർ ഹാജർ എടുക്കുന്നതിനിടയ്ക്ക് സുനിത എന്ന് പേര് വിളിക്കുമ്പോഴൊക്കെ ഓരോരുത്തരായി ഒരു കാര്യോമില്ലാതെ എന്നെ നോക്കുകയും ചിലരൊക്കെ 'ദേ നിന്റെ ആള്' എന്ന് പറയുകയും, ഞാൻ അവരെ നോക്കി നാണവും അഭിമാനവും സന്തോഷവും ഒക്കെക്കൂടി സമാസമം ചാലിച്ച ഒരു സങ്കരഭാവം മുഖത്ത് വരുത്തി 'പോ അവടന്ന്, കടിക്കും ഞാൻ' എന്ന മട്ടിൽ ചിരിക്കുകയും ചെയ്തുപോന്നു.

മേലനങ്ങാൻ മടിച്ച് മൂത്രമൊഴിക്കാൻ പോലും വീട്ടീന്ന് പുറത്തിറങ്ങാതെ ജനലിലൂടെ കാര്യം സാധിച്ചിരുന്ന ഞാൻ, സുനിതയെ ഇമ്പ്രസ്സ് ചെയ്യാൻ വേണ്ടി ക്ലാസ്സിന്റെ ചവിട്ടുപടികൾ പോലും ഉപയോഗിക്കാതെ ചാടിയിറങ്ങാനും ചാടിക്കേറാനുമൊക്കെ തുടങ്ങി.

ഉച്ചയ്ക്ക് ചോറുണ്ട് ചോറ്റുപാത്രം കഴുകാൻ പൈപ്പിന്റെ മുന്നില് വരി നിക്കുമ്പോ സുനിത പാത്രം കഴുകാൻ നേരത്ത് പൈപ്പ് കേടാകുന്നതും ഞാൻ എന്റെ മാരകബുദ്ധി ഉപയോഗിച്ച് പൈപ്പ് നേരെയാക്കുന്നതും അങ്ങനെ സുനിത എന്നോട് ഐ ലവ് യൂ പറയുന്നതും പലതവണ സ്വപ്നം കണ്ടു. പക്ഷേ അടച്ചിട്ടാലും വെള്ളം വന്നോണ്ടിരിക്കുന്ന ആ പരട്ടപൈപ്പ് എന്റെ സ്വപ്നങ്ങൾക്കെല്ലാം വിലങ്ങുതടിയായി നിന്നു.

ഉള്ളിൽ നിറഞ്ഞുതുളുമ്പുന്ന പ്രണയമൊന്ന് സുനിതയെ അറിയിക്കാൻ വേണ്ടി മറ്റൊരു കാമുകനും സഞ്ചരിച്ചിട്ടില്ലാത്ത വഴികളിലൂടെയെല്ലാം ഞാൻ അപ്പോഴും സഞ്ചരിച്ചുകൊണ്ടിരുന്നു, ഒരു ഭ്രാന്തനെപ്പോലെ.

അങ്ങനെ സഞ്ചരിച്ച് സഞ്ചരിച്ച് ഞാൻ നാല് എയിലും സുനിത നാല് ബിയിലും എത്തിയെന്നല്ലാതെ വേറെ പുരോഗതിയൊന്നും ഉണ്ടായില്ല. പ്രകടിപ്പിക്കാനാവാത്ത എന്റെ പ്രണയം മാത്രം അപ്പോഴും മറ്റാരുമറിയാതെ മൂന്നാം ക്ലാസ്സിലെ ആ ബെഞ്ചിലിരുന്ന് വിങ്ങിക്കൊണ്ടിരുന്നു.

നാലാം ക്ലാസ്സിലെ രണ്ട് ഡിവിഷനുകളും അടുത്തടുത്തായിരുന്നതുകൊണ്ട് സ്വാഭാവികമായും എന്റെ കഴുത്ത് കൂടുതൽ നേരവും അടുത്ത ഡിവിഷനിലേക്ക് തിരിഞ്ഞുതന്നെയിരുന്നു.

ഉതുപ്പുമാഷിന്റെ തുപ്പല് തെറിപ്പിച്ചോണ്ടുള്ള ഗുണനപ്പട്ടികകളും തൊട്ടടുത്ത് ഏതുനേരവും മൂക്കൊലിപ്പിച്ചോണ്ടിരിക്കുന്ന ദീപുവും മുനീറുമൊന്നും ഒരിക്കലും ഒരു പ്രണയത്തിനുള്ള ആമ്പിയൻസ് തന്നിരുന്നില്ലെങ്കിലും എന്റെയുള്ളിലെ കാമുകൻ പിന്നേം പലതവണ നാല് ബി യിൽ പോയി സുനിതേടെ കൂടെ ഡ്യുയറ്റ് പാടി ഡാൻസ് ചെയ്തു.

ഉള്ളില് ഡാൻസും പാട്ടുമൊക്കെയായിരുന്നെങ്കിലും എത്ര ശ്രമിച്ചിട്ടും സുനിതയോട് ഒരക്ഷരം പോലും മിണ്ടാൻ പറ്റാറില്ലായിരുന്നു. അടുത്തെത്തുമ്പഴേക്കും ഉള്ളില് പാവറട്ടി പള്ളിപ്പെരുന്നാളിന്റെ വെടിക്കെട്ട് തുടങ്ങും. പല കളറിലുള്ള അമിട്ടും ഗുണ്ടുമൊക്കെ ചറപറാ പൊട്ടുന്നതിന്റെ ഇമ്പാക്റ്റിൽ വായും പൊളിച്ച് നിക്കാനല്ലാതെ പിന്നെ ഒരക്ഷരം മിണ്ടാൻ പറ്റാറില്ല. അപ്പോ പൊളിക്കുന്ന വാ പിന്നെ അടയുന്നത് അടുത്ത പിരീഡിനുള്ള ബെല്ലടിക്കുമ്പഴൊക്കെയായിരിക്കും.

ഒരു ദിവസം രണ്ടും കൽപ്പിച്ച് സുനിത ഉച്ചയ്ക്ക് ക്ലാസ്സീന്ന് പുറത്തിറങ്ങിയപ്പോ ഞാൻ പിന്നാലെ ചെന്നു. ഉള്ളില് പതിവുപോലെ വെടിക്കെട്ട് നടക്കാണെങ്കിലും അതൊന്നും പുറത്തുകാണിക്കാതെ ധൈര്യം സംഭരിച്ച് ഒരു വിധത്തിൽ ഇത്രേം സൗണ്ട് ഞാൻ പുറത്തെത്തിച്ചു.

''അതേയ്...''

സുനിത തിരിഞ്ഞുനോക്കി. അതാ മുറ്റത്തൊരു മൈന. ക്ലാ ക്ലാ ക്ലീ ക്ലീ ... ശ്ശേ, പുല്ല്. ടോപ്പിക്ക് മാറിപ്പോയി. അതാ മുറ്റത്ത് ഞാൻ.

''എന്താ?''

ഒരു അമിട്ട് എന്റെ അണ്ണാക്കില് വന്നുപൊട്ടി. സൗണ്ട് പുറത്തു വരുന്നില്ല. വിളിച്ചും പോയല്ലോ. എന്തേലും പറയാണ്ടെങ്ങനാ?

''പിന്നേയ്... ഈ.... രണ്ട്... രണ്ടു പെൻസില്ണ്ടോ?''

''പെൻസിലാ? ഇപ്പൊ ന്തിനാ പെൻസില്?''

പറഞ്ഞപോലെ അത് ശരിയാണല്ലോ. പുല്ല്, എനിക്കിപ്പോ എന്ത് കാര്യത്തിനാ പെൻസില്. നശിപ്പിച്ചു.

''ആ, ന്നാ പെൻസില് വേണ്ടാ''ന്നും പറഞ്ഞ് വല്ല വിധത്തിലും അവിടുന്ന് ഓടിത്തള്ളി.

അതിന്റെടയ്ക്ക് ഒരു ദിവസം രണ്ടുപേരുടെയും പേരെഴുതി നോക്കി ഭാവി കണ്ടുപിടിക്കുന്ന FLAME ടെസ്റ്റ് എന്നൊരു ശാസ്ത്രീയ പരീക്ഷണത്തിലൂടെ ഞാനും സുനിതയും ഫ്രണ്ട്സ് ആകത്തേയുള്ളൂ എന്ന് കണ്ടുപിടിച്ച സുജിത്തുമായുള്ള സുഹൃദ്ബന്ധം ഞാൻ സ്പോട്ടിൽ ഉപേക്ഷിച്ചു. അന്നുവരെ കൈക്കൂലിയായി കൊടുത്ത സകല നെയിംസ്ലിപ്പുകളും തിരിച്ചുതരണമെന്ന ശക്തമായ പ്രമേയം പാസ്സാക്കുകയും ചെയ്തു. പ്രേമത്തിന്റെ കാര്യത്തിൽ അന്നേ ഞാൻ വളരെ സ്ട്രിക്ടായിരുന്നു.

അങ്ങനെയിരിക്കെയാണ് ആ ടിസ്റ്റ് സംഭവിക്കുന്നത്. ഒരു ദിവസം ഉച്ചയ്ക്കത്തെ ഇന്റർവെല്ലിന് സുജിത്തും നൗഷാദും തമ്മിൽ മുട്ടനിടി. ഉത്തരവാദിത്തമുള്ള ഒരു ഇന്ത്യൻ പൗരനെന്ന നിലയ്ക്കും ഷൈൻ ചെയ്യാൻ കിട്ടിയ ഒരു അവസരം എന്ന നിലയ്ക്കും ഒരു നിമിഷം പോലും പാഴാക്കാതെ ഞാൻ ഓടിച്ചെന്ന് ഉതുപ്പുമാഷോട് കാര്യം പറഞ്ഞു. മാഷ് കയ്യിൽ കിട്ടിയ വടിയുമെടുത്ത് പാഞ്ഞെത്തി മനസ്സറിഞ്ഞ് നാലഞ്ചെണ്ണം കൊടുത്ത് രണ്ടിനേം ക്ലാസിന്റെ ഒരു മൂലയ്ക്ക് നിർത്തി.

കാഴ്ച കണ്ട് നിന്ന നാല് ബിക്കാരുടെ ഇടയിലൂടെ, 'കണ്ടാ, ഞാൻ ഇല്ലാരുന്നെങ്കി കാണാമായിരുന്നു' എന്ന മട്ടിൽ സുനിതയെ

നോക്കി ഡാൻസ് ചെയ്യാനുള്ള ഡ്യുയറ്റ് സോങ്ങ് പ്ലേ ചെയ്യാൻ തുടങ്ങുമ്പോഴാണ് അത് സംഭവിച്ചത്.

ഹാഫ് കൈ ഷർട്ടും മെറൂൺ ട്രൗസറുമിട്ട് നിന്നിരുന്ന സുജിത്ത്, നിന്നനിൽപ്പില് രണ്ടു കൊമ്പും വാലും മുളച്ച് കയ്യിൽ ഒരു കുന്തമൊക്കെയുള്ള ചെകുത്താനായി മാറി. എന്നിട്ട് കോന്ത്രമ്പല്ലുകൾ പുറത്തുകാട്ടി ഇങ്ങനെ അലറി.

''മാഷേ, മഹേഷിന് സുനിതേനെ ഇഷ്ടാ...''

ചരിത്രത്തിൽ അന്നോളം ആരും ചെയ്തിട്ടില്ലാത്ത കൊടുംവഞ്ചന. കുലദ്രോഹീ.... കേവലം ഇരുപത്തൊന്ന് നെയിം സ്ലിപ്പിന് വേണ്ടി നീ...?

ക്ലാസ്സില് പെട്ടെന്നൊരു ശ്മശാനമൂകത. പിന്നെ ദേ സുനിതേടെ കരച്ചില്, കൂടെയുള്ള മാക്കാച്ചികളുടെ സമാധാനിപ്പിക്കല്. ആകെ സംഭവബഹുലം.

വല്ല വിധേനയും നിർത്തിവെച്ചിരുന്ന വെടിക്കെട്ട് പൂർവാധികം ശക്തിയോടെ പുനരാരംഭിച്ച് അഞ്ചാറ് കുഴിമിന്നികൾ ഒരുമിച്ച് പൊട്ടി എന്റെ വായീന്ന് പുകയൊക്കെ വരാൻ തുടങ്ങി.

തിരിച്ചുപോകാൻ നിന്ന ഉതുപ്പുമാഷ് ഇൻഡിക്കേറ്റർ പോലുമിടാതെ യൂ ടേൺ എടുത്ത് എന്റെയടുത്തേക്ക് വന്നു.

ചോദ്യവും പറച്ചിലുമൊന്നുമുണ്ടായില്ല. ക്ലാസ്സ് മൊത്തം നോക്കിക്കൊണ്ടുനിക്കുമ്പോത്തന്നെ ചറപറാന്ന് കിട്ടി. എന്നിട്ട് എന്നേം ചുരുട്ടിക്കൂട്ടി മറ്റവന്മാരുടെ കൂടെ ഒരു മൂലയിലേക്കിട്ടു.

അതായിരുന്നു ആദ്യപ്രണയത്തിന്റെ ദുരന്ത ക്ലൈമാക്സ്. ചീറ്റിപ്പോയെങ്കിലും വ്രണിതഹൃദയനായി കുറച്ച് നാൾ കൂടി ആ ദിവ്യപ്രണയം ഞാൻ ഉള്ളിൽ കൊണ്ടുനടന്നിരുന്നു. കൃത്യമായി പറഞ്ഞാൽ, അഞ്ചാം ക്ലാസ്സിൽ വെച്ച് സുപ്രിയയെ കാണുന്നതുവരെ.

ആഹ്, ആ കഥ പിന്നെപ്പറയാം.

■

ഓപ്പറേഷൻ വിറകുപുര

നാലാം ക്ലാസ്സിൽ പഠിക്കുന്ന സമയത്താണ് ഞാൻ 'മൂന്നാംമുറ' എന്ന സിനിമ കാണുന്നത്. ഏതാണ്ട് അതേ സമയത്തുതന്നെയായിരുന്നു കൊല്ലാറ പൂരത്തിന് പോയപ്പോ അച്ഛൻ എനിക്കൊരു തോക്ക് വാങ്ങിത്തന്നതും. പിന്നങ്ങോട്ട് നമ്മക്ക് 'ടുംടാ ടുടുംടുംടാ' ന്നുള്ള ബാക്ക്ഗ്രൗണ്ട് മ്യൂസിക്കും തോക്കും ഇല്ലാത്ത ഒരു പരിപാടിയുമില്ല. അമ്മയെങ്ങാനും മുറ്റത്തിറങ്ങി രണ്ടു തണ്ട് കറിവേപ്പില പറിച്ചോണ്ടുവരാൻ പറഞ്ഞാലും നമ്മളതൊരു കമാന്റോ ഓപ്പറേഷനായിട്ടാണെടുക്കുന്നത്.

ആദ്യം ഒരൊറ്റ ചാട്ടമാണ് അലമാരയുടെ പിന്നിലേക്ക്. അവിടെ നിന്ന് തോക്കൊക്കെ നെഞ്ചിൽ ചേർത്ത് വെച്ച് തല ദിങ്ങനെ ദിങ്ങനെ വെട്ടിച്ച് കൊറേ തവണ നോക്കും അപ്പുറത്തെങ്ങാനും ശത്രുക്കള് വല്ലോം ഒളിച്ചിരിപ്പുണ്ടോന്ന്. ഇല്ലെന്നുറപ്പിച്ചിട്ട് അടുത്ത ചുമരിന്റെ പിന്നിലേക്ക് ഒരൊറ്റ ചാട്ടം വെച്ചുകൊടുക്കും. അവിടെ നിന്നിട്ടും ഇതുതന്നെ പരിപാടി. ഇങ്ങനെ ഒരു പത്തുപതിനഞ്ച് സ്റ്റെപ്പായിട്ടാണ് മൊത്തം ഓപ്പറേഷൻ.

ഇത് സ്ഥിരമായി കണ്ട് കണ്ട് ടെൻഷനായിട്ട് ചെറുക്കൻ എന്തോ കണ്ട് പേടിച്ചൂന്നും പറഞ്ഞ് അമ്മ കരുവന്തല വെളിച്ചപ്പാടിന്റെ അടുത്തുപോയി ചരടൊക്കെ ജപിച്ചോണ്ടുവന്ന് കെട്ടിത്തന്നു. അമ്മ ഈ കമാന്റോ ഓപ്പറേഷനൊന്നും മുൻപ് കണ്ടിട്ടില്ലല്ലോ. പുവർ മദർ.

ഒരു ദിവസം ഇതുപോലെ ഒരു 'ഓപ്പറേഷൻ കറിവേപ്പില'യുടെ ഭാഗമായി ഞാൻ സ്റ്റെപ്പ് സ്റ്റെപ്പായി പടിഞ്ഞാപ്പറത്തെ ഡോർ വരെയെത്തി ശത്രുക്കളാരുമില്ലെന്ന് ഉറപ്പുവരുത്തി തോക്കും ചൂണ്ടി 'യാാാാഹൂൂൂ' ന്നും പറഞ്ഞ് ഒറ്റ ചാട്ടമാണ് പുറത്തേക്ക്. സംഗതി പാളിപ്പോയി. മുറ്റത്തെന്തോ ചെയ്തോണ്ടിരുന്ന അച്ഛന്റെ മുതുകത്തോട്ടായിരുന്നു ചാടിയത്.

''സോറി, അച്ഛനായിരുന്നോ? ഞാൻ കരുതി ശത്രുരാജ്യത്തെ ഭടനായിരിക്കുമെന്ന്'' എന്നൊക്കെ പറയണമെന്നുണ്ടായിരുന്നെങ്കിലും ഒന്നും നടന്നില്ല. അച്ഛൻ എണീറ്റ് വന്ന് കാലേവാരി നിലത്തടിച്ച് തോക്കെടുത്ത് അപ്പറത്തെ പറമ്പിലോട്ട് ഒരേറും കൊടുത്ത് ചെയ്തോണ്ടിരുന്ന പണിയിലേക്ക് റിട്ടേണടിച്ചു. അന്നത്തോടെ അസുഖത്തിന് ചെറിയൊരു സമാധാനം കിട്ടി. വീടിനകത്തെ കമാന്റോ പരിപാടി ദീർഘകാലാടിസ്ഥാനത്തിൽ നിർത്തിവെക്കപ്പെട്ടു.

അതോടെ നമ്മൾ പ്രവർത്തനമേഖല മുറ്റത്തേക്കും പറമ്പിലേക്കും വ്യാപിപ്പിച്ചു. പിന്നെ ചുമ്മാ തമാശക്കളിയൊന്നുമല്ല. യുദ്ധം, പൊരിഞ്ഞ യുദ്ധം! വഴിയേ പോണ പട്ടീം പൂച്ചേം കോഴിയുമൊക്കെ നമ്മക്ക് ശത്രുരാജ്യത്തെ പടയാളികളും ചാരന്മാരും തീവ്രവാദികളുമൊക്കെയായി.

തോക്കിന്റെ കൂടെ ബോംബേറും തുടങ്ങി. ബോംബുണ്ടാക്കാൻ വളരെ സിമ്പിളായിരുന്നു. മച്ചിങ്ങ എടുത്ത് ഒരു ഈർക്കിലി വളച്ചു കുത്തിവെച്ചാമതി. എന്നിട്ട് എറിയാൻ നേരത്ത് ഈർക്കിലി കടിച്ചൂരി ഒറ്റയേറാണ്.

ഉന്നമില്ലാത്തതോണ്ട് പൊതുവേ വല്ല്യ പ്രശ്നമൊന്നും ഉണ്ടാവാറില്ലാരുന്നു. എന്നാലും ഇടയ്ക്ക് വല്ലപ്പോഴും ഏറ് ചെന്നുകൊള്ളുന്നത് പട്ടികൾക്കിടയിലെ ഭീമൻ രഘുവിനും കീരീക്കാടൻ ജോസിനുമൊക്കെയിട്ടായിരുന്നു. അവറ്റകള് അവരുടെ ഭാഷയില് കട്ടത്തെറീം വിളിച്ച് പാഞ്ഞുവരും. അതോടെ യുദ്ധമൊക്കെ നിർത്തിവെച്ച് 'ഹെന്റമ്മച്ചീീീ'ന്നും കാറിക്കൊണ്ട് ഒറ്റയോട്ടമാണ് അകത്തേക്ക്. അമ്മ നേരെ കരുവന്തലയ്ക്കും ഓടും, അടുത്ത ചരട് ജപിച്ചോണ്ട് വരാൻ. പാവം അമ്മ. അല്ലെങ്കിലും അതങ്ങനാ... യുദ്ധഭൂമിയിലുള്ള പടയാളികളുടെ അമ്മമാർക്ക് ഒരിക്കലും സമാധാനം ഉണ്ടാവില്ലല്ലോ.

അങ്ങനെയിരിക്കേ (എങ്ങനെയിരിക്കേ? എതോ ചൊക്ക്ലിപ്പട്ടി ഓടിച്ചിട്ട് കടിക്കാൻ വന്നപ്പോ വല്ല്യവായിൽ കാറിക്കൊണ്ട് ഓടിപ്പോയി വീടിന്റകത്ത് കേറി കതകുമടച്ചിട്ട് പേടിച്ച് വിറച്ച് ഇരിക്കേ....) ഒരു ദിവസം രണ്ടു പാത്രം കൊണ്ടുതന്നിട്ട് അമ്മ പറയുന്നു 'ആച്ചാട്ടിൽ പോയി പാലും മോരും വാങ്ങിവരാൻ.'

ഉടനടി നമ്മളൊരു 'ഓപ്പറേഷൻ പാലും മോരും' ഡിക്ലയർ ചെയ്തു. ചാടിയെണീറ്റ് സ്റ്റൗവിന്റെ അടുത്തുപോയി തണുത്തു കിടന്ന രാജ്യസ്നേഹമൊക്കെ ചൂടാക്കി തിളപ്പിച്ചെടുത്തു. എന്നിട്ട് അമ്മേടെ മുന്നീച്ചെന്ന് 'ക്യാപ്റ്റൻ മഹേഷ് റിപ്പോർട്ടിംഗ് സർ' എന്നും പറഞ്ഞ് ചാടിയൊരു സല്യൂട്ടും കൊടുത്ത്, സല്യൂട്ടടിച്ചപ്പോ തെറിച്ചുപോയ പാത്രങ്ങളും വാരിയെടുത്ത് ട്രൗസറും വലിച്ചുകേറ്റി യുദ്ധഭൂമിയിലേക്ക് യാത്രയായി.

അമ്മ ഇതുകണ്ട് പേടിച്ച് ഓടിച്ചെന്ന് ഫീൽഡ് മാർഷലായ അച്ഛന്റെയടുത്ത് സ്ഥിതിഗതികൾ റിപ്പോർട്ട് ചെയ്തു. എന്റെ അസുഖം കൃത്യമായി അറിയുന്നതുകൊണ്ട് അച്ഛൻ മൈന്റ് ചെയ്യാൻ പോയില്ല. ചമ്മിപ്പോയ അമ്മ തിരിച്ച് അടുക്കളയിൽ വന്ന് ചമ്മലിന്റെ ദേഷ്യം മൊത്തം പാവം കുമ്പളങ്ങയുടെ മണ്ടയ്ക്ക് തീർത്തു.

മീൻവൈൽ ഇൻ ദി വാർഫീൽഡ്... നമ്മളിങ്ങിനെ പതുങ്ങിപ്പതുങ്ങി തെങ്ങിന്റേം പ്ലാവിന്റേമൊക്കെ പിന്നീച്ചെന്ന്, പതുങ്ങിനിന്ന് ശത്രുക്കളെയൊക്കെ നിരീക്ഷിച്ച് മന്ദം മന്ദം നീങ്ങുകയാണ്. അങ്ങനെ നീങ്ങി നീങ്ങി ഒരു പോയന്റിലെത്തിയപ്പോ തൊട്ടടുത്ത ഒളികേന്ദ്രം ഒരു വീടിന്റെ വിറകുപുരയായിരുന്നു. കൂടുതലൊന്നും ആലോചിക്കാൻ നിന്നില്ല, തോക്കും ചൂണ്ടി ഒറ്റച്ചാട്ടത്തിന് അതിന്റുള്ളിൽ കേറി നിന്നു.

കഷ്ടകാലത്തിന് ആ വീട്ടിലെ അമ്മൂമ്മ കറക്റ്റ് ആ സമയത്തു തന്നെ പുറത്തിറങ്ങി വന്നു. അതും പോരാഞ്ഞ് അവര് ദേ നേരെ വിറകുപുരയിലോട്ട് വരണു. പണിപാളി. ഈ അമ്മൂമ്മയാണെങ്കി അവിടെ ഒറ്റയ്ക്കാണ് താമസം. അവര് നാട്ടാരുമായി മൊത്തം വഴക്കാണ്, അവരുടെ പറമ്പിലെ തേങ്ങ എല്ലാരും എടുത്തോണ്ട് പോകുന്നെന്നും പറഞ്ഞ്. ഇനി ഞാൻ ഇതിന്റുള്ളിൽ നിക്കണതെങ്ങാനും കണ്ടാൽ തേങ്ങ കക്കാൻ കേറിയതാണെന്നൊക്കെയാവും അവര് കരുതണത്.

മിനക്കേടായി. ഇനിയിപ്പോ അവരു കാണാതെ ഇതിന്റുള്ളീന്ന് ഇറങ്ങിയോടാനും പറ്റില്ല. ഒറ്റ വഴിയേയുള്ളൂ. തേങ്ങ കൂട്ടിയിട്ടേക്കണതിന്റെ ബാക്കിൽ ഒളിച്ചിരിക്കാം. ഈ കമാന്റോസിന്റെ ഒരു ഗതികേടേയ്.

ഒരുവിധത്തിൽ നിരങ്ങിനിരങ്ങി അവിടെ ചെന്നിരുന്നു. അമ്മൂമ്മ കേറിവന്ന് മുൻവശത്തുനിന്ന് തേങ്ങയൊക്കെ കുലുക്കിനോക്കി തെരഞ്ഞെടുക്കണുണ്ട്. അങ്ങനെ ശ്വാസം പോലും വിടാതെ പതുങ്ങിയിരിക്കുമ്പോ ബാക്കീന്ന് ഒരു സൗണ്ട്, ഒരു വൃത്തികെട്ട സ്മെല്ലും.

നൈസായിട്ടൊന്ന് തിരിഞ്ഞുനോക്കി. ഉള്ളിൽ നിന്നൊരു അമ്പത്താറ് കിളി ഒരുമിച്ച് പറന്നുപോയി. തൊട്ടുപുറകിൽ കിടന്നുറങ്ങുന്നു യുദ്ധഭൂമിയിലെ എന്റെ പ്രധാന ശത്രു. എന്റെ യുദ്ധമുറകൾ മൂലം പരിക്കുപറ്റി സൈന്യത്തിൽ നിന്നും വിരമിച്ച ശത്രുരാജ്യത്തെ ഒരു വിമുക്തഭടൻ. എന്നെ സ്ഥിരമായി കടിക്കാൻ ഓടിക്കാറുള്ള വൃത്തികെട്ട പട്ടി. വി.ആർ.എസ്സും എടുത്ത് ആ മഹാൻ വിശ്രമജീവിതം നയിക്കുന്നത് ഈ നശിച്ച വിറകുപുരയ്ക്കകത്താണെന്ന് എനിക്കറിഞ്ഞൂടായിരുന്നു.

അതെങ്ങാനും ഉണർന്നാൽ എന്റെ ഗതി... അലുവാക്കഷ്ണത്തില് സാന്റ്പേപ്പറിട്ടുരച്ചതുപോലെയാവും. അമ്മൂമ്മയാണെങ്കി പോവുന്നുമില്ല. ഞാൻ എനിക്ക് പരിചയമുള്ളതും അല്ലാത്തതുമായ ദൈവങ്ങളെയൊക്കെ റെക്കമന്റേഷനുവേണ്ടി വിളിച്ചോണ്ടിരിപ്പാണ്.

പക്ഷേ വിളി മൊത്തം വെറുതെയായി. ആ നിശ്ശബ്ദനിമിഷങ്ങൾക്കൊടുവിൽ അമ്മൂമ്മ ഒരൊറ്റ തുമ്മലാണ്. അംബാസഡർ കാറിന്റെ ടയറ് പൊട്ടിയ പോലൊരു വൃത്തികെട്ട തുമ്മൽ. ഇതുകേട്ടതും പട്ടി ഞെട്ടി ചാടിയെണീറ്റതും ഒരുമിച്ചായിരുന്നു.

എനിക്ക് പിന്നൊരു നിമിഷം പോലും പാഴാക്കാനുണ്ടായിരുന്നില്ല. 'എന്റയ്യോാാ'ന്നും പറഞ്ഞ് ഒരൊറ്റ ചാട്ടമായിരുന്നു.

തുമ്മിക്കഴിഞ്ഞ് കുനിഞ്ഞ് നിവർന്ന അമ്മൂമ്മ കണ്ടത് അരയില് രണ്ട് പാത്രമൊക്കെ കെട്ടിത്തൂക്കി ഒരുത്തൻ അലറിവിളിച്ച് ചാടിയെണീറ്റ് അവരുടെ നേരെ ഓടിവരണതാണ്. തൊട്ടുപുറകേ കുരച്ചുകൊണ്ടൊരു പട്ടിയും. അമ്മൂമ്മ അലച്ചുതല്ലി ദാണ്ടെ കെടക്കണ്. നമ്മക്ക് പക്ഷേ അതുനോക്കാൻ ടൈമില്ലല്ലോ. സ്വന്തം ജീവനല്ലേ എല്ലാർക്കും വലുത്. ഒരൊറ്റ പറക്കലായിരുന്നു. വീട്ടിലെത്തി അഞ്ചു മിനിറ്റ് കഴിഞ്ഞിട്ടാണ് പിന്നെ ശ്വാസം പോലും വിട്ടത്.

ആ തവണ നമ്മള് അമ്മയോട് അങ്ങോട്ട് റിക്വസ്റ്റ് ചെയ്ത് കരുവന്തല പോയി ചരട് വാങ്ങിക്കെട്ടുകയായിരുന്നു. രണ്ടു കയ്യിലും കാലിലും പിന്നെ രണ്ടെണ്ണം കഴുത്തിലും.

ആ അമ്മൂമ്മ അന്നത്തോടെ അവിടുന്ന് താമസം മാറ്റി തൃശ്ശൂരുള്ള മോളുടെ വീട്ടിൽ പോയി താമസമാക്കിയെന്നാണ് കേട്ടത്. എന്താല്ലേ...!

■

പല്ലെടുത്തവൻ പല്ലാലേ

കുട്ടിക്കാലത്ത് ഞാൻ വളരെ നിഷ്കളങ്കനും ശുദ്ധനുമായിരുന്നതു കൊണ്ട് എന്നെ പറ്റിക്കാൻ ഭയങ്കര എളുപ്പമായിരുന്നുവെന്നാണ് ചരിത്രം പറയുന്നത്. ശുദ്ധനെന്നുവെച്ചാ അങ്ങനെ വെറും ആപ്പ ഊപ്പ ശുദ്ധനൊന്നുമല്ല, റേഡിയോയിലെ കഥാപ്രസംഗത്തിനിടയ്ക്ക് 'അതാ അങ്ങോട്ട് നോക്കൂ' എന്നെങ്ങാനും കേട്ടാൽ യഥാർത്ഥത്തിൽ അങ്ങോട്ട് നോക്കണ ടൈപ്പ് ഒരു ഇടിവെട്ട് ശുദ്ധൻ.

ഈ ശുദ്ധത്തരം എന്റെ അച്ഛനും അമ്മയും പോലും കണ്ണീ ച്ചോരയില്ലാതെ മുതലെടുത്തിട്ടുണ്ട്, പലതവണ. അതിൽ വെച്ചേ റ്റവും മാരകവും ഒരിക്കലും മറക്കാനാവാത്തതുമായ ഒരു കഥയാണ് പറയാൻ പോണത്. നുണപറഞ്ഞ് പറ്റിച്ച് എന്നെ പല്ലെടുക്കാൻ വേണ്ടി ഡോക്ടറുടെ അടുത്ത് കൊണ്ടോയ കദനകഥ!

അന്നൊക്കെ ടൂത്ത് പേസ്റ്റിൽ ഉപ്പും കുരുമുളകും കുറവായതോ ണ്ടാണോ എന്നറിഞ്ഞൂടാ, ആ സമയത്തെ എന്റെ പല്ലുകളുടെ അവസ്ഥ യെന്നു വെച്ചാ ഏതാണ്ടീ തുരുമ്പെടുത്ത കമ്പിവേലി പോലെയാ യിരുന്നു. ദ്രവിച്ച് കുറ്റിയായി, മ്യൂസിയങ്ങളിലൊക്കെ വെക്കണ പ്രത്യേകിച്ചൊരു ഷെയ്പ്പില്ലാത്ത കരകൗശലവസ്തുക്കൾ പോലെ അവിടവിടെ കൂട്ടം തെറ്റി നിൽക്കുന്ന കൊറേ പുഴുപ്പല്ലുകൾ മാത്ര മാണ് വായിലുള്ളത്. ഒന്നുരണ്ട് ഓട്ടോറിക്ഷയൊക്കെ കൂളായിട്ട് കേറിപ്പോകുന്ന ടൈപ്പ് ഗ്യാപ്പാണ് ഓരോ പല്ലിന്റേം ഇടയ്ക്ക്.

കൂടെ പഠിക്കുന്ന ദീപുവിന്റേം സുജിത്തിന്റേമൊക്കെ പല്ലെടു ത്തതിന്റെ ഭീകരകഥകൾ കേട്ട് കേട്ട്, പല്ല് പറിക്കുക എന്നുള്ളത് എന്റെ അന്നത്തെ ഏറ്റവും വലിയ പേടിസ്വപ്നങ്ങളിലൊന്നായി മാറിയിരുന്നു. പല്ലുപറിക്കാൻ അച്ഛനുമമ്മയും ആവുന്ന പണിയെല്ലാം നോക്കിയെങ്കിലും ഒന്നും നടന്നില്ല. വായുടെ അടുത്തേക്ക് കൈ കൊണ്ടുവരുമ്പളേക്കും ഞാനോടി അടുത്ത പഞ്ചായത്തിലെത്തും. അഥവാ ഓടിച്ചിട്ട് പിടിച്ച് പല്ലെടുക്കാൻ നോക്കിയാൽ പിന്നെ മൊത്തം

ചവിട്ടും കുത്തുമാണ്. പോരാത്തതിന് കാറിക്കൂവി നാട്ടാരെ മൊത്തം കൂട്ടും. അങ്ങനെ എന്റെ പല്ലെടുക്കുക എന്നത് നാടിനെ മൊത്തം ബാധിക്കുന്ന ഒരു ആഭ്യന്തരപ്രശ്നമായി മാറി. അങ്ങനെയാണ് എന്നെ തൊയക്കാവിലുള്ള ഗബ്രിയേൽ ഡോക്ടറുടെ അടുത്തേക്ക് കൊണ്ടോവാനുള്ള അതികഠിനമായ തീരുമാനത്തിൽ അവരെത്തി ച്ചേർന്നത്.

അങ്ങനെ സംഭവദിവസം വന്നെത്തി. ചതിയുടെയും കടുത്ത വഞ്ചനയുടെയും മറ്റൊരധ്യായം കൂടി അന്ന് ചരിത്രത്തിൽ കറുത്ത മഷിയിൽ എഴുതിച്ചേർക്കപ്പെട്ടു.

അച്ഛനെ ഡോക്ടറെ കാണിക്കണമെന്നും കൂടെപ്പോവാൻ വേണ്ടി നല്ല ധൈര്യമുള്ള ആരെങ്കിലും വേണമെന്നും അതോണ്ട് നീ തന്നെ പോണമെന്നുമൊക്കെ പറഞ്ഞ് അന്യായ ബിൽഡപ്പ് തന്ന് ശുദ്ധ നായ എന്നെയവർ നൈസായിട്ട് പറ്റിച്ചു. ഇഞ്ചക്ഷൻ എന്നെങ്ങാനും ആരെങ്കിലും എഴുതിക്കാണിച്ചാൽത്തന്നെ ബോധം കേട്ട് വീഴുന്ന ഞാൻ, ഈ പറയണതൊക്കെ കേട്ട് അത് സത്യമാണെന്നും ഞാൻ വല്ല്യ സംഭവാണെന്നും തെറ്റിദ്ധരിച്ച് അച്ഛന്റെ കൂടെച്ചെന്നു.

ഞാനില്ലെങ്കി ഇവരൊക്കെ എന്ത് ചെയ്തേനേ എന്നൊക്കെ മന സ്സിലോർത്ത് ഞാൻ അച്ഛനേം കൊണ്ട് ഡോക്ടറെ കാണാനിറങ്ങി. പോണ വഴി മൊത്തവും പിന്നെ അവിടെത്തി ഡോക്ടറുടെ റൂമിൽ കയറുന്നതുവരെയും നമ്മളിങ്ങിനെ ഓരോരോ പൊട്ടത്തരങ്ങൾ പറഞ്ഞ് അച്ഛന് ധൈര്യം കൊടുത്തോണ്ടിരിപ്പാണ്. പോരാത്തതിന് അച്ഛന്റെ വക മ്യാരക അഭിനയവും. ധൈര്യം കൊടുത്തുകൊടുത്ത് ഞാനങ്ങനെ ആവേശത്തിന്റെ കൊടുമുടിയിലെത്തിനിക്കുമ്പോ ഞങ്ങടെ നമ്പർ വിളിച്ചു. ‘വരൂ അച്ഛാ’ എന്ന് ഗംഭീര ബാസിൽ പറഞ്ഞുകൊണ്ട് ഞാൻ അച്ഛനേം കൊണ്ട് അകത്തേക്ക് കേറി.

ഡോക്ടർ ആളൊരു ശാന്തസ്വരൂപൻ. വെള്ളഷർട്ടും വെള്ളപ്പാന്റു മിട്ട സമാധാനത്തിന്റെ ഒരു കുഞ്ഞരിപ്രാവ്. ഞാൻ അങ്ങേരോട്, ‘ഡോക്ടർ, ഡോക്ടർ, ദേ ദിതാണ് പേഷ്യന്റ്’ എന്ന് അച്ഛനെ ചൂണ്ടി പറയാൻ പോവുമ്പഴേക്കും അച്ഛനെന്നോട് അവിടുത്തെ കസേര യിൽ കയറിയിരിക്കാൻ പറഞ്ഞു. മനുഷ്യന് പേടി കൂടിയാൽ ഇങ്ങ നേമുണ്ടോ? അച്ഛനെ കാണിക്കാൻ വന്നിട്ടിപ്പോ എന്നോട് കയറി യിരിക്കാൻ. എനിക്ക് ചിരി വന്നു.

‘‘അയ്യേ, ഞാനല്ല. അച്ഛൻ കേറിയിരിക്ക്’’ എന്ന് പറഞ്ഞ എന്റെ വാക്കുകൾ നിഷ്കരുണം അവഗണിച്ചുകൊണ്ട് അച്ഛൻ ഡോക്ടറോട് പറഞ്ഞു.

‘‘ഇവന്റെ രണ്ട് പല്ലെടുക്കണം.’’

ഹെന്ത്? ഹെന്റെ പല്ലെടുക്കാനോ! ഞെട്ടി തവിടുപൊടിയായി പ്പോയി ഞാൻ. സിനിമേലൊക്കെ കാണണപോലെ അതുവരെ നല്ലവനായിരുന്ന കഥാപാത്രം പെട്ടെന്നൊരു സീനിൽ വില്ലനായിമാറുന്ന അതിമാരകമായ ട്വിസ്റ്റ് ഞാനന്ന് റിയൽ ലൈഫിൽ നേരിട്ട് കണ്ടു.

യൂ ടൂ ഫാദർ ബ്രൂട്ടസ്സ് എന്ന ഭാവത്തിൽ ദയനീയമായി നോക്കിയ എന്നെ മൈന്റ് പോലും ചെയ്യാതെ അച്ഛൻ തിരിഞ്ഞുനിന്നു. എന്നിട്ട് ആദ്യായിട്ട് കലണ്ടർ കാണണപോലെ അവിടെ ചുമരിൽ തൂക്കിയി ട്ടേക്കണ കലണ്ടറൊക്കെ നോക്കി വായിച്ചു പഠിക്കാൻ തുടങ്ങി. അതോടെ പണി കിട്ടിയെന്നെനിക്കുറപ്പായി.

എന്തുചെയ്യണമെന്നൊരു എത്തും പിടീം കിട്ടണില്ല. ഇറങ്ങി യോടണമെന്നൊക്കെ ആഗ്രഹമുണ്ട്, പക്ഷേ എങ്ങോട്ടോടാൻ? വഴി പോലും അറിഞ്ഞൂടാ. ചുമ്മാ വീടിന്റെ ചുറ്റും കിടന്നോടണപോല ല്ലല്ലോ. അതോണ്ട് ആ പരിപാടി വേണ്ടെന്നുവെച്ചു. പോരാത്തതിന് അച്ഛനാണെങ്കി ഡോറിന്റെ തൊട്ടടുത്താണ് നിക്കണത്.

അങ്ങനെ ആകപ്പാടെ വെപ്രാളമടിച്ച് നിക്കണതിന്റെ ഇടയ്ക്ക് അവിടെ കയ്യും കഴുകിക്കൊണ്ട് നിന്ന ഡോക്ടർ രണ്ടുകയ്യിലും ഗ്ലൗസൊക്കെയിട്ട് റെഡിയായി വന്നു. അതോടെ എന്റെ പേടി പിന്നേം കൂടി. സിനിമേലെല്ലാം സോമനും നെടുമുടി വേണുവുമൊക്കെ ആരെയെങ്കിലും ഓപ്പറേഷൻ ചെയ്യാൻ വേണ്ടീട്ട് അങ്ങനത്തെ ഗ്ലൗസി ടണ കണ്ടിട്ടുണ്ട്. അതിന്റെ പുറകേ കണ്ടിട്ടുള്ളത് അങ്ങോര് ഓപ്പ റേഷൻ തീയറ്ററിന്റെ പുറത്തുവന്ന് ‘അയാം റിയലി സോറി... ഹീ യീസ് നോ മോർ’ എന്ന് പറയണതും അതോടെ പുറത്തുനിക്കുന്ന ആരെങ്കിലും ‘നോ...’ന്നും പറഞ്ഞ് കാറിക്കൂവണതുമാണ്. അപ്പൊ എന്റെ കാര്യത്തിനൊരു തീരുമാനമായി.

‘‘കുഞ്ഞേ, ആ കസേരയിലേക്ക് കയറിയിരിക്കൂ.’’ കുഞ്ഞരി പ്രാവിന്റെ അലിവൂറുന്ന സ്വരം.

കേട്ടാൽ തോന്നും പുള്ളി അവിടെയേതാണ്ട് ദം ബിരിയാണി വിളമ്പിവെച്ചിട്ട് എന്നെയത് തിന്നാൻ വിളിക്കണതാണെന്ന്.

കാര്യം കൊലവിളിയാണെന്നറിയാമെങ്കിലും വേറെ വഴിയില്ലാത്ത തോണ്ട് ഞാൻ മനസ്സില്ലാമനസ്സോടെ ആ കസേരയിലേക്ക് കയറി. ഞാൻ കയറിയിരുന്നതോടെ, ഇനിയെന്താണ് സംഭവിക്കാൻ പോണ തെന്ന് വ്യക്തമായ ധാരണയുള്ളതുകൊണ്ട് എന്റെ കൈയും കാലും പിടിച്ചുവെക്കാൻ വേണ്ടി അച്ഛൻ പതുക്കെ എന്റെയടുത്തെത്തി.

പക്ഷേ ഈ ചീളുചെക്കനെ ഡീല് ചെയ്യാൻ ഞാനൊറ്റയ്ക്ക് മതി എന്ന അഹങ്കാരത്തോടെ ഡോക്ടർ അച്ഛനെ പിന്തിരിപ്പിച്ചു. വരാനുള്ളത് വഴീൽ തങ്ങൂല്ലല്ലോ.

''വാ തുറക്കൂ.'' കുഞ്ഞരിപ്രാവ് എന്റടുത്തെത്തി.

ഒവ്വാ, തൊറന്നു. ഞാൻ മൈന്റ് ചെയ്യാൻ പോയില്ല. വാ ഇറുക്കിയടച്ചങ്ങിരുന്നു.

''വാ തുറക്കൂ കുഞ്ഞേ. വേദനിക്കില്ല, ഞാൻ വെറുതെയൊന്ന് നോക്കത്തേയുള്ളൂ.''

ഓ പിന്നേ, വെറുതെ കേറി ഭംഗി നോക്കാൻ എന്റെ വായ തൃശ്ശൂർ പൂരത്തിന്റെ എക്സിബിഷൻ സ്റ്റാളാണല്ലോ.

ഒന്ന് പോ ഊവാ. ഞാൻ തൊറക്കൂല്ല.

''ഹാ, വാ തുറക്കെന്നേയ്. ഞാനൊന്ന് നോക്കട്ടെ.''

''ങൂഹൂം.''

''നല്ല കുട്ടിയല്ലേ, വാ തുറക്കൂന്നേ.''

''ഊഹൂം.''

''പ്ഫാ തൊറക്കടാ വായ.'' കുഞ്ഞരിപ്രാവിന്റെ കണ്ട്രോള് മൊത്തം പോയി. അങ്ങോര് തനിസ്വഭാവം പുറത്തെടുത്തു. കുഞ്ഞേ, മോനേ എന്നൊക്കെ വിളിച്ച് സോഫ്റ്റായി നിന്നിരുന്ന ആ ശാന്തസ്വരൂപൻ, ഇനി ചുറ്റികയ്ക്കടിച്ചിട്ടാണേലും നിന്റെ പല്ല് മൊത്തം ഞാൻ താഴെയിടും എന്ന അവസ്ഥയിലായിക്കഴിഞ്ഞിരുന്നു.

സ്വിച്ചിട്ടപോലെ ഓട്ടോമാറ്റിക്കായി ഞാൻ വാ തുറന്നു. 'അങ്ങനെ മര്യാദയ്ക്ക് പറ, അല്ലാതൊരുമാതിരി തമാശക്കളി എനിക്കിഷ്ടമല്ല' എന്ന മട്ടിൽ വായും പൊളിച്ച് അങ്ങോരുടെ മുന്നിൽ അനുസരണയോടെ ഞാനിരുന്നു.

ഹിതൊക്കെ ഒരു വായാണോ ദൈവമേ എന്ന ഭാവത്തിൽ കുറച്ചു നേരം എന്റെ വായിലേക്ക് അന്തം വിട്ട് നോക്കിനിന്നിട്ട്, പിടിക്കണത് പുലിവാലിലാണെന്നറിയാതെ പാവം ഡോക്ടർ എന്റെ വായിൽ കയ്യിട്ടു. അങ്ങോര് കയ്യിട്ടതും ഞാൻ വായടച്ചതും ഒന്നിച്ചായിരുന്നു. 'ഹീയോ'ന്നൊരു അലർച്ചയോടെ പുള്ളി പുറകോട്ട് ചാടി. എന്നിട്ട് 'താനീ കുരുപ്പിനെ എനിക്ക് പണി തരാൻ വേണ്ടി കൊണ്ടന്നതാണല്ലേ മഹാപാപീ' എന്ന ഭാവത്തിൽ അച്ഛനെയൊരു നോട്ടം. അച്ഛനതോടെ പിന്നേം ഒന്നുമറിയാത്തപോലെ തിരിഞ്ഞുനിന്ന് കലണ്ടർ പഠിക്കാൻ തുടങ്ങി.

അങ്ങേര് പക്ഷേ തോറ്റ് പിന്മാറിയില്ല. പോയി എന്താണ്ടൊക്കെയോ ടൂൾസ് എടുത്തോണ്ടുവന്ന് പിന്നേം എന്റെ വായിൽ കുത്തിക്കേറ്റി. ഇനി വായടച്ചാൽ എന്താണ് എവിടെയാണ് കുത്തിക്കേറുക എന്ന റിയാത്തതോണ്ട് ഞാൻ പിന്നെ ആ റിസ്കെടുക്കാൻ പോയില്ല.

കുറച്ചുനേരം വായ്ക്കകത്ത് ഏതാണ്ടൊക്കെ തട്ടീം മുട്ടീമൊക്കെ നോക്കീട്ട് പുള്ളി ടൂൾസൊക്കെ തിരിച്ചെടുത്തു. അയ്യേ ഇത്രേയുള്ളോ, പല്ലെടുത്ത് കഴിഞ്ഞോ, ഈ ചീള് കേസിനാണോ ഞാനിത്ര പേടി ച്ചത് എന്നോക്കെയോർത്ത് സ്വയം പുച്ഛമടിച്ചോണ്ടിരിക്കുമ്പോ ദേ ലങ്ങോരൊരു സിറിഞ്ചും കൊണ്ട് വരുന്നു. ദൈവമേ, ഇനിയിതെവിടെ കുത്താനാണാവോ?

എന്നോട് വീണ്ടും വാ തുറക്കാൻ പറഞ്ഞു. പല്ലെടുക്കുമ്പോ വേദനിക്കാതിരിക്കാൻ വേണ്ടി മരവിപ്പിക്കാനുള്ള ഇഞ്ചക്ഷനാണത്രേ.... യേത്, വായ്ക്കകത്തേയ്! അടിപൊളി. കയ്യിൽ ഇഞ്ചക്ഷനെടുക്കാൻ തന്നെ എന്നെ നാലാള് പിടിക്കണം. അപ്പഴാ ഇനി വായില്. നടന്നത് തന്നെ.

പുള്ളി സിറിഞ്ചും കൊണ്ട് മുന്നിൽ വന്ന് നിൽപ്പാണ്. വാ തുറ ന്നാൽ കുത്ത് വീഴും. പിന്നൊന്നും നോക്കീല്ല. ഒരൊറ്റ ചാട്ടമായി രുന്നു കസേരയിൽ നിന്ന്. അങ്ങനൊരു മൂവ് പ്രതീക്ഷിച്ചിട്ടില്ലായി രുന്നതോണ്ട് ഡോക്ടർക്കെന്നെ പിടിക്കാൻ ഗ്യാപ്പ് കിട്ടിയില്ല. പോരാ ത്തതിന് ചാടിയെണീറ്റ് ഓടണതിനിടയ്ക്ക് കാലുനീട്ടി ഞാനൊ ന്നാഞ്ഞ് വീശിയത് അങ്ങേരുടെ കേന്ദ്രഭരണപ്രദേശത്തെങ്ങാണ്ടാണ് ചെന്ന് കൊണ്ടത്. അതോടെ പുള്ളിയാകെ വയലന്റായി. (അവിടെ ചവിട്ടുകൊണ്ട വെപ്രാളത്തിൽ പുള്ളി നിന്നനിൽപ്പിൽ ഉണ്ടാക്കിയെ ടുത്ത കാവ്യശാഖയാണത്രേ പിന്നീട് മണിപ്രവാളം എന്നറിയപ്പെട്ടത്. എന്താല്ലേ)

പിന്നവിടെ നടന്നത് ലോകോത്തരനിലവാരമുള്ള ഒരു കബഡി കളിയായിരുന്നു. മൂന്നുപേർ മാത്രം പങ്കെടുക്കുന്ന കബഡി കളി. അച്ഛനും ഡോക്ടറും ഒരു ടീം. പാവം ഞാൻ ഒറ്റയ്ക്കൊരു ടീം. അതി മാരകമായ കളി. ആരുമാരും ജയിക്കാത്ത, കളിച്ചവരെല്ലാം തോറ്റു പോയൊരു കളി. കളി തീർന്നപ്പോ എല്ലാർക്കും നഷ്ടങ്ങളുടെ കണക്ക് മാത്രമേ ഉണ്ടായിരുന്നുള്ളൂ.

എനിക്ക് നഷ്ടപ്പെട്ടത് രണ്ട് പല്ലുകൾ.

ഡോക്ടർക്ക് നഷ്ടപ്പെട്ടത് എണ്ണിത്തിട്ടപ്പെടുത്താനാവാത്തവിധം പൊട്ടിച്ചിതറി നാനാവിധമായിപ്പോയ കുറെ ചില്ലുപാത്രങ്ങളും മരുന്നു

കുപ്പികളും വിലപ്പെട്ട കുറെ സമയവും ഞാൻ മാന്തിക്കീറിയ വകുപ്പിൽ കൊറേ തൊലിയും. പിന്നെ ഇതൊന്നും പോരാതെ ഈ ബഹളം മൊത്തം കേട്ട് പേടിച്ചുവിറച്ച് ജീവനും കൊണ്ട് ഓടിപ്പോയ കൊറേ പേഷ്യന്റ്സും.

അച്ഛന് നഷ്ടപ്പെട്ടത് ഈ പറഞ്ഞതിന്റെയൊക്കെ നഷ്ടപരിഹാരം കൊടുത്ത വകയിൽ കൊറേ പൈസയും..!

* * *

എന്റെ രണ്ട് പല്ലെടുത്തതിന്റെ മാത്രം അനുഭവസമ്പത്തും വെച്ച് ഡോക്ടർ ഗബ്രിയേൽ അന്നത്തോടെ ആ പണി ഉപേക്ഷിച്ച് പിറ്റേന്ന് തൊട്ട് കുതിരയ്ക്ക് ലാടമടിക്കുന്ന പണിക്ക് പോയെന്നാണ് കേട്ടത്. അതാണത്രേ കുറച്ചൂടെ എളുപ്പം.

■

ഗോൾ, ഗോൾ, ഗോൾ.. ആലേ, ആലേ, അലേ...!!!

അഞ്ചാം ക്ലാസ്സിൽ പഠിക്കുമ്പോ കൂടെ പഠിക്കണ ജേയ്സൺ ഒരു ദിവസം ചോദിച്ചു ആ ശനിയാഴ്ച അവന്റെ വീട്ടിനടുത്തുള്ള ക്ലബ്ബിനുവേണ്ടി ടൂർണ്ണമെന്റ് കളിക്കാൻ ചെല്ലാമോന്ന്. സന്തോഷം കൊണ്ടെന്റെ കണ്ണുനിറഞ്ഞ് ഓവർ ഫ്ളോ അടിച്ച് വെള്ളപ്പൊക്കമുണ്ടായി പ്രൊഫഷണൽ കോളേജ് ഒഴികെയുള്ള എല്ലാർക്കും അവധിയൊക്കെ പ്രഖ്യാപിച്ചു.

ആദ്യമായിട്ടായിരുന്നു എന്നെ ആരെങ്കിലും ഒരു ടൂർണ്ണമെന്റിന് കളിക്കാൻ വിളിക്കണെത്. എന്റെ വീടിനടുത്തുള്ള കണ്ണീച്ചോരയില്ലാത്തവന്മാർ ടൂർണ്ണമെന്റെക്കെ നടക്കുമ്പോ എന്നെ ആ പരിസരത്തേക്കേ അടുപ്പിക്കാറില്ല. ഈ കളി എങ്ങനേലുമൊന്ന് ജയിച്ചിട്ടുവേണം എനിക്കവന്മാരുടെ മുന്നീച്ചെന്നുനിന്നൊന്ന് നെഗളിക്കാൻ. പിന്നത്തെ രണ്ടുമൂന്നുദിവസം ഊണിലും ഉറക്കത്തിലും ഇതുതന്നെയായിരുന്നു എന്റെ മനസ്സിൽ. അവസാനപന്തിൽ സിക്സറടിച്ച് കളി ജയിപ്പിക്കുന്നത് സ്വപ്നത്തിൽ പലതവണ ഞാൻ സ്ലോമോഷനിൽ കണ്ടു.

അങ്ങനെ കാത്തിരിപ്പിനൊടുവിൽ ആ ദിവസം വന്നെത്തി.

ജയിക്കാതെ തിരിച്ചിനി വീട്ടിലേക്കില്ലെന്ന് രക്തം തൊട്ട് പ്രതിജ്ഞ ചെയ്യാൻ വേണ്ടി ഞാൻ കത്തിയെടുത്തു. പിന്നെ കൈ മുറിച്ചാൽ ബാറ്റ് ചെയ്യാൻ പറ്റിയില്ലെങ്കിലോ എന്നോർത്ത് തൽക്കാലം ചോരയ്ക്ക് പകരം തുപ്പല് വെച്ച് അഡ്ജസ്റ്റ് ചെയ്തു. അല്ലാതെ പേടിച്ചിട്ടൊന്നുമല്ല. അയ്യേ, ച്ഛേ....!

ജേയ്സന്റെ വീട്ടിലെത്തിയപ്പഴാണ് സംഭവം ചെറിയ പരിപാടിയൊന്നുമല്ലെന്ന് മനസ്സിലായത്. കളിക്കുമുൻപ് ക്ലബ്ബ് ഓഫീസിൽ വെച്ച് ടീം മീറ്റിംഗൊക്കെ ഉണ്ടത്രേ. എനിക്ക് രോമാഞ്ചം വന്ന് രോമമൊക്കെ എണീറ്റ്നിന്ന് ഡിസ്കോ ഡാൻസ് കളിക്കാൻ തുടങ്ങി. സ്വന്തമായി ഒരു ക്ലബ്ബ് പോലുമില്ലാത്ത എന്റെ കൂട്ടുകാരെക്കുറിച്ചോർത്ത് എനിക്ക് പുച്ഛം തോന്നി. ബ്ലാഡി കണ്ട്രാക്കുറ്റീസ്.

ഓഫീസിലേക്ക് നടക്കണതിനിടയിൽ ഒരു വളവുതിരിഞ്ഞപ്പോ ജേയ്സൺ നിന്നു.

''ഡാ, ഒരു മിനിറ്റ്ട്ടാ, ഞാൻ ബാക്കി ചുള്ളന്മാരെയൊക്കെ വിളിക്കട്ടെ.''

ഞാൻ വീണ്ടും രോമാഞ്ചകഞ്ചുകിതനായി. ഇവന്മാരുടെ കയ്യിൽ വയർലെസ്സോ വാക്കി ടോക്കിയോ എന്തൊക്കെയോ ഉണ്ടെന്നു തോന്നുന്നു. അവനതും വെച്ച് ദേ ബാക്കിയുള്ളോരെയൊക്കെ വിളിക്കാൻ പോണൂ. ഹോ, മാരക ടീം തന്നെ. ഈ ടീമിനുവേണ്ടി കളിക്കാൻ പോണ എന്റെ ഭാഗ്യത്തെക്കുറിച്ചോർത്ത് എനിക്ക് കരച്ചിലൊക്കെ വന്നു.

ജേയ്സൺ അവന്റെ ട്രൗസറിലേക്ക് കൈ നീട്ടുന്നതുകണ്ട ഞാൻ, അവൻ പോക്കറ്റീന്ന് വയർലെസ്സ് സെറ്റ് എടുക്കണതുകാണാൻ ആകാംക്ഷയോടെ നോക്കിനിന്നു. വായും പൊളിച്ച് നോക്കിനിന്ന എന്നെ പാടേ തകർത്തുകളഞ്ഞുകൊണ്ട് അവൻ രണ്ടുകൈകൊണ്ടും അവന്റെ പാളട്രൗസറ് വലിച്ചുകേറ്റി ടൈറ്റാക്കിയിട്ട് തൊട്ടടുത്തുള്ള മതിലിന്റെ മണ്ടയ്ക്ക് വലിഞ്ഞുകേറി. എന്നിട്ട് ടാർസനൊക്കെ ചെയ്യണപോലെ രണ്ടുകയ്യും വായുടെ ചുറ്റും വെച്ച് 'ഹൂൂൂയ്..... പൂൂൂയ്......കൂൂൂയ്....' ന്നൊക്കെ സൗണ്ടുണ്ടാക്കാൻതുടങ്ങി.. വയർലെസ്സ്... വാക്കി ടോക്കി... ഒലക്കേടേ മൂട്...!!!

എന്റെ രോമാഞ്ചം ഓട്ടോമാറ്റിക്കായി ഓഫായി. ഡാൻസ് നിർത്തി രോമങ്ങളൊക്കെ ഏതോ ശോകഗാനം പാടാൻ തുടങ്ങി.

അവന്റെ വിളിക്ക് പെട്ടെന്നുതന്നെ മറുപടിയും കിട്ടി. എവിടുന്നൊക്കെയോ കൊറേ ടാർസന്മാർ ഓലിയിട്ടു. വല്ല്യ താമസമില്ലാതെ എല്ലാരും അവിടെത്തി.

കൂട്ടത്തിൽ ഏറ്റവും കൂതറ ലുക്കുള്ള ഒരുത്തനെ ചൂണ്ടിക്കാണിച്ചിട്ട് ജേയ്സൺ പറഞ്ഞു അതാണവരുടെ ക്യാപ്റ്റനെന്ന്. റബ്ബർ പന്ത് വിഴുങ്ങിയ മരയോന്തിന്റെ പോലെ ഒരുത്തൻ. ഈ ഗ്രഹണി പിടിച്ചവനെയൊക്കെ ആരാണാവോ ക്യാപ്റ്റനാക്കിയതെന്നും ആലോചിച്ച് നിക്കുമ്പോ ആ ചെറുക്കൻ 'കമോൺ ബോയ്സ്' എന്നൊക്കെ പറഞ്ഞ് നടക്കാൻ തുടങ്ങി. ബാക്കിയുള്ളവന്മാരൊക്കെ 'യെസ് ബോസ്' എന്നും പറഞ്ഞ് അവന്റെ പിന്നാലേം. പിന്നിലാരുമില്ലെങ്കിലും വെറുതെ ഒരു ജാടയ്ക്ക് 'കമോൺ, ഫോളോ മീ'ന്നും പറഞ്ഞ് ഏറ്റോം പൊറകില് ഞാനും നടന്നു.

അങ്ങനെ നടന്നുനടന്ന് മൊത്തം കാടുപിടിച്ചുകിടക്കണ ഒരു പറമ്പിന്റെ നടുക്ക്, നായാടികള് ടെന്റടിച്ചതുപോലെ നാല് വടി

കുത്തിവെച്ച് രണ്ടുമൂന്ന് കീറത്തുണി വലിച്ചുകെട്ടിയ ഒരു സാധനത്തിന്റെ മുന്നിലെത്തിയപ്പോ എല്ലാരും നിന്നു. അതാണത്രേ ക്ലബ്ബിന്റെ ഓഫീസ്! ഓഫീസ് കാണുമ്പോ അടിക്കാൻ പോണ രോമാഞ്ചത്തിന് വേണ്ടി ഡാൻസ് പ്രാക്ടീസ് ചെയ്തോണ്ടുനിന്ന രോമങ്ങൾ വീണ്ടും ശോകഗാനം പാടാൻ തുടങ്ങി.

അങ്ങനെ സ്റ്റെപ്പ് സ്റ്റെപ്പ് ആയി ഡെസ്പ്പായിക്കൊണ്ടിരുന്നതിന്റെ ഇടയ്ക്കാണ് മൊത്തമായിട്ടും ഡെസ്പ്പാക്കണ ആ സീൻ ഞാൻ കണ്ടത്. ആ ടെൻററിന്റെ അകത്തൂന്ന് ഒരുത്തൻ ദേ ഒരു ഫുട്ബോളൊക്കെ എടുത്തോണ്ടുവരുന്നു.

ഈശ്വരാ....അപ്പോ ക്രിക്കറ്റല്ലേ! ഞാൻ തളർച്ചയോടെ ജേയ്സനെ നോക്കി.

''ഡാ...നമ്മളെന്തൂട്ടാ കളിക്കാൻ പോണേ?''

''ഫുട്ബോള്.... എന്തേ?''

എന്താന്നറിയാമ്പാടില്ല, പണ്ടുതൊട്ടേ ഫുട്ബോളെന്ന് കേൾക്കുമ്പളേ എനിക്ക് പേടിയാണ്. ചവിട്ട് കിട്ടുമോ, ബോള് ദേഹത്തു കൊള്ളുമോ, കൂട്ടിയിടിക്കുമോ..അങ്ങനെ ആകപ്പാടെ ടെൻഷനാണ്.

ജീവിതത്തിലാകെ ഒരൊറ്റ തവണയാണ് ഞാനതിനുമുൻപ് ഫുട്ബോള് കളിച്ചിട്ടുള്ളത്. ദോഷം പറയരുതല്ലോ, ആരുടേം ഒറ്റയടീം അന്ന് മിസ്സായിട്ടില്ല. കംപ്ലീറ്റ് എനിക്കിട്ട് തന്നെ കിട്ടിയാർന്നു. അങ്ങനെ കിട്ടിക്കിട്ടി പ്രാന്തായിട്ട് എനിക്കെന്റെ അമ്മേക്കാണണമെന്നും പറഞ്ഞ് കാറിക്കൂവാൻ തുടങ്ങിയപ്പോ ആ ദ്രോഹികൾ എന്നെപ്പിടിച്ച് ഗോളിയാക്കി. അതാവുമ്പോ വല്ല്യ പ്രശ്നമില്ലെന്നും പറഞ്ഞ് പറ്റിച്ചാണ് എന്നെ അവിടെ പിടിച്ച് നിർത്തിയത്. ഒരു മിനിറ്റ് തികഞ്ഞില്ല, ദാണ്ടെ വരണ് ഒരു പെനാൽറ്റി.

എടുത്തത് ഒരു ഭീകര കാലമാടൻ. ഒഴിഞ്ഞുമാറാനൊന്നും ഗ്യാപ്പ് കിട്ടിയില്ല. കറക്റ്റായിട്ട് മോന്തയ്ക്കിട്ടുതന്നെ കിട്ടി. പടക്കം പൊട്ടുന്ന പോലൊരു സൗണ്ട് മാത്രേ ഓർമ്മയുള്ളൂ. പനംപട്ട വെട്ടിയിട്ട പോലെ ഞാൻ മലർന്നടിച്ച് വീണു.

അന്ന് ഞാനെണ്ണിത്തീർത്തത്രേം നക്ഷത്രമൊന്നും ഒരു വാന നിരീക്ഷകനും അവന്റെ മൊത്തം ആയുസ്സില് കണ്ടുകാണത്തില്ല. പതിന്നാലുലോകവും കഴിഞ്ഞ് പിന്നെ അഡീഷണലായിട്ട് വേറൊരു പന്ത്രണ്ട് ലോകം കൂടി ഞാനാ കിടന്ന കിടപ്പിൽ വിസിറ്റിംഗ് വിസ പോലുമില്ലാതെ കണ്ടുതീർത്തു.

തമിഴ്നാട്ടില് ശവം കൊണ്ടോവണപോലെ ആഘോഷമായി തലയിലൊക്കെ ചുമന്നാണ് എന്നെയന്ന് വീട്ടിലെത്തിച്ചത്. അതീ

പ്പിന്നെ കുറച്ചുനാളത്തേക്ക് ടി.വി.യില് ഫുട്ബോളുകളി കണ്ടാൽ ത്തന്നെ പേടിച്ചിട്ട് രണ്ടുമൂന്നുദിവസത്തേക്ക് ഉറക്കത്തില് പിച്ചും പേയും പറയുമായിരുന്നു. അന്ന് വിട്ടതാണ് ഞാനീ കളിയുമായുള്ള ബന്ധം. ആ എന്നെയാണിപ്പോ ടൂർണ്ണമെന്റ് കളിക്കാൻ കൊണ്ടന്നേ ക്കണത്. അടിപൊളി.

''ഡാ, നീയെന്തൂട്ട്നാ എന്ത് കല്യാന്ന് ചോയ്ച്ചേ?'' ജേയ്സന്റെ വൃത്തികെട്ട സൗണ്ട്.

അഭിമാനം കളഞ്ഞിട്ടൊരു പരിപാടിക്കും നമ്മളില്ല. പേടിയാണെ ന്നെങ്ങാനും അവനറിഞ്ഞാൽ പിന്നെ ക്ലാസ്സില് മൊത്തം നാറ്റിക്കും.

''ഏയ് ഒന്നൂല്ല്യ. ഫുട്ബോളന്ന്യാന്നൊറപ്പിച്ചതാ. വല്ല തല്ലിപ്പൊളി ക്രിക്കറ്റാച്ചാ ഞാല്ല്യാട്ടാ.''

അതുപറയുമ്പോ വിതുമ്പിപ്പോവാതിരിക്കാൻ ഞാനൊരുപാട് കഷ്ടപ്പെട്ടു. ഇനിയൊരു കളി കൂടി താങ്ങാനുള്ള കെൽപ്പ്, ലൈം ജ്യൂസിന് പിഴിഞ്ഞ ചെറുനാരങ്ങ പോലിരിക്കണ എന്റെ പാവം ബോഡിക്കില്ലായിരുന്നു. എങ്ങനെയെങ്കിലും മുങ്ങിയേ പറ്റൂ.

''ഡാ, അതേയ്.... ഞാൻ പോയിട്ട് ഷർട്ട് മാറ്റീട്ട് വന്നാലോ? ഈ കറപ്പഷർട്ടിട്ടാ എനിക്ക് ശരിക്ക് കളിവരില്ല്യ.''

''ഒന്ന് പോയേരാവടന്ന്. ഇനി ടൈമൊന്നൂല്ല്യ. അല്ലങ്കിത്തന്നെ വെല്ല്യ കള്ള്യാന്നും വേണ്ട. നീയിന്ന് ഗോള്യല്ലേ.''

എന്റെ ഉള്ളിലൊരു പടക്കം പൊട്ടി. ഒരു പെനാൽറ്റി എന്റെ നേരെ പാഞ്ഞുവരണത് ഞാൻ ക്ലോസപ്പിൽ കണ്ടു. എന്റെ ഉള്ളി ലുള്ള മഹേഷ് അലറിക്കരയാൻ തൊടങ്ങി. പുറത്തുള്ള മഹേഷ് അതീവഗാംഭീര്യത്തോടെ ചിരിച്ചോണ്ടുനിന്നു. അഭിമാനം നോക്കണ്ടേ? അതിന്റെടയ്ക്ക് അപ്പറത്ത് നിന്നിരുന്ന, കയ്യില് പ്ലാസ്റ്ററിട്ട ഒരുത്തനെ ചൂണ്ടിക്കാണിച്ച് ജേയ്സൺ പറഞ്ഞു

''ദേ, ആ ചുള്ളാനാർന്നു കഴിഞ്ഞ കളീല് ഗോളി.''

ഈശ്വരാ!!!! ഞാനെന്റെ കയ്യിലേക്കും കാലിലേക്കും ഞെട്ടലോടെ നോക്കി. വലതുകയ്യെങ്ങാനും ഒടിഞ്ഞാൽ ഞാനെങ്ങനെ ചോറുണ്ണും...!

എന്തുചെയ്യുമെന്ന് ഒരെത്തും പിടീം കിട്ടാതെ നിക്കണ എന്നോട്, അതിമാരകമായ ചാരിതാർത്ഥ്യത്തോടെ അവൻ അടുത്ത ഡയലോ ഗടിച്ചു.

''ഞാൻ കൊറേ പറഞ്ഞിട്ടാട്ടാ നെന്നെ ഗോള്യാക്കാന്ന് ചുള്ള ന്മാര് സമ്മയിച്ചത്.''

കയ്യെത്തുന്നിടത്ത് വല്ല മടലും ഉണ്ടായിരുന്നെങ്കി ആ സെക്കന്റില് അവനെ തല്ലിക്കൊന്നിട്ട് ഞാൻ ജയിലീപ്പോയേനേ... പരനാറി. അവനാണെങ്കി എനിക്കെന്തോ അവാർഡ് തന്ന ഭാവത്തിലാണ് നിക്കണത്.

ഞാൻ ഒരു കാര്യോമില്ലാതെ മറ്റവന്റെ ഒടിഞ്ഞ കയ്യിലേക്ക് ഒന്നൂടെ നോക്കി. എന്റെ പേടി പിന്നേം കൂടി.

അപ്പളേക്കും അവന്മാര് മീറ്റിംഗൊക്കെ തുടങ്ങിക്കഴിഞ്ഞു. പക്ഷേ ഞാനൊന്നും കേട്ടില്ല. ഞാൻ കൂലംകഷമായി ചിന്തിച്ചോണ്ടിരുന്നത്, കളികഴിഞ്ഞ് എന്നെ വീട്ടീക്കൊണ്ടോവണത് പണ്ടത്തെപ്പോലെ ശവഘോഷയാത്രയായിട്ടാണെങ്കി ഞാൻ വന്ന സൈക്കിളെങ്ങനെ വീട്ടിലെത്തിക്കുമെന്നായിരുന്നു. അതിനെപ്പറ്റി ജേയ്സനോട് പറയാൻ വേണ്ടി തിരിഞ്ഞപ്പളേക്കും മീറ്റിംഗ് തീർന്ന് എല്ലാരും ഗ്രൗണ്ടിലേക്ക് നടക്കാൻ തുടങ്ങി.

''ഡാ അതേയ്...'' ഞാൻ ജേയ്സനെ തോണ്ടി. വൃത്തികെട്ടവൻ പക്ഷേ മൈന്റ് ചെയ്തില്ല. വേറെ വഴിയില്ലാത്തോണ്ട് വളരെ യാന്ത്രികമായി ഞാനും പിന്നാലെ ചെന്നു.

ഗ്രൗണ്ടിലെത്തി എതിർടീമിനെ കണ്ടതോടെ എന്റെ ബാക്കിയുണ്ടായിരുന്ന ഗ്യാസ് കൂടെ പോയി. ബാഹുബലിയിലെ കാലകേയന്റെ പോലത്തെ കൊറെയെണ്ണം. എല്ലാം നല്ല സൈസുള്ളവന്മാർ. ഇൻസ്ട്രമെന്റ് ബോക്സിലെ ഡിവൈഡർ പോലിരിക്കണ എന്റെ ശരീരത്തിലേക്ക് ഞാൻ ദയനീയമായി നോക്കി. ഈ ബോഡിയും വെച്ചാണ് ഞാൻ അവന്മാരുടെ അടിയൊക്കെ തടുക്കാൻ പോണത്. വെരി നൈസ്.

സഞ്ചയനത്തിന് പെറുക്കാനെങ്കിലും എന്റെ കുറച്ച് എല്ല് ബാക്കി വെക്കാൻ വേണ്ടി ദൈവത്തോട് പ്രാർത്ഥിച്ചുകൊണ്ട് ഞാൻ ഗ്രൗണ്ടിലേക്ക് ഇടതുകാലുംവെച്ച് കേറി.

പിന്നവിടെ നടന്നത് ലോകഫുട്ബോൾ ചരിത്രത്തിൽ തങ്കലിപികളിൽ രേഖപ്പെടുത്തേണ്ട ഒരു കളിയായിരുന്നു.

കൂടെക്കളിക്കണ കൂതറകളൊക്കെ എന്നേക്കാളും പരപ്പാഴുകളായിരുന്നു. എന്നാലും ഷോ കാണിക്കണതിനൊരു കുറവുമില്ല. ഒരു കാര്യോമില്ലാതെ ''കമോൺ.... യെസ്സ്....അറ്റാക്ക്...'' എന്നൊക്കെ കാറിക്കൂവി വെറും ഓട്ടം. ഈ ഓട്ടമല്ലാതെ ഒരൊറ്റയൊരുത്തൻ കളിതീരുന്നതുവരെ ബോള് കാലുകൊണ്ട് തൊട്ടിട്ടില്ല.

അപ്പുറത്തൂന്നാരെങ്കിലും ബോളും കൊണ്ട് ഓടാൻ തുടങ്ങുമ്പ ത്തന്നെ ഇവന്മാര് ഗാർഡ് ഓഫ് ഓണർ കൊടുക്കണപോലെ രണ്ടു

സൈഡിലേക്കും മാറും. എന്നിട്ടെന്നെ നോക്കി ഒരു നിപ്പാണ്. ഈ പുല്ലന്മാരേം വിശ്വസിച്ച് പോസ്റ്റില് നിന്നാൽ എന്റെ കാര്യം കട്ടപ്പൊക യാണെന്നുറപ്പായി. വെറുതെയല്ല മറ്റവന്റെ കയ്യൊടിഞ്ഞത്. എനി ക്കവടന്നെറങ്ങി ഓടണമെന്നൊക്കെയുണ്ട്. പക്ഷേ കാലുവെറച്ചിട്ട് നിവർന്നുനിക്കാൻ തന്നെ പറ്റണില്ല. പിന്നല്ലേ ഓടണത്?

മറ്റവന്മാര് ബോളും കൊണ്ടുവരും. ഞാൻ ഒരു സൈഡിൽക്ക് നീങ്ങിനിക്കും. അവനടിച്ചിട്ട് പോകും. ചെല തെണ്ടികള് വന്നിട്ട് ഷോ കാണിക്കാൻ വേണ്ടി പാവപ്പെട്ട എന്റെ മുന്നീക്കെടന്ന് കാലോണ്ട് ഓരോ അഭ്യാസമൊക്കെ കാണിക്കും. എന്നിട്ടേ അടിക്കൂ. ഞാൻ പക്ഷേ കറക്റ്റായിട്ട് അവനടിക്കണതിന്റെ ഓപ്പോസിറ്റ് തന്നെ ചാടും. നമ്മക്ക് നമ്മടെ ജീവനല്ലേ വലുത്?

അവന്മാര് വരുന്നു, അടിക്കുന്നു, പോവുന്നു. ഗോളോട് ഗോള്... ചറപറാ ഗോള്. ഒരു പതിനാറെണ്ണം വരെ ഞാനെണ്ണിയാർന്നു. പിന്നെ ഞാൻ നിർത്തി. അല്ലെങ്കിത്തന്നെ ഇതൊക്കെ എണ്ണിത്തിട്ടപ്പെടുത്തീ ട്ടെന്തിനാ.

അങ്ങനെ സംഭവബഹുലമായ ആ കളി അവസാനിക്കുമ്പോൾ എന്നെത്തന്നെ അതിശയിപ്പിച്ചുകൊണ്ട് ഞാൻ ആ പോസ്റ്റിൽ ജീവ നോടെത്തന്നെയുണ്ടായിരുന്നു, പോയ അതേ ഷേപ്പിൽ, മുഴുവനോടെ.

സഫറോം കീ സിന്ദഗീ.....എന്താണ്ടൊക്കെയോ ഹോത്താ ഹേ...!

* * *

കളി കഴിഞ്ഞിട്ട് ക്ലബ്ബിന്റെ മുന്നില് വെച്ച് വമ്പിച്ച ആഘോഷപരി പാടികളൊക്കെയുണ്ടായിരുന്നു. കഴിഞ്ഞ കളിയേക്കാളും പത്ത് ഗോള് കുറവായിരുന്നത്രേ ഇത്തവണ!

■

ലൊട്ടുലൊടുക്കും ഗുൽഗുലുമാലും

കണ്ടക്ടർ ആകണമെന്നുള്ള ആഗ്രഹം മുളയിലേ നുള്ളിക്കളയപ്പെട്ടതിൽപ്പിന്നെ ഭാവിയിൽ എന്തായിത്തീരണം എന്നുള്ള അസ്തിത്വപ്രശ്നം ഞാനെന്ന അഞ്ചുവയസ്സുകാരനെ വല്ലാതെ അലട്ടിയിരുന്നു. നമ്മുടെയൊരു നിലയ്ക്കും വിലയ്ക്കും ചേരുന്ന പ്രൊഫഷൻ ഏതാണെന്നുള്ള അന്വേഷണം ഒടുവിൽ എന്നെക്കൊണ്ടെത്തിച്ചത് ഒരു ശാസ്ത്രജ്ഞനാകണം എന്നുള്ള ഒന്നൊന്നര തീരുമാനത്തിലായിരുന്നു. ഈ ചരിത്രപ്രധാനമായ തീരുമാനത്തിലേക്ക് എന്നെ നയിച്ചത് നിങ്ങള് തെറ്റിദ്ധരിക്കുന്നതുപോലെ ആൽബർട്ട് ഐൻസ്റ്റീനോ ഐസക്ക് ന്യൂട്ടനോ ഒന്നുമായിരുന്നില്ല. അത് ഗുൽഗുലുമാലും ലൊട്ടുലൊടുക്കുമായിരുന്നു.

ബാങ്ക് കൊള്ളയടിക്കാനും മായാവിയെ പിടിക്കാനുമൊക്കെയായി വിക്രമനും മുത്തുവും കുട്ടൂസനും ഡാകിനിയുമൊക്കെ തങ്ങളുടെ ഓരോരോ കണ്ടുപിടുത്തങ്ങളും തട്ടിപ്പറിച്ചെടുക്കുമ്പോഴും തളരാതെ വീണ്ടും വീണ്ടും പുതിയതോരോന്ന് കണ്ടുപിടിക്കുന്ന അവരുടെ ശാസ്ത്രകുതൂഹലത എന്നെ ഹഠാദാകർഷിച്ചു. പോരാത്തതിന്, പല കളർ ലൈറ്റുകളൊക്കെ ഇട്ട് കൊറേ യന്ത്രങ്ങളും കുന്ത്രാമണ്ടികളുമൊക്കെ ആയിട്ടുള്ള അവരുടെ പരീക്ഷണമുറിയും ഭാവിയിൽ എന്തായിത്തീരണം എന്ന എന്റെ ചോദ്യത്തിന് ഉത്തരം നല്കി. മതി, ദതുമതി... ശാസ്ത്രജ്ഞൻ!!

ആയിടയ്ക്ക് തന്നെയാണ് ഒരു ദിവസം അച്ഛന്റെ കൂടെ അരി പൊടിപ്പിക്കാൻ വേണ്ടി വെങ്കിടങ്ങ് സെന്ററിലുള്ള മില്ലിൽ പോയത്. പോവാൻ വല്ല്യ ഇന്ററസ്റ്റ് ഒന്നും ഇല്ലായിരുന്നെങ്കിലും അവിടെ ചെന്നുകഴിഞ്ഞപ്പോ ദേ കെടക്കണ് ഗുൽഗുലുമാലിന്റെയും ലൊട്ടുലൊടുക്കിന്റെയും പരീക്ഷണശാല പോലത്തെ ഒരു സെറ്റപ്പ്. പച്ചേം മഞ്ഞേം ചോപ്പുമൊക്കെയായി പല ടൈപ്പ് ലൈറ്റുകളും ഒരു ലോഡ് സ്വിച്ചുകളും ഉള്ള സ്വിച്ച് ബോർഡ്, കൊറേ ബെൽറ്റുകള് തലങ്ങും വിലങ്ങും പിടിപ്പിച്ച വലുതും ചെറുതുമായ കൊറേ യന്ത്രങ്ങൾ,

അരി പൊടിഞ്ഞ് ബക്കറ്റിലേക്ക് വീഴാൻ നേരത്ത് ബലൂണ് പോലെ വീർത്തുവരുന്ന തുണികൊണ്ടുള്ള കുഴലുകള്...!

അങ്ങനെ, സ്വിച്ചുകളൊക്കെ ചറപറാന്ന് ഓണാക്കി വല്ല്യ ശബ്ദത്തില് കറങ്ങാൻ തുടങ്ങുന്ന യന്ത്രങ്ങൾക്കിടയിലൂടെ കൂളായി നടന്ന് എല്ലാം കണ്ട്രോള് ചെയ്യുന്ന ആ മില്ലിലെ ചേട്ടന്, ഗുൽഗുലുമാലിനും ലൊട്ടുലൊടുക്കിനുമൊപ്പം എന്റെ ആരാധനാപുരുഷനായി.

എന്നാപ്പിന്നെ കഷ്ടപ്പെട്ട് എന്തിനാ വെറുതെ ശാസ്ത്രജ്ഞൻ ആകുന്നത്, മില്ലിൽ അരിപൊടിപ്പിക്കാൻ നിന്നാൽ പോരേ എന്ന സ്വാഭാവികമായ ചിന്ത അതോടെ എന്റെ തലയിൽ കേറിയെങ്കിലും അഞ്ച് മിനിറ്റ് അവിടെ നിന്നപ്പോഴേക്കും പതിനഞ്ച് പ്രാവശ്യം തുമ്മിയതിലൂടെ അത് നമ്മക്ക് പറ്റിയ പണിയല്ലെന്ന തിരിച്ചറിവ് വളരെപ്പെട്ടെന്നുതന്നെ എനിക്കുണ്ടാവുകയും തദ്വാരാ ഞാൻ ശാസ്ത്രജ്ഞൻ പദവി ഫിക്സ് ചെയ്യുകയുമായിരുന്നു.

ഇനി വേണ്ടത് ഒരു പരീക്ഷണശാലയാണ്. അതെങ്ങനെ ഒപ്പിക്കും എന്നുള്ള കഠിനമായ ആലോചനയുമായി ലോകത്ത് മറ്റൊരു ശാസ്ത്രജ്ഞനും സഞ്ചരിക്കാത്ത വഴികളിലൂടെ പോകുന്നതിനിടയ്ക്കാണ് വീടിന് പിന്നില് കുറെ നാളായി ഉപയോഗിക്കാതെ കിടന്ന തൊഴുത്തിലേക്ക് ഞാൻ എത്തിച്ചേർന്നത്.

അങ്ങനെ ഗുൽഗുലുമാലിനെയും ലൊട്ടുലൊടുക്കിനെയും അരിമില്ലിലെ ചേട്ടനെയും മനസ്സിൽ ധ്യാനിച്ച് ആ തൊഴുത്ത് ഞാനെന്റെ ആദ്യ പരീക്ഷണശാലയാക്കി. ചുമ്മാ ഒരു ആപ്പ ഊപ്പ സെറ്റപ്പൊന്നുമല്ല. കണ്ടാൽ അവാർഡ് കമ്മിറ്റിക്കാർ ഓടിച്ചിട്ട് പിടിച്ച് നോബൽ സമ്മാനം തരുന്ന ലെവൽ ഒരു ഐറ്റം. അന്നോളം ലോകത്ത് ഒരു ശാസ്ത്രജ്ഞനും ഉപയോഗിച്ചിട്ടില്ലാത്തതരം അസംസ്കൃതവസ്തുക്കളുടെ ഒരു ഗംഭീര ശേഖരം തന്നെ എനിക്ക് സ്വന്തമായിട്ടുണ്ടായിരുന്നു. മച്ചിങ്ങ, തീപ്പെട്ടി, മിഠായിക്കടലാസ്, കുപ്പിച്ചില്ല് എന്നുവേണ്ട ആട്ടുംകാട്ടം വരെയുണ്ടായിരുന്നു ആ കൂട്ടത്തിൽ എന്നാണെന്റെ ഓർമ്മ.

അച്ഛനോ അമ്മയോ മറ്റോ കണ്ടാൽ ആ സെക്കന്റിൽ തന്നെ എല്ലാം കൂടെ വാരിയെടുത്ത് തോട്ടിൽ കളയുമെന്ന് ഇന്റലിജൻസ് ബ്യൂറോയുടെ പ്രത്യേക മുന്നറിയിപ്പുണ്ടായിരുന്നതിനാൽ ഐ.എസ്. ആർ.ഒയ്ക്ക് പോലുമില്ലാത്ത വമ്പിച്ച സുരക്ഷാസന്നാഹങ്ങളോടെ അതീവരഹസ്യമായിട്ടായിരുന്നു ഈ വക ഓപ്പറേഷനെല്ലാം.

തൊഴുത്തിലെ അപ്പാർട്ട്മെന്റ് കോംപ്ലക്സിൽ സ്ഥിരതാമസമാക്കിയിരുന്ന പാറ്റ, പല്ലി, എട്ടുകാലി തുടങ്ങിയ പല ഭീകരജീവികളുടെയും ആക്രമണത്തിന് വിധേയനായി വലിയവായിൽ കാറിക്കൊണ്ട്

പലതവണ ജീവനും കൊണ്ടോടിയെങ്കിലും വിട്ടുകൊടുക്കാൻ ഞാൻ ഒരുക്കമായിരുന്നില്ല. ''അർജ്ജുനൻ, ഫൽഗുനൻ, പാർത്ഥൻ, വിജയനും'' ചൊല്ലിക്കൊണ്ട് പൂർവാധികം ശക്തിയോടെ ഞാൻ പിന്നേം പിന്നേം തിരിച്ചെത്തി.

പക്ഷേ കുറച്ചുദിവസം കഴിഞ്ഞപ്പഴേക്കും കയ്യിലുള്ള സാധനങ്ങളൊക്കെ എനിക്ക് ബോറടിച്ചുതുടങ്ങി. അങ്ങനെയാണ് റോ മെറ്റീരിയൽസിന്റെ കളക്ഷൻ വിപുലീകരിക്കാൻ ഞാൻ രണ്ടും കല്പിച്ചിറങ്ങിയത്. പിന്നീടുള്ള ദിവസങ്ങളിൽ അച്ഛന്റെ ടോർച്ച്, റേഡിയോ, വാച്ച് തുടങ്ങിയ പല സാധനസാമഗ്രികളും കൂടെക്കൂടെ കാണാതാവുകയും പിന്നീട് തൊഴുത്തിന്റെ പരിസരത്തുനിന്നും കണ്ടെടുക്കപ്പെടുകയും ചെയ്തത്രേ. ഇതേത്തുടർന്ന് അമ്മയുടെ നേതൃത്വത്തില് ഒരു ജുഡീഷ്യൽ കമ്മീഷൻ യുദ്ധകാലാടിസ്ഥാനത്തിൽ അന്വേഷണച്ചുമതല ഏറ്റെടുക്കുകയും ചെയ്തത്രേ. നമ്മളുണ്ടോ ഇതൊക്കെ അറിയുന്നു. നമ്മളവിടെ ശാസ്ത്രലോകത്തിന് വിലപ്പെട്ട സംഭാവനകൾ നൽകുന്നതിന്റെ തിരക്കിലായിരുന്നല്ലോ.

ഒരു ദിവസം അന്വേഷണത്തിന്റെ ഭാഗമായി തെളിവെടുപ്പിന് വേണ്ടി അങ്ങോട്ട് പോയ വല്യമ്മ, സുരക്ഷാക്രമീകരണങ്ങളുടെ ഭാഗമായി തൊഴുത്തിന്റെ പുറകുവശത്തെ വാതിലിന് കുറുകെ ഞാൻ വലിച്ചുകെട്ടിയിരുന്ന കയറില് കാലുതട്ടി തലേം തല്ലി താഴെ വീണതായിരുന്നു എന്റെ ശാസ്ത്രജീവിതത്തിലെ ആദ്യത്തെ വഴിത്തിരിവ്. കയ്യാലയിൽ നിന്നും കണ്ടെടുത്ത 'ബാലരമ' എന്ന ശക്തമായ തെളിവിന്റെ അടിസ്ഥാനത്തിൽ ത്വരിതഗതിയിൽ അന്വേഷണം പൂർത്തിയാക്കി പ്രതിയെ കണ്ടെത്തിയ ജുഡീഷ്യൽ കമ്മീഷൻ, വല്യമ്മ വീണത് ഭൂഗുരുത്വാകർഷണം കൊണ്ടാണോ എന്നൊക്കെ കണ്ടുപിടിക്കാനുള്ള അവസരം പോലും നിഷേധിച്ച് എന്നെ ചൂലുംകെട്ടുകൊണ്ട് തല്ലിയോടിച്ച് എന്റെ പരീക്ഷണശാല പൂട്ടി സീല് വെച്ചു.

എന്തുചെയ്യാം, വളർന്നുവരുന്നൊരു ശാസ്ത്രജ്ഞനെ പ്രോത്സാഹിപ്പിക്കാൻ അവിടാരും തയ്യാറായിരുന്നില്ല. പക്ഷേ നമുക്ക് നമ്മുടെ ഭാവിയല്ലേ വലുത്. അതോണ്ട് ഞാൻ പിന്നേം മറ്റാരും സഞ്ചരിക്കാത്ത വഴിയിലൂടെ സഞ്ചരിക്കാൻ തുടങ്ങി. തറവാടിന്റെ ടെറസ്സ് ആയിരുന്നു ഇത്തവണത്തെ ലക്ഷ്യം.

സംഭവം തൊഴുത്തിനേക്കാൾ കൊള്ളാം. വീട്ടീന്ന് ടൂൾസ് ഒക്കെ പെട്ടെന്നെടുക്കാൻ ഇതാണെളുപ്പം. അങ്ങനെ പരീക്ഷണശാലയുടെ രണ്ടാമത്തെ ബ്രാഞ്ച് ഔദ്യോഗികമായി ഞാൻ തന്നെ ഉത്ഘാടനം ചെയ്തു.

ശാസ്ത്രലോകം ഞെട്ടിവിറച്ച അതിഭയങ്കരമായ ചില പരീക്ഷണങ്ങളുടെ ഭാഗമായി ഒരുദിവസം എന്തോ ചെയ്തോണ്ടിരുന്നതിനിടയ്ക്കാണ് കഷ്ടകാലത്തിന് കൈ തട്ടി ടൂൾ ബോക്സ് ടെറസീന്ന് താഴെപ്പോയത്. ഉമ്മറത്ത് ഒരു പണിയുമില്ലാതെ ചൊറിയും കുത്തിയിരുന്ന് ബോറടിച്ചപ്പോൾ ചുമ്മാ മുറ്റത്തേക്കിറങ്ങിയ വല്ല്യച്ഛന്റെ നെറുകംതല ജസ്റ്റ് മിസ്സാക്കിക്കൊണ്ടാണ് ചുറ്റിക, കത്തി, സ്ക്രൂഡ്രൈവർ തുടങ്ങിയ മാരകായുധങ്ങളുടെ കമനീയശേഖരം താഴേക്ക് വീണത്. പിന്നൊന്നും ചിന്തിക്കാൻ നിന്നില്ല, താഴെ വീഴാതെ ബാക്കിയായ ഏക ഐറ്റമായ വെട്ടുകത്തിയും വാരിയെടുത്ത് ഇറങ്ങി ഒറ്റയോട്ടം വെച്ചുകൊടുത്തു. അല്ല, അതിപ്പോ അവിടെ നിന്ന് കൂലംകഷമായി ചിന്തിച്ചാലും വേറൊന്നും ചെയ്യാനുണ്ടായിരുന്നില്ല. ആയുധമഴ കണ്ട് കിളിപോയി നിന്ന വല്ല്യച്ഛൻ സംയമനം വീണ്ടെടുക്കുമ്പോഴേക്കും എനിക്ക് മിനിമം അടുത്ത പഞ്ചായത്തിലെങ്കിലും എത്തണമായിരുന്നു.

പക്ഷേ പഞ്ചായത്ത് പോയിട്ട് അടുത്ത പറമ്പില് പോലും എത്താൻ പറ്റീല്ല. ഓടിത്തള്ളി നേരെ ചെന്ന് ചാടിക്കൊടുത്തത് അച്ഛന്റെ വായിലോട്ടുതന്നെയായിരുന്നു.

ചെമ്മാപ്പിള്ളീൽ പോയിട്ട് എവിടുന്നാങ്ങാണ്ട് ചീട്ട് കളിച്ച് കയ്യിലുള്ള കാശ് മൊത്തം പോയതിന്റെ കലിപ്പ് വീട്ടില് ചെന്ന് തീർക്കാൻ നോക്കിയിട്ട് അച്ഛമ്മേടെ വായിലിരിക്കുന്നത് മുഴുവൻ കേട്ട ക്ഷീണത്തില് അച്ഛൻ മാനസമൈനേം പാടിക്കൊണ്ട് റെസ്റ്റെടുക്കാൻ വരുമ്പോഴാണ് ബട്ടൻ പൊട്ടിയ സൗസറും വലിച്ചുകേറ്റിക്കൊണ്ട് നൂറേനൂറില് എന്റെ മാസ്സ് എൻട്രി, അതും, ഏതാണ്ട് എന്റത്രേം ഉള്ള ഒരു വെട്ടുകത്തീം താങ്ങിക്കൊണ്ട്.

ബാലൻസ് ഉണ്ടായിരുന്ന കലിപ്പ് മൊത്തം അച്ഛൻ എന്റെ മെക്കിട്ട് തീർത്തു.

'ഡാ, എന്തൂട്ടാടാ കയ്യില്?''

''വെട്ടോത്തി.''

''കൊണ്ടുവെക്കെടാ അവടെ. അവന്റൊരു വെട്ടോത്തി. എവിടേക്കാടാ അതുംകൊണ്ട്?''

പെട്ടെന്ന് പറയാൻ നല്ല നുണയൊന്നും കിട്ടാതെ, വെട്ടുകത്തിയുടെ ഗുണഗണങ്ങളെന്തെല്ലാം എന്ന ഒരു പ്രബന്ധരചനയ്ക്ക് ഞാൻ തയ്യാറെടുക്കണതിന്റെടയ്ക്ക് ബാക്കി തൊണ്ടിമുതലുകളും കൊണ്ട് വല്ല്യച്ഛനും എത്തി.

പിന്നെ ആ സീനില് ഡയലോഗിന് വല്ല്യ പ്രസക്തിയൊന്നുമില്ലായിരുന്നു. പിന്നങ്ങോട്ട് ഓൺലി ആക്ഷൻ. ഒരു എഫക്ടിന് ബാക്ക് ഗ്രൗണ്ട് മ്യൂസിക്കായി എന്റെ കാറലും.

ശാസ്ത്രലോകമൊന്നാകെ മറക്കാനാഗ്രഹിക്കുന്ന ഒരു കറുത്ത ദിനം എന്നല്ലാതെ എന്ത് പറയാൻ. അന്നവിടെ വെച്ച്, ഒരു ശാസ്ത്രജ്ഞനാണെന്ന പരിഗണന പോലും തരാതെ എന്നെ കാലേവാരി തറയിലടിച്ചുകൊണ്ട് ക്രൂരന്മാരായ ആ ശാസ്ത്രവിരോധികളെല്ലാം ചേർന്ന്, ചരിത്രത്തിന്റെ സുവർണ്ണത്താളുകളിൽ തങ്കലിപികളാൽ എഴുതപ്പെടേണ്ട മഹേഷെന്ന നാമധേയത്തെ അടര്ത്തിമാറ്റുകയായിരുന്നു സൂർത്തുക്കളേ, അടർത്തിമാറ്റുകയായിരുന്നു.

('കണ്ണീർപ്പൂവിന്റെ' BGM)

■

ഒരു ഭയങ്കര കാമുകൻ

ആദ്യത്തെ പിരീഡ് റോസി ടീച്ചർ വന്ന് എട്ടിന്റേം ഒമ്പതിന്റേം ഗുണനപ്പട്ടിക ചോദിക്കുമ്പോ തല്ല് വാങ്ങാൻ ഏത് കൈ നീട്ടണ മെന്ന് കൂലംകഷമായി ചിന്തിച്ചോണ്ടിരിക്കണേന്റെ ഇടയ്ക്കാണ് വേറേതോ സ്കൂളീന്ന് ടി.സിയും വാങ്ങി നുണക്കുഴി കാട്ടി ചിരിച്ചു കൊണ്ട് സുപ്രിയ ഞങ്ങളുടെ ക്ലാസ്സിലേക്ക് ആദ്യമായി കയറിവന്ന തും ഗുരുത്വാകർഷണബലത്തിന്റെ ഫലമായി ഞാൻ സുപ്രിയയെ നോക്കിയതും വെറും കഷ്ടകാലത്തിന്റെ ഫലമായി അവൾ എന്നെ നോക്കി ചിരിച്ചതും.

അമ്പത്താറ് നിലയുള്ള ഒരു ലഡു ഫാക്ടറി എന്റെയുള്ളിൽ നിന്നനിൽപ്പിൽ പൊട്ടിച്ചിതറുകയും അതിന്റെ ആഫ്റ്റർ എഫക്ടിൽ ആകെ അറിഞ്ഞിരുന്ന അഞ്ചിന്റേം പത്തിന്റേം ഗുണനപ്പട്ടികകൾ ഓൺ ദി സ്പോട്ടിൽ കത്തിക്കരിഞ്ഞ് പുക വരികയും ചെയ്തു.

നാലാം ക്ലാസ്സുമുതൽ എന്റെയുള്ളിൽ ചുമ്മാ പണിയൊന്നുമി ല്ലാതെ കിടന്നുറങ്ങിയിരുന്ന വേണു നാഗവള്ളി, ഒരു മാസ് ട്രാൻ സ്ഫോർമേഷൻ നടത്തി ബീഡിക്കുറ്റിക്ക് ഡ്യൂപ്പിടാവുന്ന എന്റെ ബോഡി വെച്ച് മിഥുൻ ചക്രവർത്തിക്ക് ഡ്യൂപ്പിട്ട് സുപ്രിയേടെ കൂടെ വെള്ളേം മെറൂണും യൂണിഫോമിട്ട് ഡിസ്കോ ഡാൻസ് കളിക്കാൻ തുടങ്ങി.

'ഗുഡ് മോ...ണിങ്ങ് ടീ....ച്ചർ' എന്ന കോറസ് കേൾക്കുന്നതുവരെ ആനന്ദതുന്ദിലതയുടെ ആ മൂർദ്ധന്യാവസ്ഥയിൽ പഴം പുഴുങ്ങിയ മോന്തയുമായി ഞാൻ ചുമ്മാ ഇളിച്ചോണ്ടിരുന്നു. അന്നുമുതലാണ് അസംബ്ലിക്ക് പ്രതിജ്ഞ ചൊല്ലുമ്പോൾ എല്ലാ ഭാരതീയരും എന്റെ സഹോദരീ സഹോദരന്മാരാണെന്ന ഭാഗം കുറ്റബോധത്തോടെയല്ലാതെ എനിക്ക് പറയാനാകാതെ വന്നത്. അതെഴുതിവെച്ചവനെ ശപിച്ചു കൊണ്ട്, ആ ഭാഗം വരുമ്പോൾ മ്യൂട്ട് ബട്ടണമർത്തി ചുമ്മാ ചുണ്ട നക്കിക്കൊണ്ട്, വല്ല്യവായിൽ ആ വരികൾ വിളിച്ചുകൂവുന്ന സുപ്രിയയെ

നോക്കി അരുത് പെൺകുട്ടീ അരുതെന്ന് ഉള്ളിൽ പറഞ്ഞ് ഗദ്ഗദ കണ്ഠനായി ഞാൻ നിന്നു.

പുസ്തകങ്ങൾ പൊതിഞ്ഞ മാതൃഭൂമി പേപ്പറിന്റെയും കലണ്ടറുകളുടെയും ഉൾവശത്ത്, നടുക്ക് അമ്പ് വെച്ച് അപ്പുറത്തും ഇപ്പുറത്തുമായി S എന്നും M എന്നുമെഴുതിയ നല്ല കിണ്ണങ്കാച്ചി ലവ് സിമ്പലുകൾ ഡിസൈൻ ചെയ്ത് ഞാൻ ഉൾപ്പുളകം കൊണ്ടു. ടീച്ചർമാർ ചോദ്യം വല്ലോം ചോദിച്ച് സുപ്രിയ എഴുന്നേറ്റ് നിൽക്കുമ്പോൾ ഒരു കാര്യോമില്ലാതെ എനിക്ക് നാണം വന്നു. ശരിയുത്തരം പറഞ്ഞ് സുപ്രിയ ഇരിക്കുമ്പോൾ അഭിമാനപുളകിതനായി വിജ്രംഭിച്ച കാമുക ഹൃദയവുമായി ഞാൻ ചുറ്റും നോക്കി.

വേണമെങ്കിൽ ഒരു എണ്ണപ്പാടമായി പ്രഖ്യാപിക്കാവുന്ന ലെവലിൽ പതിഞ്ഞൊട്ടിയിരിക്കുന്ന തലമുടിയിൽ താജ്മഹലും കുത്തബ് മിനാറും മാറിമാറി പണിത് കണ്ണാടിയിൽ നോക്കി ദിവസവും ഞാനെന്റെ ആത്മവിശ്വാസം ടോപ്പപ്പ് ചെയ്തു.

മീൻ വെട്ടുമ്പോ 'ഓ, ആർക്ക് വേണം ഇതെ'ന്നുള്ള ഭാവത്തിലിരുന്ന് നൈസായി ഓട്ടക്കണ്ണിട്ട് നോക്കുന്ന കാക്കയെപ്പോലെ സദാ സമയവും എന്റെ തല നാൽപ്പത്തഞ്ച് ഡിഗ്രി ചെരിഞ്ഞിരുന്ന് സുപ്രിയയുടെ ബെഞ്ചിന്റെ സി.സി.ടി.വി.യായി.

പക്ഷേ രണ്ടും കൽപ്പിച്ച് മിണ്ടിനോക്കാൻ ശ്രമിക്കുമ്പോഴെല്ലാം പല്ലാവൂരും പെരുവനവും ടീമായി വന്ന് രണ്ട് സൈഡിൽ നിന്ന് എന്റെയുള്ളിൽ ഡബിൾ തായമ്പക നടത്തുകയും മേളത്തിന്റെ ഇമ്പാക്റ്റിൽ ഞാൻ വായും പൊളിച്ച് നിക്കുകയും കൊട്ടിക്കലാശത്തിൽ ഞെട്ടിത്തെറിച്ച് വായും പൂട്ടി തിരിച്ചുപോരുകയും ചെയ്തു.

നേരെചൊവ്വേ ഇതൊരുവഴിക്കെത്തില്ലെന്ന തിരിച്ചറിവിൽ, കായിക രംഗത്തെ മികച്ച സംഭാവനകളിലൂടെ സുപ്രിയയുടെ പ്രത്യേകപരാമർശത്തിനർഹനാകാൻ വേണ്ടി ചാക്കിൽക്കയറിച്ചാട്ടം പോലുള്ള അതിസാഹസികമായ മത്സരയിനങ്ങളിൽ ഭാഗഭാക്കാകുകയും ചാക്ക് കാലിൽ കുടുങ്ങി തലേം തല്ലി വീണ് ഉള്ളിൽ കാറിക്കൂവിക്കൊണ്ട്, മാനം പോകാതിരിക്കാൻ പുറമേ പരമവീർചക്ര ലഭിച്ച പടയാളിയുടെ ഭാവവാഹാദികളുമായി സ്ക്രാച്ച് വീണ ബോഡിയും കൊണ്ട് ഞാൻ സീൻ വിടുകയും ചെയ്തു.

കലാരംഗത്ത് ഒരു മണിമുത്തായി വെട്ടിത്തിളങ്ങി സുപ്രിയയുടെ കണ്ണഞ്ചിപ്പിക്കാനായി സാഹിത്യസമാജത്തിന് മലയാളപദ്യപാരായണവും ആംഗ്യപ്രസംഗവും കൂടാതെ, മലയാളമനോരമേന്ന് ഫലിതബിന്ദുക്കൾ കാണാണ്ട് പഠിച്ച് ഒരു മോണോ ആക്റ്റും കൂടെ നടത്തിയിട്ടും തൃപ്തി വരാതെ, എന്നെ പഠിപ്പിക്കാൻ നോക്കി ലീല ടീച്ചറുടെ നാക്കില് മസില് വന്നതല്ലാതെ അന്നുവരെ തലയിൽ

കേറിയിട്ടില്ലായിരുന്ന സംസ്കൃതശ്ലോകം വരെ ഞാൻ അലക്കി നോക്കി. പരിപാടി കഴിഞ്ഞപ്പോ കല്യാണിടീച്ചർ നോക്കിയ നോട്ടത്തിന്റെ അർത്ഥം, മേലാൽ സ്റ്റേജിൽ കേറിയാൽ കാല് തല്ലിയൊടിക്കുമെന്നാണെന്ന തിരിച്ചറിവിൽ എന്റെ കലാപ്രതിഭാസ്വപ്നങ്ങൾ ഒന്നരയടി താഴ്ചയിൽ കുഴിയെടുത്ത് ഞാൻ ജൈവവളമാക്കി.

എപ്പോഴും തുറന്നിട്ട എന്റെ മനസ്സിന്റെ ലെവൽ ക്രോസ്സിലെ ചുമ്മാ മിന്നിക്കൊണ്ടിരുന്ന ഗ്രീൻ സിഗ്നൽ തിരിഞ്ഞുപോലും നോക്കാതെ സുപ്രിയ എന്നും അപ്പുറത്തെ ടോൾ റോഡിലൂടെ മാത്രം യാത്രചെയ്തോണ്ടിരുന്നു.

സുപ്രിയ അങ്ങോട്ടോ ഇങ്ങോട്ടോ നീങ്ങുമ്പോൾ സി.സി.ടി.വി. യുടെ വ്യൂ അഡ്ജസ്റ്റ് ചെയ്യാനായി ചന്തിയിൽ സ്പ്രിങ്ങ് ഫിറ്റ് ചെയ്ത പോലെ ബെഞ്ചിലിരുന്ന് നിരങ്ങിക്കൊണ്ടിരിക്കുന്ന എന്നെ കണ്ടിട്ട് കൃമികടിയാണെന്ന് കരുതി എന്റെ ഫ്രണ്ട് ലിജോയാണ് ഒരിക്കൽ എനിക്ക് ചന്ദ്രികാ സോപ്പ് സജസ്റ്റ് ചെയ്തത്.

അന്നാണ് മനസ്സിന്റെ ബി നിലവറയിൽ ആരോരുമറിയാതെ ചങ്ങലപ്പൂട്ടിട്ട് വെച്ചിരുന്ന എന്റെ പ്രണയരഹസ്യങ്ങൾ അവൻ ചുരണ്ടിയെടുത്തത്.

തുടയിൽ കുറേനാൾ വടുക്കളായി കിടന്ന മുൻ പ്രണയത്തിലെ തിക്താനുഭവത്തിന്റെ ഓർമ്മകൾ എന്നെ പല്ലിളിച്ചുകാണിച്ച് പേടിപ്പിച്ചെങ്കിലും സുപ്രിയയുടെ ഏറ്റവുമടുത്ത കൂട്ടുകാരി സോണിയയുടെ കസിൻ എന്ന താക്കോൽസ്ഥാനത്തിരുന്ന് അധികാരദുർവിനിയോഗം നടത്തി, രാവിലെയും വൈകീട്ടും അവരോടോപ്പമുള്ള സ്കൂൾ-വീട് യാത്രകളിൽ തന്റെ പൊളിറ്റിക്കൽ ഇൻഫ്ളുവൻസ് ഉപയോഗിച്ച് എനിക്കനുകൂലമായ ഒരു പോസ്റ്റിങ്ങ് വാങ്ങിത്തരാമെന്നുള്ള അവന്റെ മോഹനവാഗ്ദാനത്തിൽ മയങ്ങി പൊറിഞ്ചേട്ടന്റെ കടയിലെ ഗ്യാസ് മുട്ടായികൾ അവന്റെ വയറ്റിലോട്ട് എക്സ്പോർട്ട് ചെയ്യാനുള്ള കരാറുടമ്പടിയിലും ഞാൻ ഒപ്പ് വെച്ചു.

അവിടുന്നങ്ങോട്ടെല്ലാ ദിവസവും രാവിലെ, മഴ വരാൻ കാത്തിരിക്കുന്ന എം. ജയചന്ദ്രനെപ്പോലെ ലിജോയുടെ വരവിനായി അക്ഷമയോടെ ഞാൻ കാത്തിരുന്നു. രാവിലെ തിന്ന മീൻകുട്ടാന്റെ സ്മെല്ലിന്റെ അകമ്പടിയോടെ 'റെഡ്യായില്ലഡാ, നാളെ സെറ്റാക്കാ'ന്നുള്ള സ്ഥിരം ഡയലോഗ് എന്റെ മുഖത്തേക്കിട്ടുതന്ന് അവനെന്നും എന്റെ ആത്മവിശ്വാസത്തിന്റെ കടക്കൽ മൂത്രമൊഴിച്ചു.

പക്ഷേ പത്രക്കാരന്റെ പുറകേയോടുന്ന പട്ടിയെപ്പോലെ ഒരുപകാരോമില്ലാതെ അവൻ അവരുടെ പുറകെ അങ്ങോട്ടുമിങ്ങോട്ടും

പോയതല്ലാതെ, കാക്കൊല്ലപ്പരീക്ഷയും അരക്കൊല്ലപ്പരീക്ഷയും കഴിഞ്ഞിട്ടും പൊറിഞ്ചേട്ടന്റെ മിട്ടായിഭരണികൾ പലവട്ടം ഒഴിഞ്ഞു നിറഞ്ഞിട്ടും ആ വാഗ്ദാനം നിറവേറപ്പെടാതെ കിടന്നു.

കാലം പിന്നെയുമുരുണ്ടു....വിഷു വന്നു, വർഷം വന്നു. ജലദോഷം വന്നു...ശാസ്ത്രമേളയും സംസ്കൃതോത്സവവും സ്കോളർഷിപ്പ് പരീക്ഷയും യുവജനോത്സവവുമായി അവസരങ്ങൾ പലതുവന്നു. പക്ഷേ തൊട്ടടുത്തായി പലവട്ടം സുപ്രിയ ഇരുന്നിട്ടും സൈലന്റ് മോഡ് മാറ്റാനാവാതെ ഞാനിരുന്ന് വൈബ്രേറ്റ് ചെയ്തു. ഡബിൾ തായമ്പകയുടെ മേളക്കൊഴുപ്പിൽ ഒരു വരി മിണ്ടാനാകാതെ ഉത്സവപ്പറമ്പിൽ ഇഞ്ചിമിട്ടായിയും വിറ്റ് എന്നിലെ കാമുകൻ അലഞ്ഞു.

ഒടുവിൽ കാലചക്രത്തിന്റെ അനിവാര്യതയിൽ, ഏഴാം ക്ലാസിനപ്പുറമില്ലാതിരുന്ന ആ സ്കൂളിൽ നിന്നും രണ്ട് വ്യത്യസ്തസ്കൂളുകളിലേക്ക് ഞങ്ങൾ പറിച്ചുനടപ്പെട്ടു.

പ്രണയം നിറഞ്ഞുതുളുമ്പി പ്രളയമായിട്ടും മനസ്സിന്റെ ഷട്ടറുകൾ തുറന്നുവിടാനാകാതെ നിസ്സഹായനായി ക്ലാസ്സ്മുറിയുടെ ആ ഇഷ്ടികച്ചുമരുകൾക്കുള്ളിൽ എന്റെ കാമുകഹൃദയം മുങ്ങിമരിച്ചു.

ആ ഖബറിൽ ഒരുപിടി പച്ചമണ്ണ് വാരിയിട്ട് ഞാൻ യാത്ര തുടങ്ങി, ലഞ്ച് ബോക്സിനൊപ്പം പ്രണയനഷ്ടത്തിന്റെ തീച്ചൂളയും സ്കൂൾ ബാഗിലിട്ട് ഏനാമാവ് സെന്റ് ജോസഫ്സ് ഹൈസ്കൂളിലേക്ക്.

പിക്ച്ചർ അഭീ ബാക്കി ഹേ മേരേ ദോസ്ത്....

■

ബിസിനസ്സ് മാഗ്നെറ്റ്

മൊഹ്റയിലെ 'തൂ ചീസ് ബഡീ ഹേ' കണ്ടതുമുതൽ ഒരു വർഷമായിട്ട് രവീണ ഠണ്ടനുമായിട്ടുണ്ടായിരുന്ന കടുത്ത പ്രണയം വേണ്ടെന്നുവെച്ച് ഊർമ്മിളയുമായി പ്രണയത്തിലാവുക എന്ന കഠിനമായ തീരുമാനത്തിലെത്താൻ എനിക്ക് വേണ്ടിവന്നത് ഷാജുച്ചേട്ടന്റെ ബാർബർ ഷോപ്പിലെ നാനയുടെ നടുപ്പേജിലെ രംഗീലയുടെ പോസ്റ്റർ നോക്കിയിരുന്ന വെറും ഒന്നര മിനിറ്റായിരുന്നു. ആ പ്രണയബന്ധമാണ് എന്നെ പത്താം ക്ലാസ്സിൽ വെച്ച് ഒരു വലിയ ബിസിനസ്സുകാരനാക്കിയത്.

* * *

എണ്ണിയാലൊടുങ്ങാത്ത കണ്ടുപിടുത്തങ്ങൾകൊണ്ട് ശാസ്ത്രലോകത്തിന് ഒരു മുതൽക്കൂട്ടായി ഒരുപാട് പി.എസ്.സി ചോദ്യങ്ങളുടെ ഉത്തരമായി മാറേണ്ടിയിരുന്ന എന്നെ ശാസ്ത്രബോധമില്ലാത്ത അച്ഛനമ്മമാർ ചുരുട്ടിക്കൂട്ടി മൂലയ്ക്കിട്ടതിന്റെ ക്ഷീണത്തിൽ ഭാവി പരിപാടികൾ ആസൂത്രണം ചെയ്യുന്ന ഏർപ്പാട് അനിശ്ചിതകാലത്തേക്ക് നിർത്തിവെച്ചിരുന്ന എന്റെ ഇരുളടഞ്ഞ ജീവിതത്തിലേക്ക് വെളിച്ചം വീശാനുള്ള തീപ്പെട്ടിക്കൊള്ളിയുമായി വന്നത് ഈനാശേട്ടന്റെ മോൻ ലിജോയാണ്. മുന്നത്തേതുപോലുള്ള അല്ലറചില്ലറ ഇടപാടൊന്നുമല്ല, ബിസിനസ്സായിരുന്നു ഇത്തവണ ലക്ഷ്യം.

അംബാനിയും അദാനിയും പോയിട്ട്, രാജ് കുന്ദ്ര പോലും ചിന്തിച്ചിട്ടില്ലാത്ത അതിനൂതനമായ ഒരു ബിസിനസ്സ് മോഡലായിരുന്നു അവന്റെ മനസ്സിൽ. നാനയുടെ നടുപേജ് കച്ചവടം!

വീട്ടിൽ വെച്ച് പോവാനുള്ള ധൈര്യമില്ലാത്തതുകൊണ്ട് സദാസമയവും സ്കൂൾ ബാഗിൽ ഇട്ടോണ്ടുനടക്കുന്ന, ഊർമ്മിളയോടുള്ള പ്രേമം മൂത്ത് കാണുന്നിടത്തുനിന്നെല്ലാം ഞാൻ അടിച്ചുമാറ്റി സൂക്ഷിച്ചിട്ടുള്ള രംഗീലയുടെ പോസ്റ്ററുകളുടെ അതികമനീയമായ കളക്ഷൻ

കാണാനുള്ള ക്ലാസ്സിലെ മറ്റലവലാതികളുടെ തിക്കും തിരക്കും കണ്ടിട്ടാണ് അവന്റെ മനസ്സിൽ ഇങ്ങനൊരു അപാരമായ സാധ്യത ഉരുത്തിരിഞ്ഞത്.

രണ്ട് പശുവിനേം നാല് ആടിനേം വെച്ച് അമ്പത്താറ് വീട്ടിലേക്ക് പാലെത്തിച്ചിരുന്ന ഈനാശേട്ടന്റെ പുത്രൻ എന്ന ഒറ്റ ലേബൽ മതിയാരുന്നു അവന്റെ ബിസിനസ്സ് ബ്രെയിനിനെക്കുറിച്ചുള്ള എന്റെ സകല സംശയങ്ങളും ദൂരീകരിക്കാൻ.

ഊർമ്മിളയുടെ ഫോട്ടോ മാത്രം കച്ചവടത്തിന് തരില്ല എന്ന എന്റെ കണ്ടീഷനോടുകൂടി, മെറ്റീരിയൽ കളക്ഷൻ ഞാനും മാർക്കറ്റിങ്ങ് ആൻഡ് സെയിൽസ് ലിജോയും ഏറ്റെടുത്ത് സ്കൂളിലെ മൂത്രപ്പുരയിൽ വെച്ച് ഞങ്ങൾ ആ ബിസിനസ്സ് എഗ്രിമെന്റിൽ സൈൻ ചെയ്തതിന്റെ തൊട്ടടുത്ത ദിവസം മുതലാണ് ആ ഏരിയയിലുള്ള സകല ബാർബർഷോപ്പിലെയും നാനയിലെ നടുപേജുകൾ അപ്രത്യക്ഷമാകാൻ തുടങ്ങിയത്.

പ്രതീക്ഷിച്ചതിനേക്കാളധികം കസ്റ്റമേഴ്സിനെ സ്കൂളിൽ നിന്നു തന്നെ കിട്ടിയതിന്റെ ഭാഗമായി ബിസിനസ്സ് അടിയന്തിരമായി വിപുലീകരിക്കേണ്ടിവന്നതിനാൽ വരുംനാളുകളിൽ നടുപേജുകൾക്ക് പുറമെ മറ്റു പേജുകളും നാനയിൽ നിന്ന് അതിക്രൂരമായി പിച്ചിചീന്തപ്പെട്ടു. വർദ്ധിച്ചുവരുന്ന കസ്റ്റമർ ഡിമാന്റുകൾ നിറവേറ്റാൻ ബാർബർ ഷോപ്പുകൾ മാത്രം മതിയാവില്ലെന്ന ഞങ്ങളുടെ തിരിച്ചറിവിൽ ഡേവീസേട്ടൻ പേപ്പറുവിലയ്ക്ക് കൊടുക്കാൻ വെച്ച ചിത്രഭൂമി, വെള്ളിനക്ഷത്രം തുടങ്ങിയവയുടെ കെട്ടുകളുടെ കനം പുള്ളിപോലുമറിയാതെ കുറഞ്ഞു.

ആരേലും ഗൾഫീന്നോ മറ്റോ വന്നതിന്റെ തൊട്ടടുത്തുള്ള ആഴ്ചകളിൽ ഷാജുവേട്ടൻ കടയിൽ ആളെക്കൂട്ടാൻ ബെഞ്ചിൽ കൊണ്ടുവന്നിടുന്ന ഡെബൊണൈറിലേയും പ്ലേബോയിലെയുമെല്ലാം പേജുകൾ ഞങ്ങളുടെ ബിസിനസ്സിന് അപ്രതീക്ഷിത മൈലേജ് നൽകി.

അതിനിടയ്ക്ക് ബിസിനസ്സിന്റെ വളർച്ചയിൽ അസൂയ പൂണ്ട ചില കുത്സിതബുദ്ധികൾ ഞങ്ങൾക്കെതിരെ ഗൂഢാലോചന നടത്തുന്നു എന്ന് ഇന്റലിജൻസ് റിപ്പോർട്ട് കിട്ടിയതോടെയാണ് റോ മെറ്റീരിയൽസ് ചുമ്മാ ബാഗിലിട്ടോണ്ട് നടക്കുന്നത് റിസ്ക്കായി മാറിയത്. പിന്നെ സാധനങ്ങൾ കടത്താൻ ബുദ്ധിപരമായ ചില നീക്കങ്ങൾ ഞങ്ങൾക്ക് നടത്തേണ്ടിവന്നു. വിൽക്കാനുള്ള പോസ്റ്ററുകൾ കൊണ്ട് പുസ്തകങ്ങൾ പൊതിഞ്ഞ് അതിന്റെ മീതെ ഒരു പൊതി കൂടെ ഇട്ട് വളരെ സ്മൂത്തായ ഒരു സ്മഗ്ലിങ്ങ്. അല്ലേലും എനിക്കും സാഗർ

അലിയാസ് ജാക്കിക്കുമൊന്നും ഐഡിയകൾക്ക് ഒരിക്കലും പഞ്ഞമുണ്ടായിരുന്നില്ല.

അങ്ങനെ അതിവിദഗ്ദ്ധമായി കള്ളക്കടത്ത് നടത്തി ഇരുപതാം നൂറ്റാണ്ടിലെയും രാജാവിന്റെ മകനിലേയും ബാക്ക് ഗ്രൗണ്ട് മ്യൂസിക്ക് മാറിമാറി പ്ലേ ചെയ്ത്, കോൺ ഐസ്ക്രീമും മുട്ട പഫ്സും ലാവിഷായി വാങ്ങിത്തിന്ന് ഞങ്ങൾ സ്ലോമോഷനിൽ നടന്നിരുന്നതിനിടയ്ക്കാണ് അത് സംഭവിച്ചത്....!

* * *

ഇന്റർവെൽ കഴിഞ്ഞ് ക്ലാസ്സിൽ കേറിവന്ന ജോസ് മാഷ് പതിവുപോലെ ഫ്രണ്ട് ബഞ്ചിലിരിക്കുന്ന ഒരു ടെക്സ്റ്റ് ബുക്കെടുത്ത് പഠിപ്പിക്കാൻ തുടങ്ങുന്നതുവരെ അതൊരു സാധാരണ ദിവസം മാത്രമായിരുന്നു. പുള്ളി ആ ബുക്ക് എടുത്ത് തിരിഞ്ഞത് പക്ഷേ ഒരു മാരക ട്വിസ്റ്റുമായിട്ടായിരുന്നു....!

അവിടെ... ജോസ് മാഷുടെ കയ്യിൽ ബിക്കിനിയുമിട്ട് നീണ്ടു നിവർന്ന് കിടക്കുന്ന ഊർമ്മിള....!!! ലിജോയെപ്പോലും കാണിക്കാതെ ഞാൻ പൂഴ്ത്തിവെച്ച ഓണപ്പതിപ്പിലെ സ്പെഷൽ പോസ്റ്റർ...!

ഞങ്ങടെ രഹസ്യസങ്കേതം കണ്ടെത്തിയ ഏതോ കാട്ടുറാസ്കൽ ഇന്റർവെല്ലിന് കള്ളടിക്കറ്റിൽ ഷോ ആസ്വദിച്ച് മാഷ് പെട്ടെന്നു കേറിവന്നപ്പോ മുകളിലത്തെ പൊതി ഇടാതെ പുസ്തകം അതേപടി ഫ്രണ്ട് ബെഞ്ചിൽ നിവർത്തിവെച്ച് ഓടിയതായിരിക്കും. വാട്ടെവർ ദി കേസ്, അയാം ട്രാപ്പ്ഡ്....! സ്വരാജ് റൗണ്ടിൽ വെച്ച് ഉടുമുണ്ടഴിഞ്ഞുപോയ അവസ്ഥ.

ക്ലാസ്സിൽ പിന്നെ കുറേ നേരത്തേക്ക് വികാരവിക്ഷോഭങ്ങളുടെ ഒരു വേലിയേറ്റമായിരുന്നു.

പെൺകുട്ടികൾ ഭയചകിതരും ആശങ്കാകുലരുമായി കാണപ്പെട്ടു. ചിലർ അതിശക്തമായ ഞെട്ടലും ഞെട്ടലോടുകൂടിയ നാണവും രേഖപ്പെടുത്തി. നാണം വന്നവർ താഴേക്കുനോക്കിയിരുന്ന് തറയിൽ കാലുകൊണ്ട് അക്ഷരമാല എഴുതി ള്ള എത്തിയപ്പോ എങ്ങനെ എഴുതണമെന്നറിയാതെ സ്റ്റക്കായിനിന്നു. നാണം വരാത്തവർ ചുമ്മാ പുറത്തേക്ക് നോക്കി 'ഹായ് അതാ ഒരു പർവാ'ന്നും പറഞ്ഞ് മാനം നോക്കിയിരുന്നു.

ആൺപിള്ളേർക്ക് മൊത്തത്തിൽ ഒറ്റ എക്സ്പ്രഷനായിരുന്നു. കണ്ണുതള്ളി വാ പൊളിച്ച് ഊത്തയൊലിപ്പിച്ച് വളർന്നുതുടങ്ങിയ താടിരോമങ്ങൾക്ക് അവർ ജലസേചനം നടത്തി.

ഞാൻ മാത്രം ക്ളീൻ ഷേവടിച്ച കണ്ടൻ പൂച്ചയെപ്പോലെ ചമ്മി നാറി ചൂളിച്ചുരുങ്ങിയിരുന്നു.

മാഷാണെങ്കി ഇതൊന്നുമറിയാതെ, പതിവില്ലാത്തവിധം ആമ്പി ള്ളേരിൽ നിന്നും കിട്ടിയ മാരക കോൺസൻട്രേഷനിൽ ആവേശം മൂത്ത് ടൂ പീസ് മാത്രമിട്ട ഊർമ്മിളയെ ഒക്കത്തെടുത്തോണ്ട് ദ്വിമാ നസമവാക്യങ്ങളുടെ സാമാന്യരൂപത്തെക്കുറിച്ച് വാചാലനായി ക്ലാസ്സ് മൊത്തം ഒരേ നടപ്പാണ്. പുള്ളി ഏതേലും സൈഡിലേക്ക് നടക്കുമ്പോ ആമ്പിള്ളേര് മൊത്തം ആ ഡയറക്ഷനിലേക്കും പെൺപിള്ളേരെല്ലാം ഓപ്പോസിറ്റ് ഡയറക്ഷനിലേക്കും ലുക്ക് മാറ്റി സെറ്റ് ചെയ്തുകൊണ്ടി രുന്നു.

അതിന്റെടേല് ഫ്രണ്ട് ബെഞ്ചില് ഒരുത്തൻ മാഷേന്നും വിളി ച്ചോണ്ട് എണീറ്റ് നിക്കുന്നു. ഹീശ്വരാ....ബുക്ക് എന്റെയാണെന്ന് സാക്ഷി പറയാനായിരിക്കും. 'എന്നെ വിലങ്ങണിയിച്ചോളൂ സാർ' എന്നും പറഞ്ഞ് കൈ നീട്ടി എഴുന്നേൽക്കാൻ തുടങ്ങിയ എന്നെ ഞെട്ടിച്ചുകൊണ്ട് അവൻ ദേ എന്താണ്ടോ ഡൗട്ട് ചോദിക്കുന്നു.

പിന്നീക്കൂടെ ചെന്ന് അവന്റെ ലോഗരിതം ടേബിളിനിട്ടൊരു ചവിട്ടുകൊടുക്കാനാണ് തോന്നിയത്. ബ്ലാഡി സാഡിസ്റ്റ്! ഹോ, എങ്ങനെ സാധിക്കുന്നോ ആവോ. അല്ലേലും മരപ്പട്ടിക്കെന്ത് മകര സംക്രാന്തി.

മാഷെങ്ങാനും ആ ബുക്കൊന്ന് തിരിച്ചുപിടിച്ച് നോക്കിയാൽ... ആ പടം എങ്ങാനും കണ്ടാൽ... അൺഇമാജിനബിൾ...

ആ ബുക്ക് എന്റെയാണെന്നെങ്ങാനും അറിഞ്ഞാൽ അന്നുവരെ എന്നെ വെറും ബാബു നമ്പൂതിരിയായി കണ്ടിരുന്ന പെമ്പിള്ളേ രെല്ലാം എന്നെയൊരു ബാലൻ കെ. നായരെപ്പോലെ കാണുമല്ലോ ന്നോർത്ത് എന്റെ ചാരിത്ര്യം വ്രണപ്പെട്ടു.

എന്തുചെയ്യുമെന്നൊരു എത്തും പിടീമില്ലാതായപ്പോ നിസ്സഹാ യനായി ഞാൻ ലിജോയെ നോക്കി. വൃത്തികെട്ടവൻ ഇതൊന്നും ശ്രദ്ധിക്കാതെ മൂക്കില് വിരലിട്ട് തിരിച്ചോണ്ടിരിക്കുന്നു.

''ഡാ, എന്തേലും ചെയ്യ്.''

പറഞ്ഞ ഉടനെ അവൻ അതെടുത്ത് തോണ്ടി ഡെസ്കിന്റെ അടീല് തേച്ചു. ആഹാ, എന്തൊരനുസരണ. പറഞ്ഞ ഉടനെ എന്തേലും ചെയ്തു.

''ഡാ പരനാറീ, നിന്റെ മൂക്കീന്ന് നിധിയെടുക്കാനല്ല. ആ ബുക്ക് തിരിച്ചുവാങ്ങാൻ എന്തേലും ഐഡിയ പറയാൻ.''

''ഒന്നര രൂപയെങ്കിലും കിട്ടിയേനേ.''

‘‘ന്തൂട്ടാന്ന്?’’

‘‘ആ ഫോട്ടോ നീ വിക്കാൻ തന്നേർന്നെങ്കെ ഒന്നര രൂപ സുഖായിട്ട് കിട്ട്യേനേ. എന്നെ കാണിക്കാണ്ട് വേച്ചേക്കാർന്നൂല്ലേ.’’

കാലമാടൻ.... ബാക്കിയുള്ളോനിവിടെ തീയിന്റെ മോളീക്കിടന്ന് മൂട് വെന്തോണ്ടിരിക്കുമ്പോ അവനതീന്ന് അൽഫാം ഓർഡർ ചെയ്യാൻ നോക്കുന്നു. ഇവനെയൊക്കെയാണല്ലോ ദൈവമേ ഞാൻ പാർട്ട്ണർ ആക്കിയത്.

‘‘ഡാ മൂക്കാൻ ചാത്താ, എങ്ങനേലും ആ ബുക്ക് വാങ്ങാൻ ഒരു വഴി പറ. കിട്ടിക്കഴിഞ്ഞാ അത് നീയെടുത്തോ.’’

‘‘ഉറപ്പാണാ? ഷെയർ തരില്ല. പൈസ ഫുള്ള് എനിക്ക്.’’

നല്ല തെറീം കിട്ടണില്ലല്ലോ പണ്ടാരക്കാലനെ വിളിക്കാൻ.

‘‘കൊണ്ടോയി തിന്നെടാ തെണ്ടീ. നീ വേണെങ്കി ഇത് ഫുള്ളങ്ങെടുത്തോ. എനിക്ക് പൈസ വേണ്ട. ആ ബുക്ക് എങ്ങനേലും വാങ്ങിത്തന്നാ മതി.’’

ഇത് കേട്ടതും ലിജോ എഴുന്നേറ്റുനിന്ന് മാഷേന്ന് വിളിച്ചതും ഒരുമിച്ചായിരുന്നു.

സിവനേ, ഇവനിതിനി മാഷിന് വിക്കാനെങ്ങാനുമാണോ. പറയാൻ പറ്റില്ല, ഒറ്റബുദ്ധിയാണ് കാലന്.

തൊട്ടടുത്ത സെക്കന്റിൽ ലിജോ മറിഞ്ഞടിച്ച് ബെഞ്ചിന്റെ സൈഡിലേക്ക് ഒറ്റ വീഴ്ചയായിരുന്നു.

പണ്ടാരടങ്ങാൻ, ആക്റ്റിങ്ങാണോ അതോ കാശിന്റെ കണക്കോർത്ത് അറ്റാക്ക് വല്ലോം വന്നതാണോ എന്നൊരു പിടീമില്ല. എന്തായാലും മാമൻ ചത്തതോടെ വീട്ടിലാകെ ആളായി ബഹളമായി എന്നു പറഞ്ഞപോലെ ക്ലാസ്സിന്റെ മൊത്തം ശ്രദ്ധ മാറിക്കിട്ടി. മാഷ് ബുക്ക് മേശപ്പുറത്തിട്ട് അവനെ നോക്കാൻ വന്ന ഗ്യാപ്പിന്റെ പത്തിലൊന്ന് ടൈം മതിയാരുന്നു എനിക്കാ തൊണ്ടിമുതൽ മാറ്റാൻ.

* * *

‘‘ഹോ, സമ്മതിച്ചളിയാ, മുടിഞ്ഞ ആക്ടിങ്ങാരുന്നു.’’

‘‘ആര്?’’

‘‘നീയ്, അല്ലാണ്ടാരാ. ആ കറക്ട് ടൈമില് നീ അവിടെ വീഴണപോലെ അഭിനയിച്ചില്ലാർന്നെങ്കി ഞാൻ പെട്ടേനേ ശെരിക്കും.’’

''പോടാ പുല്ലേ. ആക്റ്റിങ്ങൊന്നുമല്ലാർന്നു. ഞാൻ ശെരിക്കും വീണതാ. ഡൗട്ട് ചോദിക്കാൻ മാഷ്ടെ അടുത്ത്ക്ക് പോയിട്ട് ബുക്ക് മാറ്റിവെക്കാൻ വേണ്ടി നോക്കീതാ. എറങ്ങുമ്പോ ഡെസ്കിന്റെ കാല് കുടുങ്ങി.''

''ഡൗട്ടാ? നീയാ? എന്തിന്റെ?''

''ബീജസങ്കലനം.''

''ന്തൂട്ട്?''

''ബീജസങ്കലനം....ന്തേ?''

''ഡാ പൊട്ടാ. അത് ബയോളജീലാ. ഇത് ബീജഗണിതം!''

■

സഡൻഡെത്ത്

വെങ്കിടങ്ങ് സെന്ററീന്ന് കണ്ണോത്തേക്ക് പോണ വഴിയിൽ ഒരു പത്ത് മിനുറ്റ് നടന്നാൽ എന്റെ പഴയ വീടെത്തും. അവിടെയായിരുന്നു ഞാനെന്ന ദുഷ്ടൻ പനപോലെ വളർന്നതും ഇരുപത്താറാം വയസ്സുവരെ ജീവിച്ചതും. ജോലീം കൂലീമൊക്കെയായി പലരും പലവഴിക്ക് പിരിഞ്ഞപ്പോൾ ഇടയ്ക്കിടയ്ക്ക് തികട്ടിവരുന്ന ചില ഓർമ്മകൾ മാത്രമായിപ്പോയെങ്കിലും വലിയൊരു സുഹൃദ്വലയം കൊണ്ട് അനുഗൃഹീതമായ, മനോഹരമായ ഒരു കാലമായിരുന്നു അത്.

ഞങ്ങടെ ഏതൊരു പരിപാടിയുടെയും ആസൂത്രണകേന്ദ്രവും സ്റ്റാർട്ടിംഗ് പോയിന്റും എല്ലാം ബാലുവിന്റെ വീടാണ്. അവന്റെ വീടിന്റെ തട്ടിൻപുറവും ചുറ്റുപാടുമുള്ള പറങ്കിമാവിൻ തോപ്പുമൊക്കെയായിരുന്നു അന്നത്തെ ഞങ്ങടെ രഹസ്യതാവളങ്ങൾ. ആ തവണത്തെ തൃശ്ശൂർപ്പൂരത്തിനും പരിപാടിയിൽ മാറ്റമൊന്നും ഇല്ലായിരുന്നു. ബാലുവിന്റെ വീടിന്റെ കിഴക്കേപ്പുറത്തുള്ള പറമ്പീന്നാണ് ഞാനടങ്ങുന്ന പാമ്പിൻകൂട്ടം പൂരനഗരിയിലേക്ക് ഇഴഞ്ഞുതുടങ്ങിയത്. ഒരുവിധം ഇഴഞ്ഞിഴഞ്ഞ് ബസ്സ്സ്റ്റോപ്പിലെത്തി ഏതോ ബസ്സിൽ കേറി.

ബസ്സ് ഏതാണ്ട് കാഞ്ഞാണി എത്തിയപ്പഴാണ് എനിക്കൊരുൾവിളി ഉണ്ടായത്. ഉള്ളീന്നെന്ന് പറഞ്ഞാൽ ഏതാണ്ട് അടിവയറ്റീന്നായിട്ട് വരും. അതൊരു സ്റ്റാർട്ടിംഗ് വിസിൽ ആയിരുന്നൂന്ന് പിന്നെയാണ് മനസ്സിലായത്. ഉള്ളിൽ കെടക്കണ പോത്തും കോഴിയും ഒക്കെക്കൂടി ഫുട്ബോൾ കളി തൊടങ്ങിയതാണ്. കുന്നത്തങ്ങാടി എത്തിയപ്പഴേക്കും കളി കാര്യമായി. എപ്പോ വേണമെങ്കിലും ആരും ഗോളടിക്കാമെന്ന അവസ്ഥ. വയറാകെ ഒരുമാതിരി കോപ്പാ അമേരിക്കാ....

ബസ്സിറങ്ങേണ്ട സ്ഥലമെത്താൻ ഇനീം ടൈം എടുക്കും. ഓരോ മിനുറ്റ് കഴിയുന്തോറും വയറ്റിലെ കളി കൂടുതൽ കൂടുതൽ സ്ട്രോങ്ങായിത്തുടങ്ങി. പോരാത്തതിന് ഡ്രൈവർമാമൻ എന്നോടെന്തോ

മുൻവൈരാഗ്യം ഉള്ളതുപോലെ വണ്ടി കണ്ണീക്കണ്ട സകല കുഴീലും കൊണ്ടിടുന്നു. അരുത് മാമാ, അരുത്. ആമാശയം സ്പോഞ്ച് പോലെയാണ്, ഇങ്ങിനെ വണ്ടിയോടിച്ചാൽ നിങ്ങൾ വലീയ വില കൊടുക്കേണ്ടി വരും, വലീയ വില.

എന്റടുത്തിരിക്കുന്നവനാണെങ്കി ഒന്നേമുക്കാൽ സീറ്റിൽ വിസ്തരിച്ചിരിപ്പാണ്. ബാക്കി കാൽഭാഗത്ത് ഞെങ്ങിഞെരുങ്ങി ഞാൻ. ആ മൊതലിന്റെ കയ്യെങ്ങാനും വയറ്റത്ത് വന്നുകൊണ്ടാൽ ആ സെക്കന്റിൽ യെല്ലോ കാർഡ് ഉറപ്പാണ്.

ഒരു ജീവന്മരണപോരാട്ടമായിരുന്നു പിന്നെ. ഞാനൊരു ആരോമൽ ചേകവരായി മാറി. ബസ്സ് ചാടുമ്പോ സീറ്റിൽ ഞെരിഞ്ഞമർന്നും ബസ്സ് വളയുമ്പോ ഇടതുമാറിയും വലതുമാറിയും ഞാൻ അങ്കം വെട്ടി. എന്റെ അങ്കച്ചുവടുകൾ കണ്ട് ഞെട്ടിവിറച്ച് തൃശ്ശൂർക്ക് ടിക്കറ്റെടുത്ത അഞ്ചാറുപേര് മനക്കൊടി വളവിൽ ചാടിയിറങ്ങി കനാല് വഴി നീന്തി രക്ഷപ്പെട്ടു. ഇവനിതെന്ത് തേങ്ങയാണീ കാണിക്കണതെന്ന ഭാവത്തിൽ തടിയൻ ഇടയ്ക്കിടയ്ക്ക് നോക്കുന്നുണ്ട്. ഞാൻ മൈന്റ് ചെയ്യാൻ പോയില്ല. അല്ലേലും ഞങ്ങൾ ക്ഷത്രിയന്മാരങ്ങനാ. അങ്കം വെട്ടാൻ തുടങ്ങിയാൽ പിന്നെ ഇടം വലം നോക്കൂല്ല.

വണ്ടി പടിഞ്ഞാറേ കോട്ടയിൽ എത്തിയതും ഞാൻ അങ്കത്തട്ടീന്ന് ‘ഹെന്റെ മലദൈവങ്ങളേ... ശക്തി തരീൻ’ എന്നും പറഞ്ഞ് ചാടിയെണീറ്റു. കൂടെയുള്ള പടക്കുറുപ്പന്മാരോട് യാത്ര പറഞ്ഞു. ‘അങ്കം ജയിച്ചു വാ മച്ചുനാ’ എന്നും പറഞ്ഞ് അവരെന്നെ യാത്രയാക്കി. കുതിരയെ കിട്ടാത്തതോണ്ട് ഞാൻ മുനിസിപ്പൽ സ്റ്റാന്റിലേക്ക് കിട്ടാവുന്ന സ്പീഡിൽ ഓടി.

വയറിനുള്ളിലെ കളി എക്സ്ട്രാ ടൈം ആയിക്കഴിഞ്ഞു. സഡൻ ഡെത്തിനുമുൻപ് എങ്ങനെയും ലക്ഷ്യത്തിലെത്തണം.

പോകുന്ന വഴിക്കാണെങ്കി ഒടുക്കത്തെ ശല്യം. നാട്ടില് വെച്ച് കണ്ടാൽ തിരിഞ്ഞുപോലും നോക്കാത്തവനൊക്കെ വഴിയില് കാണുമ്പോ മുടിഞ്ഞ സ്നേഹം. പൊറകീന്ന് വന്ന് മുതുകത്തിടിച്ചിട്ട് ‘‘അളിയാ, പൂരത്തിനാണോ?’’ എന്നൊക്കെ. ഒറ്റച്ചവിട്ട് വെച്ചുകൊടുക്കാനാണ് തോന്നിയതെങ്കിലും റിസ്കെടുക്കാൻ പോയില്ല. ഏതൊരു അതിനും തുല്യവും എതിർദിശയിലുള്ളതുമായ ഒരു മറ്റേത് ഉണ്ടെന്നാണല്ലോ പണ്ടാരോ പറഞ്ഞിട്ടുള്ളത്.

ഒരുവിധം ഓടിത്തള്ളി ബസ്സ് സ്റ്റാന്ററിലെ കംഫർട്ട് സ്റ്റേഷനിലെത്തി, കൗണ്ടറിലിരിക്കണ അണ്ണാച്ചിക്ക് കാശും കൊടുത്ത് ബാക്കി പോലും വാങ്ങാതെ ഞാൻ അകത്തേക്ക് പാഞ്ഞു. അവിടുത്തെ

കാഴ്ച ഹൃദയഭേദകമായിരുന്നു. വാളയാർ ചെക്ക്പോസ്റ്റിൽ വണ്ടി പിടിച്ചിട്ടേക്കണ പോലെ നെരനെരയായി കൊറേയെണ്ണം. ഇതത്ര പെട്ടെന്നൊന്നും തീരുമാനമാവില്ല. മലംകുറത്തീ....കാത്തോളണേ....!!!

എല്ലാവന്മാർക്കും അതിക്രൂരമായ മുഖഭാവം. വലിഞ്ഞുമുറുകി പല്ലൊക്കെ കടിച്ച് കയ്യൊക്കെ കൂട്ടിത്തിരുമ്മി... ഒരുമാതിരി സീരിയലുകളിലെയൊക്കെ വില്ലന്മാരുടെ എക്സ്പ്രഷൻ. ചിലര് വാതിലും ചുമരുമൊക്കെ മാന്തിപ്പറിക്കുന്നു. കണ്ടാൽ തന്നെ പേടിയാവും. അങ്ങനെ ആകെമൊത്തം ഒരു ഭീകരാന്തരീക്ഷം.

വേറെ ചിലര് കർത്താവിനെ കുരിശിൽ തറച്ച പോലെ കയ്യൊക്കെ വിടർത്തി കാലൊക്കെ ഇറുക്കിപ്പിടിച്ച് ചുമരിൽ അമർന്ന് നിപ്പുണ്ട്. നിന്നിട്ട് കഴ്ണേ്ടാള് കിട്ടാതെ ചിലര് ഉലാത്തുന്നുണ്ട്, ആണിരോഗമുള്ളവൻ ബബിൾഗം ചവിട്ടിയപോലെ. ആ ഗതികെട്ട നേരത്തും എന്നെ സന്തോഷിപ്പിച്ച ഏകകാഴ്ച എന്നേക്കാൾ ഞെളിപിരി കൊള്ളുന്ന ഈ വക ഐറ്റംസാണ്.

അന്നവിടെ വെച്ച് ഞാനൊരു സത്യം മനസ്സിലാക്കി. ആത്മാർത്ഥവും സത്യസന്ധവുമായ പ്രാർത്ഥനകൾ കൂടുതലും നടക്കണത് ആരാധനാലയങ്ങളിലെ കൽപ്രതിമകൾക്ക് മുന്നിലല്ല. ഇതുപോലുള്ള ഗതികെട്ട സ്ഥലങ്ങളിലാണ്. ഹോ, ഓർത്തിട്ട് ഇപ്പഴും ഭക്തി വരുന്നു.

ഒടുവിൽ... ഒരുപാടുനേരത്തെ കാത്തിരിപ്പിനൊടുവിൽ, മേരാ നമ്പർ ആഗയാ... ഇടംവലം നോക്കാതെ ഞാൻ പറന്നുകേറി.... ഗോാാൾൾൾ!!!

മറ്റൊരവസരത്തിൽ ആയിരുന്നെങ്കിൽ അതിനേക്കാൾ സ്പീഡിൽ ഞാൻ തിരിച്ചോടിയേനേ. വൃത്തി ഒട്ടുമില്ലെങ്കിലും വൃത്തികേടിനൊട്ടും കുറവില്ലായിരുന്നു. ഔചിത്യക്കാരന് ആവശ്യം പാടില്ലെന്നാണല്ലോ. അതോണ്ട് ഞാൻ എന്റെ കണ്ണും മൂക്കുമൊക്കെ ഓഫാക്കി വെച്ചു. ജീവിതത്തിലൊരിക്കലും പബ്ലിക്ക് കംഫർട്ട് സ്റ്റേഷനുകളിൽ കേറിയിട്ടില്ലാത്തവരോട് ഒരു വാക്ക്. ഒരു തവണയെങ്കിലും നിങ്ങൾ അതു ചെയ്യണം. ജീവിതത്തിലെ എല്ലാ ദുരിതങ്ങളേയും നേരിടാനുള്ള കരുത്ത് നിങ്ങക്ക് കിട്ടും. ഒറപ്പ്. ഇതുവെച്ച് നോക്കുമ്പോ അതൊക്കെ എന്ത് എന്ന ആ ഒരു തോന്നലുണ്ടല്ലോ, അതുമതി പിന്നെ ഒരു പത്തമ്പത് കൊല്ലത്തേക്ക് സന്തോഷമായി ജീവിക്കാൻ. ഹെന്റെ പൊന്നോാാ....!!!

ഒരുവിധത്തിൽ അവിടുന്നിറങ്ങി പൂരപ്പറമ്പിലോട്ട് നടന്നു. പക്ഷേ കഴിഞ്ഞത് വെറും ലീഗ് മാച്ചായിരുന്നെന്ന് വഴിയെ മനസ്സിലായി. നോക്കൗട്ട് റൗണ്ടൊക്കെ വരാനിരിക്കണതേ ഉണ്ടായിരുന്നുള്ളൂ.

മുനിസിപ്പൽ സ്റ്റാന്റിലും തേക്കിൻകാട് റൗണ്ടിലെ എക്സിബിഷൻ സ്ഥലത്തും ചില ഹോട്ടലുകളിലുമൊക്കെയായി ഞാനന്ന് ഒരു ഫുൾ ടൂർണമെന്റ് കളിച്ചു. കളിയെന്ന് വെച്ചാൽ നല്ല മാരകകളി. തകർന്നു പോയി.

ആ തവണത്തെ എന്റെ തൃശ്ശൂർപൂരത്തിൽ തെക്കോട്ടിറക്കവും ഇലഞ്ഞിത്തറമേളവും കുടമാറ്റവും ഒന്നുമില്ലായിരുന്നു. വെടിക്കെട്ട് മാത്രമേ എനിക്കോർമ്മയുള്ളൂ. കൂടെയുള്ളവരൊക്കെ പൂരം ആഘോഷിക്കുമ്പോ ഞാൻ തളർന്ന് കിടപ്പായിരുന്നു, അടുത്ത പൂരത്തിന് തകർക്കാമെന്ന ശുഭപ്രതീക്ഷയോടെ...

■

ആർക്കിമിഡീസ് ആംബ്രോസേട്ടൻ

അന്നും പതിവുപോലെ, ഉറങ്ങിക്കിടക്കുന്നവരെ നോക്കി കൊഞ്ഞനം കുത്തിക്കൊണ്ട് ഏതാണ്ടൊരു ആറുമണിയോട് കൂടി സൂര്യൻ ആകാശത്തിന്റെ കിഴക്കേമൂലയിലേക്ക് വലിഞ്ഞുകയറി. മരക്കൊമ്പുകളിലിരുന്ന കാക്കക്കൂട്ടം ജാസി ഗിഫ്റ്റിന്റെ ഏതോ പാട്ട് മൂളി. കറങ്ങിയടിച്ച് നടന്ന പൂവൻകോഴികൾ കൂട്ടിൽ കിടക്കുന്ന പിടകളെ നോക്കിക്കൊണ്ട് ഏതോ ഓപ്പെറ സോങ്ങിനെ അനുസ്മരിപ്പിക്കും വിധത്തിൽ അർത്ഥം വെച്ച് കൂവി. മൊത്തത്തിൽ അതിസാധാരണമാം വിധം സാധാരണമായ ഒരു ദിവസം മാത്രമായിരുന്നു അന്നും ഏതാണ്ടൊരു ആററ മണി വരെ.

കൃത്യം ആററയ്ക്കാണ് അത് സംഭവിച്ചത്...

* * *

സുനിക്കുട്ടൻ ആ നാട്ടിലെ ചുറുചുറുക്കുള്ള ഒരു ചെറുപ്പക്കാരൻ. ഒന്നര കിലോ ചേമ്പ് സിമ്പിളായി പുഴുങ്ങാവുന്നത്ര തിളയ്ക്കുന്ന രക്തമുള്ള യൗവനം. റേഷനരിയിൽ നിന്നും കല്ല് കിട്ടിയാൽ അത് തിരിച്ച് റേഷൻ കടക്കാരന് കൊണ്ടുകൊടുക്കുന്ന ലെവൽ സത്യസന്ധൻ, വെള്ളത്തിലേക്ക് ചാടുന്ന തവളയെ, പിന്നാലെ ചാടി കരയിലേക്ക് വലിച്ചിട്ട് മരണത്തിൽ നിന്ന് രക്ഷിക്കുന്ന ടൈപ്പ് ശുദ്ധനായ പരോപകാരി. അങ്ങനെ ആകെ മൊത്തത്തിൽ ആ നാടിന്റെ കണ്ണിലുണ്ണി.

രാഘവേട്ടന്റെ മോൻ ബാബുവിന്റെ കല്യാണത്തലേന്ന് കല്യാണവീട്ടിലെ ഉത്സാഹമൊക്കെ കഴിഞ്ഞ് ക്ഷീണിച്ച്, പാതിരാത്രി പേടി മാറ്റാൻ മുക്കാലാ മുക്കാബലാ ഫുൾ വോള്യത്തിൽ പാടിക്കൊണ്ട് വീട്ടിലേക്ക് തിരിച്ചുപോണ വഴിക്കാണ് സുനിക്കുട്ടൻ തൊട്ടുമുന്നില് ആ ഞെട്ടിക്കുന്ന കാഴ്ച കണ്ടത്. വഴീടെ ഒത്ത നടുക്കായി മലന്നടിച്ച് കിടക്കുന്ന ഒരു രൂപം.

നിന്നനിൽപ്പിൽ സുനിക്കുട്ടന്റെ രണ്ട് ചെവീന്നും കൂടി നല്ല ഒത്ത വലിപ്പമുള്ള പത്തിരുപത് ചെമ്പരുന്തുകള് കിഴക്കോട്ടും പടിഞ്ഞാട്ടു മായി പറന്നുപോയി. നാച്ചുറൽ റിഫ്ളക്സിൽ ഏതാണ്ടൊരു പത്തു മുപ്പത്തഞ്ച് മീറ്റർ തിരിഞ്ഞോടിക്കഴിഞ്ഞിട്ടാണ് പാടിക്കൊണ്ടിരുന്ന പാട്ട് ഓഫ് ചെയ്യാൻ വരെ സുനിക്കുട്ടൻ ഓർത്തത്.

പോയ ചെമ്പരുന്തൊക്കെ രണ്ടുമൂന്ന് റൗണ്ടടിച്ച് പയ്യെ വന്ന് തിരിച്ച് കേറിക്കഴിഞ്ഞപ്പഴാണ് അന്നത്തെ പരോപകാരത്തിന്റെ ക്വാട്ട കഴിഞ്ഞ് റെസ്റ്റെടുക്കാൻ കിടന്ന സുനിക്കുട്ടന്റെ ഉള്ളിലെ മനുഷ്യ സ്നേഹി 'എന്തൂണ്ട്രെ പ്രശ്നം' ന്നും ചോദിച്ച് ചാടിയെണീറ്റതും പുള്ളീടെ ഇടപെടലിന്റെ ഭാഗമായി തിരിഞ്ഞോടിക്കൊണ്ടിരുന്ന സുനിക്കുട്ടൻ ഓട്ടം നിർത്തി സംഗതി ഒന്നൂടെ ക്ലാരിഫൈ ചെയ്യാൻ തീരുമാനിച്ചതും.

അങ്ങനെ ഹൈ ബീറ്റിൽ നാസിക്ക് ഡോൽ അടിക്കണ ഹാർട്ടും വെച്ച് വല്ല വിധത്തിലും ഒന്നൂടെ സ്പോട്ടിലെത്തിയ സുനിക്കുട്ടൻ ഒരു ദീർഘനിശ്വാസത്തോടെ ബോഡി ഐഡന്റിഫൈ ചെയ്തു.

കാലങ്ങളായിട്ട് ആ നാട്ടിൽ കുടിയന്മാരുടെ റാങ്കിങ്ങ് ടേബിളിൽ ചെറിയൊരു വെല്ലുവിളി പോലുമില്ലാതെ നമ്പർ വൺ പൊസിഷൻ ഹോൾഡ് ചെയ്തുപോരുന്ന അംബ്രോസേട്ടൻ. അങ്ങേരാണ് പ്രസവം കഴിഞ്ഞ നീർനായ കെടക്കണ പോലെ ആ വഴീല് മലന്നടിച്ച് കെട ക്കണത്.

നേരം കെട്ട നേരമാണെങ്കിലും എങ്ങനേലും അങ്ങേരെ വീട്ടിൽ കൊണ്ടെത്തിക്കാന്നുള്ള ക്രിട്ടിക്കൽ ഡിസിഷൻ എടുത്ത് കഴിഞ്ഞി ട്ടാണ് സുനിക്കുട്ടൻ ആ നഗ്നസത്യം റിയലൈസ് ചെയ്തത്. വസ്ത്ര ങ്ങളുടെ അമിതഭാരമെല്ലാം ഉപേക്ഷിച്ചിട്ടാണ് അംബ്രോസേട്ടൻ ഭൂമീദേവിയുടെ പാദാരവിന്ദങ്ങളിൽ സ്വയമർപ്പിച്ച് കിടക്കുന്നത്. പ്യുവർ എക്കോ ഫ്രണ്ട്ലി സെറ്റപ്പ്.

പതിവിന്റെ പുറമെ ബാബൂന്റെ വക കല്യാണസ്പെഷലും വലിച്ച് കേറ്റി പൂക്കുറ്റിയായി, കാലേതാ കഴുക്കോലേതാന്ന് തിരിച്ചറിയാത്ത പരുവത്തിൽ വല്ല വിധത്തിലും സ്വന്തം വീട് കണ്ടുപിടിക്കാനുള്ള അശ്രാന്തപരിശ്രമത്തിനിടയിൽ, വാള് വീണ് അശുദ്ധമായ വസ്ത്ര ങ്ങൾ ഓരോന്നായി പലയിടത്തായി ഊരിയെറിഞ്ഞ്, ഒടുവിലെപ്പോഴോ വാളെല്ലാം നഷ്ടപ്പെട്ട് പാതിവഴിയിൽ വീണുപോയതായിരുന്നു അംബ്രോസേട്ടൻ എന്ന ആ ധീരനായ പടയാളി.

ഈ നേരത്ത് അങ്ങേരെ ഇങ്ങനൊരു കോലത്തിൽ താങ്ങി ക്കൊണ്ടുപോകുന്നത് വല്ലോരും കണ്ടാൽ തന്റെ മോറൽ സൈഡിനെ വരെ ഡൗട്ടടിക്കും എന്നൊരു ആശങ്ക തോന്നിയെങ്കിലും പുള്ളീനെ

വഴിയിൽ ഉപേക്ഷിച്ച് പോകാൻ സുനിക്കുട്ടനിലെ മനുഷ്യസ്നേഹി തയ്യാറാകാതിരുന്നിടത്തായിരുന്നു സംഭവത്തിന്റെ ആദ്യത്തെ ട്വിസ്റ്റ്.

സംഗതി സുനിക്കുട്ടൻ ചീള് കേസ് പോലെ ഏറ്റെടുത്തെങ്കിലും, ആംബ്രോസേട്ടൻ എഞ്ചിൻ കംപ്ലീറ്റ് ഡെഡ് ആയ അവസ്ഥയിലായിരുന്നതുകൊണ്ട് ഇത്തിരി ദൂരം താങ്ങിയപ്പോത്തന്നെ സുനിക്കുട്ടന്റെ കയ്യും കാലുമൊക്കെ 'ഒന്ന് പോയേരാ ശവീ, ഞങ്ങക്കൊന്നും വയ്യാ'ന്നുള്ള സ്റ്റാൻഡ് എടുത്തു. പിന്നെ തൊട്ടടുത്തുള്ള ഏതേലും സേഫ് പോയിന്റിൽ ലോഡ് ഇറക്കുക എന്ന ഒറ്റ ഓപ്ഷനേ സുനിക്കുട്ടനുണ്ടായിരുന്നുള്ളൂ.

അങ്ങനെയാണ് രാഘവേട്ടന്റെ വീടിന്റെ സൈഡിലുള്ള, ഏതാണ്ട് രണ്ടരയടി പൊക്കം വരുന്ന കോൺക്രീറ്റ് ടാങ്ക് തൽക്കാലത്തേക്ക് അംബ്രോസേട്ടനെ ഡെപ്പോസിറ്റ് ചെയ്യാനുള്ള ഷെൽട്ടറായി സുനിക്കുട്ടൻ ചൂസ് ചെയ്തത്.

ഇച്ചിരി പാടുപെട്ടെങ്കിലും അവസാനം, കല്യാണവീട്ടിലെ എല്ലാരും ഉറങ്ങിയെന്നുറപ്പിച്ച്, ഏതാണ്ട് വേൾഡ് മാപ്പില് മെക്സിക്കോ കെടക്കണ പോസില് അംബ്രോസേട്ടനെ ആ ടാങ്കില് പാക്ക് ചെയ്ത്, കയ്യീക്കിട്ടിയ മരപ്പലകകളൊക്കെ എടുത്ത് ശ്വാസം വിടാനുള്ള ഗ്യാപ്പിട്ട് ടാങ്കും അടച്ച് കൃതാർത്ഥനായി സുനിക്കുട്ടൻ വീട്ടിലേക്ക് തിരിച്ചു നടന്നു.

അതിരാവിലെ എല്ലാരും എണീക്കണതിന് മുൻപ് ഒരു മുണ്ടും കൊണ്ടുകൊടുത്ത് അംബ്രോസേട്ടനെ എണീപ്പിച്ച് പറഞ്ഞയയ്ക്കണം എന്നും കരുതി പോയ സുനിക്കുട്ടൻ ക്ഷീണം കാരണം രാവിലെ പത്തുമണി വരെ കിടന്നുറങ്ങിയതാണ് ഈ പ്ലോട്ടിലെ രണ്ടാമത്തെ ട്വിസ്റ്റ്.

* * *

അതിരാവിലെ താലികെട്ടിന് അമ്പലത്തിൽ പോവാനുള്ള തിക്കും തിരക്കിന്റെ ഇടയ്ക്ക്, 'ന്നാപ്പിന്നെ ഒന്ന് മുള്ളിയേക്കാം' ന്നുള്ള സെറ്റപ്പില് രാഘവേട്ടൻ വീടിന്റെ പുറത്തേക്കിറങ്ങിയതും, ടാങ്കില് വളഞ്ഞൊടിഞ്ഞ് കിടന്നിരുന്ന അംബ്രോസേട്ടന്റെ നാടുവിട്ടുപോയ വെളിവ് സ്ലോ മോഷനിൽ തിരിച്ചുവരാൻ തുടങ്ങിയതും കൃത്യം ആറരക്കാണ്. പ്യുവർ കോയിൻസിഡൻസ്.

പതിവില്ലാണ്ട് ടാങ്കിന്റെ മോളില് കൊറേ ഡെക്കറേഷനും ഉള്ളീന്ന് എന്താണ്ട് സൗണ്ടും കേട്ടിട്ട് തൽക്കാലത്തേക്ക് മുള്ളലിന്റെ അപ്പോയിന്റ്മെന്റ് ക്യാൻസൽ ചെയ്ത് രാഘവേട്ടൻ ടാങ്കിന്റെ തൊട്ടടുത്തെത്തിയ ആ ഫ്രാക്ഷൻ ഓഫ് മില്ലിസെക്കന്റിലാണ്, ടാർസൻ സിനിമേലെ ഇൻട്രോ സീൻ പോലെ മരപ്പലകയൊക്കെ തെറിപ്പിച്ച് അംബ്രോസേട്ടൻ ചാടിയെണീറ്റത്.

'ദൈവേ'ന്നൊരു വിളി മാത്രേ അംബ്രോസേട്ടൻ കേട്ടുള്ളൂ. പിന്നെ നോക്കുമ്പോ കണ്ടത് വെട്ടിയിട്ട നേന്ത്രവാഴ പോലെ കെടക്കണെ രാഘവേട്ടനെയാണ്. തൊട്ടുപിന്നാലെ രാഘവേട്ടന്റെ കരച്ചില് കേട്ടിട്ട് ഓടിയെത്തിയ അമ്മിണ്യേച്ചീം കാറിക്കൊണ്ട് തിരിഞ്ഞോടിയപ്പഴാണ്, 'ഹെയ്, ദെന്തൂട്ടാത്, ഇവ്റ്റോളൊന്നും മൻഷ്യമ്മാരെ കണ്ട്ട്ടില്ല്യേ' ന്നും പറഞ്ഞ് അംബ്രോസേട്ടൻ സ്വയം ഒന്ന് വിശകലനം ചെയ്തത്.

അരേല് കെടക്കണെ ചരട് മാത്രമാണ് ശരീരത്തിൽ ആകെയുള്ള അധികപ്പറ്റെന്ന് റിയലൈസ് ചെയ്തതിന്റെ ഞെട്ടലിൽ ഒന്നര സെക്കന്റ് സ്റ്റില്ലായിപ്പോയ അംബ്രോസേട്ടന്, നാണം മറക്കാനുള്ള തത്രപ്പാടിൽ പിന്നെ അവിടുന്നിറിങ്ങി ഓടുക എന്നത് മാത്രമായിരുന്നു ഓപ്ഷൻ.

പക്ഷേ ഓടിച്ചെന്ന് കേറിയത്, കല്യാണക്കേസറ്റിന്റെ സ്റ്റാർട്ടി ങ്ങില് ബാക്ക് ഗ്രൗണ്ടില് ഒരു കിടിലം ഡിവോഷണൽ സോങ്ങും മിക്സ് ചെയ്ത് പെടക്കാൻ ചെറുക്കൻ അമ്പലത്തിൽ പോകാൻ റെഡിയാവുന്ന എക്സ്ക്ലൂസീവ് ഷോട്ട്സ് കിട്ടാൻ വേണ്ടി ക്യാമറ ഫോക്കസ് ചെയ്തുനിന്ന വീഡിയോഗ്രാഫറുടെ മുന്നിലേക്കായി രുന്നു.

എക്സ്ക്ലൂസീവ് ഷോട്ട് കിട്ടാൻ നിന്നിട്ട് എക്സ്പോസിങ്ങ് ഷോട്ട് കിട്ടിയ ഞെട്ടലിൽ വിഡിയോക്കാരനും ആരും കാണാണ്ടിരിക്കാൻ വേണ്ടി ഓടിച്ചെന്നപ്പോ മുമ്പില് ക്യാമറേം രണ്ട് ഫ്ളാഷ് ലൈറ്റും കണ്ട ഞെട്ടലിൽ അംബ്രോസേട്ടനും അങ്ങനെ നിർന്നിമേഷരായി നോക്കിനിക്കണെ ഫ്രെയിമിലേക്കാണ്, കുളിച്ച് കുട്ടപ്പനായി അമ്പല ത്തിൽ പോണേന് മുൻപുള്ള ഔട്ട് ഡോർ ഷൂട്ടിങ്ങിന് ബാബു എന്റ റായത്.

കല്യാണം കവർ ചെയ്യാൻ വന്നിട്ട് ഇവമ്മാരെന്തിനാ അംബ്രോ സേട്ടന്റെ കാബറേ ഡാൻസ് ഷൂട്ട് ചെയ്യണേന്നും ചിന്തിച്ച് അന്തം വിട്ട് നിക്കണെ ബാബൂനോട്, എന്തൂട്ടായാലും നാറി, ഇനിയിപ്പോ എന്ത് മാങ്ങാന്നുള്ള സെറ്റപ്പിൽ 'ഔ, ന്തൂട്ടാ ചൂട്. ഒന്ന് കുളിച്ചിട്ട് വരാം. ഒരു തോർത്ത്ണ്ടങ്ങെ തന്നേരാ'ന്നും പറഞ്ഞ് വാങ്ങിയ തോർത്തും ഉടുത്ത് കൂളായി നടന്നുപോണ പോക്കിലാണ്, അപ്പഴും ഒന്നും മനസ്സിലാവാണ്ട് അന്തം വിട്ട് കെടക്കണെ രാഘവേട്ടനോട് അംബ്രോസേട്ടൻ ആ ഡയലോഗടിച്ചത്.

"രാഘവേട്ടാ, ആ ടാങ്ക് എടക്കൊന്ന് ക്ലീൻ ചെയ്യിപ്പിച്ചോളോട്ടാ, എന്തൂട്ടാ നാറ്റം അയ്ന്റകത്ത്."

■

മദ്യാരംഭം

സത്യൻ അന്തിക്കാടിന്റെ പേരിലൂടെയല്ലാതെ അന്തിക്കാടിന് സ്വന്തമായൊരു വ്യക്തിത്വം ഉണ്ടാക്കിക്കൊടുത്തതിൽ കള്ളിനുള്ള പങ്ക് വളരെ വലുതാണ്. അന്തിക്കാടിന്റെ ഈ മഹനീയനേട്ടത്തിൽ ചെമ്മാപ്പിള്ളിയിലെ ചെത്തുതൊഴിലാളികൾക്കുള്ള സ്ഥാനം വിസ്മരിക്കാനാവാത്തതും അത്യധികം സ്തുത്യർഹവുമാണ്. ചെമ്മാപ്പിള്ളിയിലൂടെ പറക്കുന്ന ഒരു കാക്ക കാഷ്ഠിച്ചാൽ അതു ചെന്നുവീഴുന്നത് ഒരു ചെത്തുകാരന്റെ തലയിലായിരിക്കും എന്നൊരു ചൊല്ലുവരെ അവിടെ നിലനിന്നിരുന്നു.

ഈ ചെത്തുകാരായ ചെത്തുകാരെല്ലാം കൂടിയുണ്ടാക്കുന്ന കള്ളൊന്നും ചെമ്മാപ്പിള്ളി വിട്ട് പുറത്തുപോകാതിരിക്കാൻ അവിടുത്തുകാർ പ്രത്യേകം ശ്രദ്ധിച്ചിരുന്നു എന്നത് എടുത്തുപറയേണ്ട ഒരു വസ്തുതയാണ്. മുറുക്കാൻകടകളേക്കാൾ കൂടുതൽ കള്ളുഷാപ്പുകളുണ്ടായിരുന്ന ആ സുവർണ്ണകാലം പക്ഷേ പതിയെ പതിയെ അപ്രത്യക്ഷമായി. ആനേശ്വരം അമ്പലത്തിന്റെ മുന്നിലുള്ള വെയിറ്റിംഗ് ഷെഡ്ഡിൽ വെടിവട്ടത്തിനിരിക്കുന്ന കാരണവന്മാർ, വയസ്സുകാലത്ത് ഒരുതുള്ളി കള്ള് കിട്ടാതെ ചാകേണ്ടിവരുമല്ലോ ദൈവമേ എന്ന് ആകുലപ്പെട്ടു. കള്ളുഷാപ്പുകളെ ബീവറേജ് സ്റ്റോറുകൾ കീഴടക്കിത്തുടങ്ങി.

ചെമ്മാപ്പിള്ളിയിലെ പുതുതലമുറ കള്ളിനെ മറന്ന് വിദേശിയുടെ പുറകേ പോയിത്തുടങ്ങി. പക്ഷേ അന്നും കുട്ടൻകുളം ഷാപ്പിൽ തിരക്കിനു കുറവില്ലായിരുന്നു. ഒരു നല്ല മദ്യസംസ്കാരത്തിന്റെ മായാത്ത സ്മാരകമായി ആ ഷാപ്പ് തലയുയർത്തിപ്പിടിച്ചുതന്നെ നിന്നു.

ചെമ്മാപ്പിള്ളിയുടെ ഈ കള്ളുസംസ്കാരത്തിന്റെ കഥ പറഞ്ഞത് മറ്റൊന്നിനുമല്ല. ഈയുള്ളവനും അച്ചാറിൽ 'ഹരിശ്രീ റമ്മായ നമഃ' എന്നെഴുതിക്കൊണ്ട് മദ്യപാനത്തിന്റെ ആദ്യാക്ഷരങ്ങൾ കുറിച്ചത് ഈ മദ്യാഭ്യാസ സ്ഥാപനത്തിൽ നിന്നായിരുന്നു.

മദ്യം എന്ന പരമമായ സത്യത്തെ നേരിൽ കണ്ട ആനന്ദത്തിൽ ഞാൻ അന്നെന്തൊക്കെയോ ചെയ്തുകൂട്ടി. ഉള്ളതുപറയാമല്ലോ, ഇവിടെ എഴുതുന്ന ഈ വിവരണം സത്യമായിട്ടും എന്റെ ഓർമ്മയിൽ നിന്നുള്ളതല്ല. പിന്നീട് പലപ്പോഴായി എന്റെ ആത്മാർത്ഥ സ്നേഹിതന്മാർ എന്നെ കളിയാക്കുന്നതുകേട്ട് ഞെട്ടലോടെയും അതിലേറെ അവിശ്വസനീയതയോടെയും ഞാൻ മനസ്സിലാക്കിയിട്ടുള്ളതാണ്.

ശ്രീരാമാ പോളിടെക്നിക്കിൽ ഫസ്റ്റ് ഇയർ ഡിപ്ലോമയ്ക്കു പഠിച്ചോണ്ടിരുന്നപ്പഴാണ് സംഭവം. പഠിച്ചുകൊണ്ട് എന്ന വാക്ക് ചുമ്മാ ആലങ്കാരികമായി പറഞ്ഞെന്നേയുള്ളൂ. പോളിയിൽ പോയിക്കൊണ്ടിരുന്നപ്പോൾ എന്ന് വേണമെങ്കിൽ തിരുത്തിവായിക്കാം.

ഒരു അഷ്ടമിരോഹിണി ദിവസം. അവധിദിവസങ്ങളിൽ ചെമ്മാപ്പിള്ളിയിൽ പോവുക എന്നത് കൃത്യനിഷ്ഠയോടുകൂടി ഞാൻ ചെയ്തുപോന്നിരുന്ന ഒരു ആചാരമായിരുന്നു. കാരണം മറ്റൊന്നുമല്ല, ചെമ്മാപ്പിള്ളിക്കാർ കായികരംഗത്ത് താൽപ്പര്യമുള്ളവരായിരുന്നു. ചീട്ടുകളി എന്ന കായികവിനോദത്തിൽ ഏർപ്പെടാൻ വേണ്ടിയായിരുന്നു അവധിദിവസങ്ങളിലെല്ലാം മുടങ്ങാതെയുള്ള ഈ തീർത്ഥാടനം. അന്നു പോകുമ്പോഴും അത്രയൊക്കെയേ ഉദ്ദേശിച്ചിരുന്നുള്ളൂ.

വരാനുള്ളത് പക്ഷേ എവിടേം തങ്ങില്ലെന്നാണല്ലോ. വന്നു. വന്നത് സൈക്കിളിലായിരുന്നു. സുജിത്തിന്റെ രൂപത്തിൽ. വന്നപ്പോൾ മുതൽ അവന്റെ ശ്രമം കളി എങ്ങിനേലും നിർത്തിപ്പിച്ച് ബാക്കി കുടിയന്മാരേയുംകൊണ്ട് വെള്ളമടിക്കാൻ പോകാനായിരുന്നു. ഒടുവിൽ മദ്യം ജയിച്ചു, ചീട്ടുകളി തോറ്റു. ഏഴു മദ്യപാനികളും പിന്നെ ഞാനും നാലു സൈക്കിളുകളിലായി കുട്ടൻകുളം ഷാപ്പിനെ ലക്ഷ്യമാക്കി നീങ്ങി. ആ പോക്കിലും ഷാപ്പിലെ കക്കയിറച്ചിയടിക്കാം എന്നൊരു നല്ല ഉദ്ദേശ്യം മാത്രമേ എന്റെ ഉള്ളിൽ ഉണ്ടായിരുന്നുള്ളൂ.

പകുതിവഴി പിന്നിട്ടതോടെ എന്റെ മാന്യപിതാശ്രീയുടെ മുഖം ഉള്ളിൽ ചെറുതായൊന്നു മിന്നി. ഉള്ളിൽ നിന്നും അത്യാവശ്യം വലിയൊരു കിളിപോയി. ചെമ്മാപ്പിള്ളി എന്ന സ്ഥലത്ത് അച്ഛനെ അറിയാത്തവർ പൊതുവേ കുറവായിരുന്നു. തന്റെ നാൽപ്പത്തഞ്ചാം വയസ്സിൽ അച്ഛമ്മയുടെ ഉഗ്രകോപത്തിനുമുന്നിൽ കീഴടങ്ങി വിവാഹം എന്ന ക്രൂരകർമ്മത്തിനു തയ്യാറാകുന്നതുവരെ പിതാശ്രീ ചെമ്മാപ്പിള്ളിയിൽ ഒരു ശിങ്കമായിരുന്നു. അതുകൊണ്ടുതന്നെ പലപ്പോഴും ഈയുള്ളവന്റെ ഒളിഞ്ഞുതിന്നുള്ള ബീഡിവലികൾ പോലും ട്രാജഡിയിലാണ് ചെന്നവസാനിക്കാറുള്ളത്. ഏതെങ്കിലും ഒരു സൈഡിൽ നിന്നും ഒരു അശരീരി കേൾക്കാം,

''ആഹാ, മേനോൻകുട്ട്യേ, ഇതാണല്ലേ പരിപാടി.''

ഇത്തിരിയില്ലാത്ത ഒരു ബീഡി വലിക്കുന്നത് കണ്ടുപിടിച്ചതിന് ഒരുമാതിരി അമേരിക്ക കണ്ടുപിടിച്ച കൊളംബസ്സിന്റെ ഭാവം കാണിക്കുന്ന കാപാലികർ, ഞാൻ ഷാപ്പിൽ കയറുന്നതെങ്ങാനും കണ്ടാൽ അത് പിതാശ്രീയെ അറിയിക്കും എന്നത് മൂന്നരത്തരം. അറിഞ്ഞോണ്ടൊരു കൊലച്ചതിയിലേക്ക് എടുത്തുചാടണോ എന്നു ഞാൻ ആലോചിക്കുമ്പോഴേക്കും എന്റെ ഭാഗ്യദോഷത്തിന് ഞങ്ങൾ കുട്ടൻകുളം ഷാപ്പിനുമുന്നിൽ എത്തിക്കഴിഞ്ഞിരുന്നു.

മണിയറയിലേക്കു കയറുന്ന നവവധുവിനെപ്പോലെ ഞാനാ ഷാപ്പിലേക്ക് വലതുകാൽ വെച്ചുകയറി. ആദ്യമൊക്കെ മദ്യപാനത്തിലെ എന്റെ കന്യകാത്വം നഷ്ടപ്പെടുത്താൻ തയ്യാറാകാതിരുന്ന എന്നെ ക്രൂരന്മാരായ ആ ഏഴു കുടിയന്മാർ അയ്യപ്പൻവിളക്കിന്റെ ഉടുക്കുകൊട്ടുംപാട്ടുപോലെ വട്ടമിട്ടിരുന്ന് തെറിവിളിച്ചു. അതേത്തുടർന്ന്, മദ്യപാനത്തിന്റെ നല്ലവശങ്ങളെക്കുറിച്ചും മദ്യപിച്ചാലുണ്ടാകുന്ന നേട്ടങ്ങളെക്കുറിച്ചും സർവ്വശ്രീ സനോജ്, സുരേഷ് എന്നിവർ ക്ലാസ്സെടുത്തു. ഇത്രയുമൊക്കെ ആയപ്പോൾ എന്റെയുള്ളിലും വെള്ളമടിക്കാനുള്ള ആഗ്രഹം ചെറുതായി ഉടലെടുത്തുതുടങ്ങി. അങ്ങനെ ആ ഷാപ്പിൽനിന്നും മൂന്നുകുപ്പി കള്ള് കുടിച്ച് ഞാൻ എന്റെ അരങ്ങേറ്റം കുറിച്ചു.

കുട്ടൻകുളം ഷാപ്പിലെ കള്ള് തീർന്നതുകൊണ്ട് കിട്ടാവുന്ന സ്പീഡിൽ ഞങ്ങൾ പുലാമ്പുഴ ഷാപ്പിലേക്ക് വെച്ചുപിടിച്ചു. പുലാമ്പുഴ ഷാപ്പിൽനിന്ന് രണ്ടാമത്തെ കുപ്പി കുടിച്ചുകഴിഞ്ഞ് ഇനീം വേണമെന്നു ഞാൻ വാശിപിടിക്കണതാണ് എനിക്കു വ്യക്തമായി ഓർമ്മയുള്ള അവസാനത്തെ രംഗം. പിന്നീടുള്ള സംഭവങ്ങൾ അടൂരിന്റെ സിനിമയിലെ രംഗങ്ങൾ പോലെ മങ്ങിയതും മറ്റുള്ളവർ പറഞ്ഞുതന്നതും ആണ്.

മങ്ങിയ രീതിയിൽ എനിക്കോർമ്മയുള്ള ഒരു സംഭവം, തിരിച്ചുവരുന്ന വഴിയിലെവിടെയോ സൈക്കിളെല്ലാം നിർത്തിവെച്ച് ബാക്കി ഏഴുപേരും കൂടി എന്തോ പറഞ്ഞ് തർക്കിക്കുന്നതാണ്. ആ തർക്കം 'എന്നെ ആര് സൈക്കിളിൽ കയറ്റും' എന്നതിനെക്കുറിച്ചായിരുന്നെന്ന് പിന്നീട് സുരേഷ് പറഞ്ഞാണ് ഞാൻ മനസ്സിലാക്കിയത്.

എന്റെ കശ്മലഹൃദയരായ ചങ്ങാതിമാർ പൊടിപ്പും തൊങ്ങലും വെച്ച് പറഞ്ഞുതന്ന ആ സംഭവങ്ങൾ ഇപ്പോൾ ഓർമ്മയുള്ള ക്രമത്തിൽ എഴുതട്ടെ.

ഒന്ന് - പുല്ലാമ്പുഴ ഷാപ്പിന്റെ സൈഡിലുള്ള പുഴയിലേക്ക് വാളുവെക്കാനിരുന്ന ബാബുവിന്റെ പുറം തടവിക്കൊടുക്കാനുള്ള എന്റെ

ശ്രമം ബാബുവിനെ തള്ളി പുഴയിലേക്കിടുന്നതിലാണ് കലാശിച്ചത്. (ഗുണപാഠം – അവനവന് നേരെ നിൽക്കാനുള്ള ആരോഗ്യമുണ്ടെങ്കിൽ മാത്രമേ വാളുവെക്കുന്നവരെ സഹായിക്കാവൂ. പ്രത്യേകിച്ച് പുഴയിലേക്ക് വാളുവെക്കുന്നവരെ.)

രണ്ട് – ഷാപ്പിൽ വെച്ച് എഴുന്നേൽക്കാനുള്ള സൗകര്യത്തിനുവേണ്ടി മുന്നിലുള്ള മേശ എടുത്ത് നീക്കിയിട്ടു. എന്റെ കഷ്ടകാലത്തിന് മേശപ്പുറത്ത് പത്ത് കുപ്പികളും എട്ട് ഗ്ലാസ്സുകളും ഉണ്ടായിരുന്നു. കുപ്പീം ഗ്ലാസ്സുമൊക്കെയല്ലേ, തട്ടീം മുട്ടീമൊക്കെ ഇരിക്കും.

മൂന്ന് – എന്നേം പുറകിൽ വെച്ച് സൈക്കിൾ ചവിട്ടിക്കൊണ്ടിരുന്ന സുരേഷിന്റെ വല്ല്യച്ഛനെ വഴിയിൽ വെച്ച് ഒരുകാര്യോമില്ലാതെ തെറിവിളിച്ചു. (ഈ സംഭവത്തിനു ശേഷമാണത്രേ എന്നെ സൈക്കിളിൽ കയറ്റുന്നതിനെക്കുറിച്ചുള്ള തർക്കം ഉണ്ടായത്. തികച്ചും സ്വാഭാവികം.)

നാല് – മുറ്റിച്ചൂർ വളവ് കഴിഞ്ഞ് മൂത്രമൊഴിക്കാൻ വേണ്ടി സൈക്കിൾ നിർത്തിയപ്പോൾ സുജിത്തിന്റെ സൈക്കിളിന്റെ കാറ്റഴിച്ചുവിട്ടു. അവിടുന്ന് ജിത്തും ബാബുവും സൈക്കിളും തള്ളി നടന്നാണ് വീട്ടിൽ എത്തിയത്.

അഞ്ച് – ചെറിയച്ഛന്റെ വീടിനടുത്തുതന്നെ താമസിക്കുന്ന ഒരു ടീച്ചറും മോളും അതുവഴി ഞങ്ങളെ മൈന്റ് പോലും ചെയ്യാതെ നടന്നുപോയപ്പോ ചുമ്മാ പോയ അവരെ തിരിച്ചുവിളിച്ച് ഒരാവശ്യോമില്ലാതെ അങ്ങോട്ട് ചെന്ന് കുശലാന്വേഷണവും കുടിച്ച കള്ളിന്റെ അളവുവരെ പറഞ്ഞ് കുമ്പസാരവും നടത്തി. അല്ലേലും കഷ്ടകാലത്ത് തല മൊട്ടയടിച്ചാൽ കല്ലുമഴ പെയ്യുമെന്നാണല്ലോ.

ആറ് – എന്റെ കയ്യിലെ വാച്ച് ഊരി പുലാമ്പുഴ ഷാപ്പിന്റെ സൈഡിലുള്ള പുഴയിലേക്കു വലിച്ചെറിഞ്ഞു. ഈ സംഭവം സത്യമാണെന്നതിന് തർക്കമില്ല. കാരണം പിറ്റേന്ന് പാമ്പിന്റെ പടം പൊഴിച്ച് ഞാൻ ഉയിർത്തെഴുന്നേറ്റപ്പോൾ എന്റെ കയ്യിൽ വാച്ചുണ്ടായിരുന്നില്ല. പക്ഷേ എന്തിനാണിത് ചെയ്തതെന്ന് ഇന്നും എനിക്കും കൂടെ ഉണ്ടായിരുന്നവർക്കും പിടികിട്ടിയിട്ടില്ല. പിറ്റേന്ന് വാച്ചിനെക്കുറിച്ച് വീട്ടിൽ പറയാൻ നല്ല നുണയൊന്നും കിട്ടാതെ, പരശുറാമിനു തലവെക്കണോ ജയന്തി ജനതയ്ക്കു തലവെക്കണോ എന്നു ചിന്തിച്ച് ടെൻഷനടിച്ചോണ്ടിരുന്നപ്പോൾ, സ്വന്തം കയ്യീന്ന് അതേ മോഡൽ വാച്ച് ഊരിത്തന്ന് എന്നെ സഹായിച്ച വാവച്ചേട്ടനോടുള്ള നന്ദി ഞാൻ ഇവിടെ പ്രകാശിപ്പിക്കട്ടെ.

ഏഴ് – അഷ്ടമിരോഹിണിനാളിലെ ശോഭായാത്രയ്ക്കുവേണ്ടി രണ്ടുസൈഡിലും കുരുത്തോലയൊക്കെ തൂക്കി വൃത്തിയാക്കിയിട്ടിരുന്ന ആനേശ്വരം അമ്പലത്തിലേക്കുള്ള വഴിയിൽ ഫ്രീ ആയിട്ട്

എന്റെ വക ചില അലങ്കാരങ്ങൾ കൂടി ചാർത്തി. അതിമനോഹരമായ മൂന്നു തങ്കവാളുകൾ. അതും കൃത്യസമയത്ത്. ബോധമില്ലായിരുന്നതു കൊണ്ട് കൃഷ്ണന്മാരും രാധമാരും വാളിനെ കവച്ചുവെച്ച് കടന്നു പോകുന്ന ആ സീൻ മിസ്സ് ആയിപ്പോയി. (ദൈവം പൊറുക്കട്ടെ)

എല്ലാം എഴുതാൻ പോയാൽ ഇതിനൊരവസാനം ഉണ്ടാവില്ലെന്നതുകൊണ്ടും പറയാനുള്ളതെല്ലാം കൂടുതൽ കൂടുതൽ തറനിരപ്പിലുള്ളതായതുകൊണ്ടും ഇത്രേം വെച്ച് നിർത്തുന്നു. എന്തായാലും ഈ സംഭവത്തിനുശേഷവും പലതവണ, ആ ടീച്ചറും അവരുടെ ഭർത്താവും സുരേഷിന്റെ വല്ല്യച്ഛനുമെല്ലാം എന്റെ സാന്നിധ്യത്തിൽ തന്നെ എന്റെ പിതാശ്രീയെ കാണുകയും സംസാരിക്കുകയും ചെയ്തിട്ടുണ്ടെങ്കിലും അവരാരുംതന്നെ ഈ സംഭവങ്ങൾ വെളിപ്പെടുത്തിയിട്ടില്ലെന്നതിന് അവരോടും ഞാൻ കടപ്പെട്ടിരിക്കുന്നു.

വർക്കത്തുള്ള ഈ അരങ്ങേറ്റത്തിനുശേഷം സത്യമായിട്ടും ഞാൻ നന്നായി എന്നും അങ്ങനെയല്ലെന്നുള്ള രീതിയിൽ എന്റെ സുഹൃത്തുക്കളിൽ നിന്നും ഉയർന്നുവരാൻ സാധ്യതയുള്ള ആരോപണങ്ങളെല്ലാം കല്ല് വെച്ച നുണകളാണെന്നും അവയെല്ലാം ഞാൻ ശക്തിയുക്തം നിഷേധിക്കുന്നുവെന്നും ഇപ്പഴേ പറഞ്ഞുകൊണ്ട് നിർത്തട്ടെ.

■

നവാസ് ഷെരീഫും വലപ്പാട് സർക്കിളും പിന്നെ ഞാനും

1999 ജൂലൈ മാസം പന്ത്രണ്ടാം തീയതി. തൃപ്രയാർ ശ്രീരാമാ പോളിയിലെ ഞാനടക്കമുള്ള കുറേ വിദ്യാർഥികളുടെ രാജ്യസ്നേഹം പെട്ടെന്ന് കുളുകുളു ശബ്ദത്തോടെ കുതിച്ചുയർന്നു. കാരണം മറ്റൊന്നുമല്ല, കാർഗിൽ തന്നെ. എല്ലാവർക്കും വെളിപാടുണ്ടാകുന്നു, നവാസ് ഷെരീഫിന്റെ കോലം കത്തിക്കണം. അതിൽ കുറഞ്ഞൊരു ശിക്ഷയും ആർക്കും സ്വീകാര്യമല്ല. പിന്നൊന്നും ആലോചിച്ചില്ല. നേരെ തുഷാരയിൽ പോയി രണ്ടെണ്ണം വിട്ടു. (അതിപ്പോ കുറെ ആലോചിച്ചിട്ടാണെങ്കിലും ഇതുതന്നെയേ ആദ്യം ചെയ്യൂ.)

തിരിച്ചുവന്ന് ആലോചനായോഗം കൂടി, എന്തൊക്കെ ചെയ്യണമെന്നു തീരുമാനിച്ചു. പരിപാടി കഴിഞ്ഞിട്ട് ഏതു ബാറിൽ പോണം, ഏതു ബ്രാന്റടിക്കണം എന്നൊക്കെ തീരുമാനിച്ചു. അവസാനം, എന്നാപ്പിന്നെ കോലം കത്തിച്ചേക്കാം എന്നും പറഞ്ഞ് യോഗം അവസാനിപ്പിച്ചു. കോലം ഉണ്ടാക്കുന്ന ചുമതല അനൂപിനെ ഏൽപ്പിച്ചു. കോലം കത്തിക്കാൻ പെർമിഷൻ വാങ്ങേണ്ട ചുമതല എനിക്കും.

ജോഷിസാറ് റിട്ടയർ ചെയ്ത ഗ്യാപ്പിൽ തങ്കരാജൻ സാറാണ് അപ്പോൾ പ്രിൻസിപ്പലായി അഭിനയിച്ചോണ്ടിരുന്നത്. (ആക്റ്റിംഗ് പ്രിൻസിപ്പൽ). പോളിയുടെ ഉള്ളിൽ വെച്ച് കോലം കത്തിക്കാൻ പുള്ളീടെ സമ്മതം കിട്ടണം. സാറമ്മാരുമായി വളരെ നല്ല റിലേഷൻ ആയിരുന്നതോണ്ട് പുള്ളി സമ്മതിക്കില്ലെന്ന് ഏതാണ്ടുറപ്പായിരുന്നു. പിന്നത്തെ ഓപ്ഷൻ പോളിക്കു പുറത്ത് വെച്ച് കത്തിക്കലാണ്. അതിനു പെർമിഷൻ വാങ്ങേണ്ടത് വലപ്പാട് സർക്കിളിന്റെ കയ്യീന്നാണ്. അതും ഞാൻ നിസ്സാരമായി ഏറ്റെടുത്തു. ചീള് കേസ്. അവിടെപ്പോയി സംസാരിച്ചിട്ട് ഇനിയിപ്പോ സർക്കിളെങ്ങാനും സമ്മതിച്ചില്ലെങ്കിൽ പുള്ളീടെ മൊഖത്തുനോക്കി 'മോഹൻ തോമസ്സിന്റെ ഉച്ചിഷ്ടം, അമേദ്യം, ആസനം' എന്നൊക്കെ പറയണമെന്നും ഞാൻ തീരുമാനിച്ചു.

പോയാൽ ഒരു വാക്ക്, കിട്ടിയാൽ ഒരൊലക്ക എന്ന മട്ടിൽ തങ്കരാജൻ സാറിനോട് ചോദിച്ചുനോക്കാൻ വേണ്ടി ഞാൻ പുള്ളീടെ റൂമിൽ ചെന്നു കാര്യം പറഞ്ഞു. സാധാരണ ഇത്തരം സന്ദർഭങ്ങളിൽ എരിതീയിൽ ഒഴിക്കാനുള്ള എണ്ണ സ്പോൺസർ ചെയ്യണത് മെക്കാനിക്കൽ ഡിപ്പാർട്ട്മെന്റിലെ പ്രമോദ് സാറാണ്. അന്നും ഒരു കന്നാസ് എണ്ണ ആ നല്ല മനുഷ്യൻ ഇതിനുവേണ്ടി കരുതിവെച്ചിരുന്നു. പുള്ളി ഇടയ്ക്കിടയ്ക്ക് എണ്ണയൊഴിച്ചുകൊടുത്തതിന്റെ ഫലമായി ആദ്യം ഒരു പാതിമനസ്സിൽ നിന്നിരുന്ന തങ്കരാജൻ സാറ് ഒടുവിൽ പൂർണ്ണ മനസ്സോടെ എന്നെ ഗെറ്റൗട്ടടിച്ചു.

''ഞാൻ സമ്മതിച്ചിട്ട് നിങ്ങളിവിടെ കോലം കത്തിക്കില്ല.''

ഇത് നേരത്തെതന്നെ പ്രതീക്ഷിച്ചിരുന്നതോണ്ട് കേട്ടപാടെ ഞാൻ 'ശരി സാർ' എന്നും പറഞ്ഞ് തിരിച്ചുനടന്നു. സാറ് പക്ഷേ കൺഫ്യൂഷനായി. സാർ സമ്മതിച്ചില്ലെങ്കിലും കോലം കത്തിക്കുമെന്നാണോ അതോ ഞങ്ങളാ പരിപാടി ഉപേക്ഷിച്ചെന്നാണോ, സാറിനൊന്നും മനസ്സിലായില്ല. പുള്ളി എന്നെ തിരിച്ചുവിളിച്ചു.

''എന്നിട്ട് താനിപ്പോ എവിടെക്കാ?''

''പൊലീസ് സ്റ്റേഷനിൽക്ക്.''

ഇപ്പോ സാറൊന്നു കിടുങ്ങി. നവാസ് ഷറീഫിന്റെ കോലം കത്തിക്കാൻ സമ്മതിക്കാത്തതിന് സാറിനെ ഒരു രാജ്യദ്രോഹിയാക്കി അകത്താക്കാനുള്ള അടവാണെന്നെങ്ങാനും കരുതിക്കാണും. ആ ഒരു ടെൻഷൻ അടുത്ത ചോദ്യത്തിലുണ്ടായിരുന്നു.

''എന്തിന്? അതിനിപ്പോ എന്തിനാ പൊലീസ് സ്റ്റേഷൻ?''

''പോളീടെ പൊറത്തുവെച്ച് കോലം കത്തിക്കാൻ സാറിന്റെ പെർമിഷൻ വേണ്ട. സർക്കിളിന്റെ സമ്മതം കിട്ടിയാൽ മതി.''

എന്റെ അപ്പളത്തെ വർത്തമാനം കേട്ടപ്പൊ സർക്കിൾ എന്നു പറയണത് എന്റെ അളിയനെങ്ങാനും ആണെന്ന് സാറ് കരുതീട്ടുണ്ടെങ്കിൽ കുറ്റം പറയാൻ പറ്റില്ല. അവിടുന്ന് നേരെ കാന്റീനിൽ എത്തി അവിടിരുന്ന് അപേക്ഷേം എഴുതി ഞാനും അരുണും കൂടി സ്റ്റേഷനിലേക്ക് പോകാനിറങ്ങി. ആ നേരത്താണ് ശശിയേട്ടന്റെ വക ഒരു ബോംബ്.

''ഡാ, സൂക്ഷിച്ചും കണ്ടും നിന്നോട്ടാ... പുതിയ സർക്കിളാ. ആള് നല്ല ചൂടനാ. നമ്മടെ കോഴിക്കോടൻ പ്രമോദിനെ പിടിച്ചിട്ട് നട്ടെല്ലൂരി ലാത്തിയാക്കീട്ടാ വിട്ടേ.''

കോഴിക്കോടൻ പ്രമോദ് എന്നറിയപ്പെടുന്ന വ്യക്തി പോളീടെ അടുത്തുള്ള കോളനീലെ അത്യാവശ്യം കൊള്ളാവുന്ന ഒരു ഗുണ്ടയാണ്.

കണ്ടാൽ നല്ലൊരു ജിംഡൻ. അങ്ങോർക്കാ ഗതിയാണെങ്കിൽ... ദൈവമേ... ഞങ്ങളു രണ്ടും സ്മോളുമടിച്ചിട്ടാണീ പോക്ക്. നട്ടെല്ല് സെപ്പറേറ്റ് ഊരിയൊന്നും എടുക്കണ്ട. ചെവിയില് മൂന്നുവട്ടം ലാത്തി ലാത്തീന്ന് വെറുതെ പറഞ്ഞാൽ മതി ഞങ്ങളെ ലാത്തിയാക്കാൻ. അതിനുള്ള ശരീരഘടനയേ രണ്ടെണ്ണത്തിനും ഉള്ളൂ.

''പിന്നെ ഇന്നലെ എസ്സെൻ കോളേജില് അടീണ്ടാക്കിട്ട് കൊണ്ടോ യോർക്കൊക്കെ നല്ല ചാമ്പ് കിട്ടീണ്ട്ന്ന് പറയണകേട്ടു.''

ശശിയേട്ടൻ ഞങ്ങളെ പ്രോത്സാഹിപ്പിച്ചുകൊണ്ടേയിരിക്കുക യാണ്. ഈ പണ്ടാറക്കാലനിതൊക്കെ നേരത്തേ പറയാരുന്നില്ലേ. എന്നാൽ നൈസായിട്ട് ഇതു വേറെ വല്ലോരുടേം തലേൽ വെക്കാ രുന്നു. ഇനി രക്ഷയില്ല. എന്തായാലും കുളിച്ചു. ഇനിയിപ്പോ തോർ ത്തീട്ടു കേറാം. നേരേ വണ്ടിവിട്ടു. അത്രേം നേരം ഇതൊരു നിസ്സാര സംഭവമായി കണ്ടിരുന്ന ഞങ്ങള് രണ്ടുപേരും ഒരു മരിച്ചടക്കിനു പോണപോലെയായിരുന്നു ഏതാണ്ട്.

സ്റ്റേഷനിലെത്തി. കുറച്ചുനേരം ഡൗട്ടടിച്ച് നിന്ന് വലിഞ്ഞു കേറിച്ചെന്നു. സർക്കിളിന്റെ റൂമിന്റെ മുന്നിൽ വെയിറ്റ് ചെയ്യണ സമ യത്ത് തെങ്കാശിപ്പട്ടണത്തിൽ ദിലീപ് ചോദിക്കണപോലെ 'ഈ കണ്ണൻ മൊതലാളി ആളെങ്ങനാ' എന്ന് ഏതേലും കോൺസ്റ്റബിളിനോട് ചോദിച്ചാലോ എന്നോർത്ത് ഞാൻ നിക്കുമ്പോ റൂമീന്നൊരു സൗണ്ട്.

''നിന്റപ്പന്റെ വകയാണോടാ ഹൈവേ നിനക്കൊക്കെ തോന്നി യേടത്ത് കൊണ്ട് ഫ്ളക്സ് വെക്കാൻ? ഇന്നു തന്നെ അഴിച്ചുമാറ്റണം.''

അപ്പൊ അതിനൊരു തീരുമാനമായി. ഹൈവേയിൽ ഫ്ളക്സ് വെച്ചതിന് ഈ ജാതി തെറിയാണെങ്കിൽ വഴീലിട്ട് കോലം കത്തി ക്കാൻ പോണവനിട്ട് ഇടിയൊറപ്പ്. 'ലോക്കപ്പ് മർദ്ദനം, പോളി വിദ്യാർ ത്ഥികൾ കൊല്ലപ്പെട്ടു' എന്നൊരു പത്രവാർത്ത എന്റെ മനസ്സിൽ മിന്നി. ആ സംഭവം വല്ല്യ കോളിളക്കമാകുന്നതും പിന്നെ ഷാജി കൈലാസ്, രൺജി പണിക്കർ ടീം അതു സിനിമയാക്കുന്നതും ഞാൻ ഭാവനയിൽ കണ്ടു. ആ സിനിമയിൽ എന്റെ റോൾ ചെയ്യണതാരാകും എന്നോർത്തോണ്ട് നിക്കുമ്പോ അരുണിന്റെ ശബ്ദം.

''ഡാ, ദേ വിളിക്കണ്.''

അവന്റെ പറച്ചിൽ കേട്ടാൽ തോന്നും ഞാൻ എന്റെ പെങ്ങടെ കല്യാണം വിളിക്കാൻ വന്നതാണെന്ന്. വിളിക്കണ കേട്ടെങ്കിൽ അവനു പോയി കാര്യം പറഞ്ഞിട്ടുപോന്നാൽ പോരേ. കണ്ണീച്ചോരയില്ലാ ത്തവൻ. വിളിച്ചില്ലേ, ഇനി പോകാതെ പറ്റില്ലല്ലോ.

പോളിന്ന് സ്റ്റേഷൻ വരെ അഞ്ചുമിനിട്ട് കൊണ്ടെത്തിയ ഞങ്ങൾ ഏതാണ്ട് അത്രേം തന്നെ നേരമെടുത്തു റൂമിന്റെ പൊറത്തൂന്ന് അകത്തെത്താൻ. ചെന്നയുടെനെ കയ്യിലുള്ള അപേക്ഷ മേശപ്പുറത്ത് വെച്ച്, ബസ് സ്റ്റാന്റിൽ നിർത്തിയിട്ടിരിക്കണ ബസ്സിൽ വെള്ളപ്പൊക്കം, കൊടുങ്കാറ്റ് എന്നൊക്കെ പറഞ്ഞ് കാർഡ് വെച്ച് കാശുവാങ്ങാനിറങ്ങണവരുടെ പോലെ, ഒരു ബന്ധവുമില്ലത്ത മട്ടിൽ ഞങ്ങൾ നീങ്ങി നിന്നു. അതിനുശേഷമാണ് ആളുടെ മുഖത്തേക്കുതന്നെ നോക്കിയത്. ഈശ്വരാ... കീരീക്കാടൻ ജോസിന് ഭീമൻ രഘുവിലുണ്ടായപോലൊരു മൊതല്. ഈ സാധനത്തിന്റേന്നാണോ പെർമിഷൻ വാങ്ങാൻ പോണത്. ചെറിയ രീതിയിൽ ഒരു വിറ. പോരാത്തേന് സ്മോളിന്റെ സ്മെല്ലടിക്കുമോന്നുള്ള പേടീം.

പുള്ളി ആ കടലാസെടുത്ത് വായിച്ചു. എന്നിട്ടൊരു ചോദ്യോം.

"നിങ്ങള് പാക്കിസ്ഥാനിൽ പോണുണ്ടോ അതോ ഇവിടെ വെച്ചു തന്നെ കത്തിക്കാനാണോ?"

തമാശയാണോ സീരിയസ്സായിട്ടാണോന്നൊരു പിടിയുമില്ല. ഈ രൂപോം വെച്ചിങ്ങോര് തമാശ പറയുമെന്നു കരുതാനും പറ്റണില്ല. ഇനിയിപ്പോ ഈ ഇരിക്കണതൊരു മാടപ്രവാണോ... ഈ മാടിന്റെ രൂപത്തിനുള്ളിൽ ഒരു പ്രാവിന്റെ മനസ്സോ... ചോദ്യത്തിന്റെ പൾസറിയാതെ മറുപടി പറഞ്ഞാൽ... ഞാൻ അങ്ങോരുടെ മേശപ്പുറത്തിരിക്കണ ലാത്തിയിലേക്കൊന്നു നോക്കി. ലാത്തിക്കു പകരം ഞങ്ങളെ രണ്ടെണ്ണത്തിനേം ആ മേശപ്പുറത്തിട്ടേക്കണ സീനും ഒന്നു സങ്കൽപ്പിച്ചുനോക്കി. എന്തായാലും മിണ്ടാതെ നിന്നിട്ട് കാര്യമില്ല. ഒടുവിൽ ചങ്കൂറ്റത്തോടെ ഉറച്ച ശബ്ദത്തിൽ ഞാൻ മറുപടി പറഞ്ഞു.

"അ.... ഇ... പോ... മു... വ."

എന്റമ്മോ, ഇതേതുഭാഷ. ഞാനിതെപ്പോ പഠിച്ചു. ഈ വാചകം തലച്ചോറിൽ നിന്ന് നാവിന്റെ അറ്റത്തെത്തണവരെ ഇങ്ങിനായിരുന്നില്ലല്ലോ. ഞാൻ നോക്കിയപ്പോ സർക്കിളിന്റെ മുഖത്തൊരമ്പരപ്പ്. അരുണിന്റെ മുഖത്ത് ഞെട്ടൽ. എന്റെ മുഖത്ത് അതിഭയങ്കരമായ ദയനീയത. അവിടെയൊരു ഭാവാഭിനയമത്സരം തന്നെ അരങ്ങേറി. എനിക്കാകെ വെപ്രാളമായി. ഒന്നൂടെ ശ്രമിച്ചു. കുറച്ചുനേരത്തെ തീവ്രപരിശ്രമത്തിന്റെ ഭാഗമായി അവസാനം ഞാൻ സ്ഫുടമായി പറഞ്ഞു.

"അല്ല... ഇവിടെ... മറ്റേ... പോളീടെ... മുന്നില്... സൈഡില്... പോസ്റ്റാഫീസന്റെ..."

അതിന്റെടയ്ക്ക് പോസ്റ്റാഫീസ് എങ്ങനെ കേറിവന്നെന്ന് ഒരു പിടീം കിട്ടിയില്ല. എന്തായാലും പുള്ളിക്ക് കാര്യം മനസ്സിലായി.

‘‘കത്തിച്ചോ കത്തിച്ചോ... പക്ഷേ ഇതിന്റെ പേരില് അവടെ എന്തു പ്രശ്നം ഉണ്ടായാലും ഇതിലൊപ്പിട്ടിരിക്കണവനെ ഞാൻ പൊക്കും. ഇതിലൊപ്പിട്ടതാരാ?’’

ഗതികേടിന് അതു ഞാനായിരുന്നു. അതു ഞങ്ങടെ പ്രിൻസിപ്പളിന്റെ ഒപ്പാ എന്നൊരു നുണ ഞാൻ മനസ്സിൽ ഉണ്ടാക്കിവരുമ്പോളേക്കും അരുൺ ചാടിക്കേറിപ്പറഞ്ഞു.

‘‘ഇവനാ.’’

എന്നിട്ട്, എല്ലാം ഞാൻ ശരിയാക്കിയിട്ടുണ്ടെന്ന മട്ടിൽ എന്നെയൊരു നോട്ടം. കാലമാടൻ.

ഈ കോലം കത്തിക്കണ സമയത്ത് അവിടെ അടുത്ത പ്രദേശത്തെങ്ങാനും ഒരു മരണം നടന്നാൽ അതു കൊലക്കുറ്റമായി എന്റെ തലയിൽ വരുമോ എന്നൊരു ന്യായമായ സംശയം ചോദിക്കണമെന്നുണ്ടായിരുന്നെങ്കിലും വേണ്ടെന്നു വെച്ചു. വരാനുള്ളത് ഇങ്ങോട്ട് വന്നാൽ പോരെ, വണ്ടീം കേറി അങ്ങോട്ട് ചെന്നു കാണണ്ടല്ലോ. അവസാനം സംഗതി പുള്ളി ഒപ്പിട്ടുതന്നു. ഒരിത്തിരി നേരം കൂടി അവിടെനിന്നെങ്കിൽ എന്റെ പേരിൽ ഒരു പെറ്റി കേസ് വന്നേനേ, പോലീസ് സ്റ്റേഷനിൽ മൂത്രമൊഴിച്ചതിന്.

എന്തായാലും കാര്യങ്ങളെല്ലാം ഒരുവിധത്തിൽ നന്നായിത്തന്നെ നടന്നു. പൊലീസ് സ്റ്റേഷനിൽ പോയ വിശേഷം ചോദിച്ചവരോടൊക്കെ സർക്കിള് ഞങ്ങൾക്ക് ചായ വാങ്ങിത്തന്നെന്നും ഇനിയെന്തു പ്രശ്നമുണ്ടെങ്കിലും ചെന്നോളാൻ പറഞ്ഞിട്ടുണ്ടെന്നുമുള്ള സത്യങ്ങൾ ഞങ്ങൾ ഉറക്കെയുറക്കെ വിളിച്ചുപറഞ്ഞു. അതിനുശേഷം രണ്ടുമൂന്നു തവണകൂടി പൊലീസ് സ്റ്റേഷനിൽ പോയിട്ടുണ്ടെങ്കിലും (എന്തിനാന്ന് എന്നെ കൊന്നാലും ഞാൻ പറയില്ല!), ഇതുപോലെ പേടി തോന്നിയ അവസരം ഉണ്ടായിട്ടില്ല.

■

കുട്ടീഷ്ണവധം ബാലെ

ആയ കാലത്ത് അന്നാട്ടിലെ ബാലചന്ദ്രമേനോനായിരുന്നു കുട്ടീഷ്ണേട്ടൻ. ഉത്സവം, പള്ളിപ്പെരുന്നാള്, ക്ലബ്ബുകളുടെ വാർഷികം. ആഘോഷം ഏതുമായിക്കോട്ടെ, താരം കുട്ടീഷ്ണേട്ടൻ തന്നെ. അങ്ങനെ ഇന്ന പരിപാടി എന്നൊന്നുമില്ല. കഥ, തിരക്കഥ, സംഭാഷണം, അഭിനയം, കർട്ടൻ വലി, കപ്പലണ്ടിക്കച്ചവടം... ഏത് ഐറ്റവും പുള്ളി എടുക്കും.

അങ്ങനെ തരുണീമണികളുടെയെല്ലാം ഹാർട്ട് ത്രോബായി വിലസിയിരുന്ന കുട്ടീഷ്ണേട്ടൻ പക്ഷേ, ഗതകാല സ്മൃതികളിൽ ശവകുടീരങ്ങളുടെ മൗനം പേറി തന്റെ കൊട്ടാരത്തിൽ വിശ്രമജീവിതത്തിലാണിപ്പോൾ.

സംഭവം കഴിഞ്ഞ് വർഷം കുറേ ആയെങ്കിലും 'അയ്യേ, പുല്ല് വേണ്ടാർന്നു' എന്ന ഗദ്ഗദത്തോടെയല്ലാതെ കുട്ടീഷ്ണേട്ടന് ഓർമ്മിക്കാൻ കഴിയാത്ത കയ്പ്പുള്ള ഒരോർമ്മയാണ് കലാരംഗത്തുനിന്ന് വി.ആർ.എസ്. എടുക്കാൻ കാരണമായ പുള്ളിയുടെ ലാസ്റ്റ് സ്റ്റേജ് പെർഫോമൻസ്.

* * *

ഇന്ത്യൻ സ്വാതന്ത്ര്യസമരത്തിന് വളരെ വലിയ സംഭാവന നൽകിയ ഒരു മഹദ്വ്യക്തിയായിരുന്നു പീതാംബരേട്ടൻ. സ്വാതന്ത്ര്യസമരത്തിൽ പങ്കെടുത്തില്ല എന്നതുതന്നെയായിരുന്നു പുള്ളിയുടെ മഹത്തരമായ ആ സംഭാവന. അഥവാ പുള്ളിയെങ്ങാനും പങ്കെടുത്തിരുന്നെങ്കിൽ സമരത്തിനുള്ള ബാക്കിയുള്ളവർ മതിലുചാടിയെങ്കിലും ജാലിയൻ വാലാബാഗിൽ ചെന്ന് സ്വയം വെടികൊണ്ട് മരിച്ചേനേ. അമ്മാതിരി ദുരന്തമായിരുന്നു കക്ഷി.

തൊടുന്നതെല്ലാം ലോകതോൽവിയാക്കി മാറ്റാൻ പ്രത്യേകകഴിവുണ്ടായിരുന്ന, തന്റെ ക്ലാസ്സ് മേറ്റും ഗ്ലാസ്സ്മേറ്റുമായ പീതാംബരേട്ടനെ, ഒന്നര ലിറ്റർ അരിസ്ട്രോക്രാറ്റിന്റെ പുറത്ത് ഒരു ദുർബ്ബലനിമിഷത്തിൽ

നൽകിയ പ്രോമിസിന്റെ പേരിൽ വിഷുപ്പൂരത്തിന്റന്ന് കളിച്ച സിനിമാറ്റിക് ഡാൻസിൽ കൂടെക്കളിപ്പിച്ചു എന്നൊരു തെറ്റേ കുട്ടീഷ്ണേട്ടൻ ചെയ്തുള്ളൂ.

പൂരവും വെടിക്കെട്ടും കഴിഞ്ഞ് കലാപരിപാടികൾ കണ്ട് ആവേശഭരിതരായിരിക്കുന്ന ജനസാഗരത്തിനുമുന്നിൽ ആകാംക്ഷയുടെ നിമിഷങ്ങൾക്കൊടുവിൽ, 'അടുത്തതായി ശ്രീ. പി.കെ. കുട്ടികൃഷ്ണൻ അവതരിപ്പിക്കുന്ന സിനിമാറ്റിക്ക് ഡാൻസ്' എന്ന അനൗൺസ്മെന്റോടെ ആരാധകരുടെ കരഘോഷങ്ങൾക്കിടയിൽ വിശ്വാമിത്രന്റെ തപസ്സിളക്കാൻ വന്ന മദാലസസുന്ദരി മേനകയായി വമ്പിച്ച മേക്ക് ഓവറിൽ പീതാംബരേട്ടനും, 'കയ്യെപ്പുടിക്കണം സ്വാമീ' ഇട്ട് തകർത്തുകളിക്കുന്ന പീതാംബരേട്ടന്റെ മാദകനൃത്തത്തിൽ മയങ്ങാതെ കണ്ണുകൾ ഇറുക്കിയടച്ച് ഇരുകൈകളും മുകളിലേക്കുയർത്തി മനസ്സ് കല്ലാക്കി ഒറ്റക്കാലിൽ കൊടുംതപസ്സിലമർന്ന് വിശ്വാമിത്രനായി കുട്ടീഷ്ണേട്ടനും സ്റ്റേജിൽ അവതരിച്ചു.

സംഭവം ഗംഭീരമായി പോയിക്കൊണ്ടിരിക്കുന്നതിനിടയ്ക്കാണ് മഹർഷിയെ മയക്കാനുള്ള അടവുകളുടെ ഭാഗമായി ആവശ്യമുള്ളതിൽ കൂടുതൽ ആത്മാർത്ഥത കാണിച്ച മേനക വിശ്വാമിത്രന്റെ പുറകിൽ ആകെമൊത്തം ഒന്നുഴിഞ്ഞതും കഥാപാത്രത്തോട് നൂറു ശതമാനം നീതി പുലർത്താനായി വസ്ത്രധാരണത്തിലും റിയലിസ്റ്റിക്കായി നിന്ന വിശ്വാമിത്രന്റെ ആകെയുള്ള വസ്ത്രശകലമായ, കാലിനിടയിലൂടെ ചുറ്റിക്കെട്ടി പുറകിൽ കുത്തിവെച്ച കാവിമുണ്ട് താങ്ങിനിർത്തിയിരുന്ന ഏക ജോയിന്റിൽ ആക്സിഡന്റലായി മേനകയുടെ കൈ കുടുങ്ങിയതും സംഗതി ഊർന്ന് താഴെപ്പോയതും.

ഡിസ്കോലൈറ്റിന്റെ മാസ്മരികതയിൽ ചിക്കൻ ഷവായി കുത്തനെ നിർത്തിയ പോലെ പച്ചയ്ക്ക് നിൽക്കുന്ന കുട്ടീഷ്ണേട്ടനെ നോക്കി കാണികൾ ആഹ്ലാദാരവം മുഴക്കി.

''ഹൗ, മ്മടെ കുമാരന്റെ ചെക്കൻ കുട്ടീഷ്ണൻ, ന്തൂട്ടാ അവന്റൊരു ഡെഡിക്കേഷൻ'' എന്ന് മുൻ നിരയിലിരുന്ന കാണികൾ അടക്കം പറഞ്ഞു. എഴുന്നള്ളിക്കാൻ കൊണ്ടുവന്ന് അമ്പലപ്പറമ്പിൽ ചങ്ങലയ്ക്കിട്ട് നിർത്തിയിരുന്ന ആന അകലെനിന്ന് കുട്ടീഷ്ണേട്ടന്റെ ഡെഡിക്കേഷൻ ഒരു മിന്നായം പോലെ കണ്ട് തിന്നോണ്ടിരുന്ന ഓലപ്പട്ടപോലും വലിച്ചെറിഞ്ഞ് ചങ്ങലപൊട്ടിച്ചോടാൻ ശ്രമം നടത്തി.

ഇടയ്ക്കൊരു സ്ട്രാറ്റജിക്ക് ടൈംഔട്ട് വിളിച്ച് കർട്ടന്റെ കയർ ചുറ്റിക്കെട്ടിവെച്ച് മുള്ളാൻ പോയിരുന്ന കർട്ടൻവലിക്കാരൻ, ആർപ്പും വിളിയും കേട്ട് 'ഹൈ,സംഗതി ഏറ്റൂല്ലോ' ന്നും പറഞ്ഞ് തിരിച്ചുവന്ന്

സ്റ്റേജിലെ ഭക്തിനിർഭരമായ കാഴ്ച കണ്ട് കർട്ടനിടാൻ പോലും മറന്ന് ആനന്ദാശ്രു പൊഴിച്ച് കൈയും കൂപ്പി കണ്ണും തള്ളിനിന്നു.

പരിപൂർണ്ണമായും കാരക്കൂറിലായിക്കഴിഞ്ഞിരുന്ന വിശ്വാമിത്രൻ മാത്രം സംഭവമൊന്നുമറിയാതെ കൊടുംതപസ്സിൽ മുഴുകി കാനായി കുഞ്ഞിരാമന്റെ പ്രതിമപോലെ സ്റ്റില്ലായിനിന്നു. ഒടുവിൽ, വള്ളി പൊട്ടിയ എട്ടിഞ്ചിന്റെ ഹവായ് ചപ്പലൊരെണ്ണം മോന്തയ്ക്ക് വന്നു കൊണ്ടപ്പോഴാണ് വിശ്വാമിത്രൻ ധ്യാനത്തിൽ നിന്നുണർന്നത്.

ആപ്പിള് തിന്ന ആദത്തിനെപ്പോലെ സ്വന്തം ബോഡി ക്ലോസപ്പിൽ കണ്ട് ഞെട്ടിയ തരിപ്പിൽ ഒരെത്തുംപിടിയും കിട്ടാതെ ഒന്നര സെക്കന്റ് ന്യൂട്രലിട്ട് നിന്ന കുട്ടീഷ്ണേട്ടൻ, പെട്ടെന്നുണ്ടായ റിഫ്ളക്സിൽ ക്ലച്ച് പോലും കൊടുക്കാതെ ഗിയറിട്ട് ഒറ്റയോട്ടം വെച്ചുകൊടുത്തെ ങ്കിലും കാലിന്റിടയിൽ കിടന്നിരുന്ന മുണ്ട് കാലേചുറ്റി തലയും തല്ലി ക്രാഷ് ലാൻഡ് ചെയ്തത് സ്റ്റേജിന്റെ പുറത്തോട്ടായിരുന്നു.

മണ്ണിലിറങ്ങിയ താരത്തെ കൺമുന്നിൽ കണ്ട് ആനന്ദനൃത്തം ചവിട്ടുന്ന ആരാധകർക്കിടയിലൂടെ നൂറേനൂറിൽ പാഞ്ഞ പുള്ളി അവസാനഷെൽട്ടർ എന്ന നിലയിൽ ഫസ്റ്റ് ഓപ്ഷനായി തിരഞ്ഞെ ടുത്തത് അമ്പലക്കുളമായിരുന്നു. തിക്കും തിരക്കുമെല്ലാം ഒഴിഞ്ഞ് ഉടുമുണ്ട് കിട്ടുന്നതുവരെ മീനുകൾക്ക് എന്റർടെയിൻമെന്റായി കഴു ത്തൊപ്പം വെള്ളത്തിൽ അറ്റൻഷനായി നിന്നനിൽപ്പിലായിരുന്നു കലാജീവിതത്തിലേക്ക് ഇനിയൊരു തിരിച്ചുവരവില്ലെന്ന് കുട്ടീ ഷ്ണേട്ടൻ ശപഥം ചെയ്തത്.

* * *

പീതാംബരേട്ടനും സാവിത്ര്യേച്ചിയും കൂടി അന്തിക്കാട് ആരാധന യിൽ നിന്ന് 'ആട്ടക്കലാശം' കണ്ട് തിരിച്ചുപോണവഴിക്ക് രണ്ടുമുഴം മുല്ലപ്പൂവും വാങ്ങി വീട്ടിൽ ചെന്ന്, 'നാണമാകുന്നു മേനി നോവുന്നു' ഡ്യുയറ്റ് പാടി ഡാൻസ് കളിച്ചതിന്റെ ആഫ്റ്റർ ഇഫക്ടായിരുന്നു കൃത്യം ഒമ്പതാംമാസം ഇന്നാപിടിച്ചോന്നും പറഞ്ഞ് സാവിത്ര്യേച്ചി പുല്ലുപോലെ പെറ്റിട്ട രതീഷ് കുമാർ.

അച്ഛന്റെ ചീത്തപ്പേരിന് മോശം വരുത്താതെ, ജനറ്റിക് സയൻ സിന്റെ കൃത്യമായ പ്രവർത്തനം മൂലം അങ്ങേരേക്കാൾ വലിയ തോൽവിയായി രതീഷ് കുമാർ പനപോലെ വളർന്നുപൊങ്ങി. പാരമ്പര്യമായി കൈമാറിക്കിട്ടിയ ലോകതോൽവി എന്ന ലേബലിൽ നിന്നും മോചനം നേടാനായുള്ള രതീഷിന്റെ അശ്രാന്തശ്രമങ്ങളുടെ ഭാഗമായിരുന്നു ശിവരാത്രിപരിപാടികൾക്കായി അമ്പലത്തിന്റെ

സൈഡിൽ കെട്ടിയ സ്റ്റേജിൽ അരങ്ങേറിയ 'ബാലിവധം' നാടകത്തിലൂടെ രതീഷിന്റെ കലാരംഗത്തേക്കുള്ള കാൽവെപ്പ്.

രതീഷിന്റെ സ്നേഹപൂർണ്ണമായ നിർബന്ധത്തിനു വഴങ്ങി, സംഭവം തട്ടേൽ കേറാനുള്ള ഫുൾ സെറ്റപ്പ് താൻ തന്നെ ചെയ്തോളാമെന്ന രതീഷിന്റെ ഉറപ്പിൽ, ദൃഢപ്രതിജ്ഞയ്ക്ക് ഇളവുകൊടുത്ത് കലാരംഗത്തേക്ക് തിരിച്ചെത്തിയ എവർ ഗ്രീൻ സൂപ്പർ സ്റ്റാർ കുട്ടീഷ്ണേട്ടനായിരുന്നു സംഭവം തിരക്കഥയെഴുതി സംവിധാനം ചെയ്ത് അണിയിച്ചൊരുക്കിയത്. ബാലിയുടെ വേഷം തനിക്കുതന്നെ വേണമെന്നുള്ള വളരെ ചെറിയൊരു കണ്ടീഷൻ മാത്രമേ രതീഷിനുണ്ടായിരുന്നുള്ളൂ.

അങ്ങനെ കാത്തിരിപ്പുകൾക്കൊടുവിൽ, തിങ്ങിനിറഞ്ഞ ആരാധകവൃന്ദത്തിനുമുന്നിൽ ഭക്തിനിർഭരമായ അന്തരീക്ഷത്തിൽ ബാലിവധം അരങ്ങേറി. പീതാംബരേട്ടന്റെയും സാവിത്ര്യേച്ചിയുടെയും പൊന്നാങ്കട്ട രതീഷ് കുമാർ വാനരരാജാവ് ബാലിയായി കലാരംഗത്തെ അരങ്ങേറ്റം കുറിച്ചു.

പക്ഷേ ആട്ടുംകാട്ടത്തിന് പെപ്പറോണി ടോപ്പിങ്ങ്സ് ഇട്ടാലും അൾട്ടിമേറ്റ്ലി സംഗതി ആട്ടുംകാട്ടം തന്നെയാണല്ലോ. വരാനുള്ള പണി അന്നും വണ്ടിയും പിടിച്ചുവന്ന് കുട്ടീഷ്ണേട്ടനെ വെയിറ്റ് ചെയ്യുന്നുണ്ടായിരുന്നു. വിധിയുടെ വിളയാട്ടം എന്നല്ലാതെന്തുപറയാൻ. കുട്ടീഷ്ണോം കീ സിന്ദഗീ ജോ കഭീ നഹീ ഘതം ഹോ ജാത്തീ ഹേ...!

* * *

സ്റ്റേജിൽ കേറുന്നതിനുമുൻപായി കോൺഫിഡൻസ് ടോപ്പപ്പ് ചെയ്യാൻ ഷാപ്പിൽ പോയ ബാലിയും സുഗ്രീവനും ശ്രീരാമനും നാടകം തുടങ്ങുന്നതിനുമുൻപേതന്നെ യുദ്ധം തുടങ്ങിയേടത്തായിരുന്നു സംഭവപരമ്പരകളുടെ തുടക്കം.

ഷാപ്പിലേക്ക് പോകുമ്പോ 'അമ്പത് പൈസേം കൂടെ ഉണ്ടാരുന്നെങ്കി തീപ്പെട്ടീം വാങ്ങാർന്നൂ'ന്നൊക്കെയുള്ള ലോ ബഡ്ജറ്റ് ഡിസ്കഷനുകളുകളിൽ തുടങ്ങി, തിരിച്ചുവരുമ്പോ ലക്ഷങ്ങളുടെയും കോടികളുടെയും കണക്കുകളിലെത്തി ഒന്നും രണ്ടും പറഞ്ഞ് മൂന്നുപേരും തമ്മിൽ തെറ്റി ഉന്തും തള്ളുമാവുകയായിരുന്നു.

വിവരമറിഞ്ഞെത്തിയ കുട്ടീഷ്ണേട്ടൻ ഒരുവിധത്തിൽ ബാലിയേം സുഗ്രീവനേം കോംപ്രമൈസാക്കിയെങ്കിലും നാടകത്തിന് ഇനിയെന്റെ പട്ടി വരുമെന്നും പറഞ്ഞ് ശ്രീരാമൻ പിണങ്ങി വനവാസത്തിന് പോയി.

ഷോർട്ട് നോട്ടീസിൽ പെട്ടെന്നൊരുത്തനെ തപ്പിയെടുത്ത് സ്റ്റേജിൽ കേറ്റാൻ പറ്റില്ലെന്നുറപ്പായപ്പോഴാണ്, ചന്ദ്രനിൽ കിടക്കുന്ന പണി റോക്കറ്റിൽ പോയി പിടിക്കുന്നത് ഹോബിയാക്കിയ കുട്ടീഷ്ണേട്ടൻ ആകെ രണ്ടോ മൂന്നോ സീനല്ലേ എന്ന ധൈര്യത്തിൽ ശ്രീരാമവേഷം സ്വയം ഏറ്റെടുത്തത്.

അങ്ങനെയൊടുവിൽ, ആകാംക്ഷകൾക്ക് വിരാമമിട്ട് അനിശ്ചിതത്വങ്ങൾക്കിടയിൽ ബാലിവധം അരങ്ങേറി.

ചെറിയൊരു തീപ്പൊരിയിൽപ്പോലും പൊട്ടിത്തെറിച്ചേക്കാമെന്ന ആമ്പിയൻസിൽ, ഉള്ളിലെ കലിപ്പ് അടക്കിവെച്ച് ബാലിയും സുഗ്രീവനും സ്റ്റേജിൽ കേറി.

നാടകം ക്ലൈമാക്സിലേക്കടുക്കുന്നു. രംഗത്ത് ബാലിയും സുഗ്രീവനും തമ്മിലുള്ള യുദ്ധരംഗം പൊടിപൊടിക്കുന്നു. യുദ്ധത്തിനിടയ്ക്ക് ഒളിച്ചുനിൽക്കുന്ന ശ്രീരാമന്റെ അമ്പുകൊണ്ട് ബാലി പിടഞ്ഞുവീഴുന്ന സീൻ റിയലിസ്റ്റിക്ക് ആക്കാനുള്ള പ്രോപ്പർട്ടീസ് നേരത്തേതന്നെ സ്റ്റേജിൽ സെറ്റ് ചെയ്ത് വെച്ചിരുന്നു.

അമ്പെയ്യുന്ന സമയമാകുമ്പോൾ ബാലി സ്റ്റേജിൽ കിടക്കുന്ന അമ്പെടുത്ത് ചുവന്ന മഷി നിറച്ച ചെറിയ ബലൂൺ കുത്തിപ്പൊട്ടിച്ച് അമ്പും ചേർത്ത് നെഞ്ച് പൊത്തിപ്പിടിച്ച് രക്തത്തിൽ കുളിച്ച് താഴെ വീഴണം. പ്ലാനിങ് എല്ലാം പെർഫെക്ടായിരുന്നു.

പക്ഷേ ഷാപ്പിലെ ഫ്ളാഷ്ബാക്ക് ഉള്ളിൽ കയറിയ ബാലിയും സുഗ്രീവനും കാരക്ടറീന്ന് പോയി നല്ല മുട്ടൻ അടിയായി. സംഭവം ആക്റ്റിംഗാണെന്നോർത്ത് ജനം ആവേശപുളകിതരായി വിസിലടിച്ചു. മല്ലയുദ്ധത്തിനിടയ്ക്ക് റിഹേഴ്സലിന്റെ ടൈമിലൊന്നും കാണാത്ത കൂമ്പിനിടിയും കൊങ്ങയ്ക്ക് പിടിയും പള്ളയ്ക്കിട്ട് കുത്തുമെല്ലാം കണ്ട് നെക്സ്റ്റ് സീനിലെ മാസ്സ് എൻട്രിക്ക് വെയിറ്റ് ചെയ്ത് നിന്നിരുന്ന കുട്ടീഷ്ണേട്ടൻ മാത്രം ശ്രീരാമവേഷത്തിൽ അന്തംവിട്ടു നിന്നു.

അമ്പെയ്യേണ്ട സമയമെത്തി. സൗണ്ടെല്ലാം നേരത്തെ റെക്കോർഡ് ചെയ്തതോണ്ട് പിഷ്ക്യോന്നുള്ള അമ്പിന്റെ സൗണ്ടും പുറകേ ബാലിയുടെ കരച്ചിലുമെല്ലാം കൃത്യസമയത്തുതന്നെ എത്തി. ബാലിയുടെ തല പക്ഷേ സുഗ്രീവന്റെ കക്ഷത്തിനുള്ളിലായിരുന്നതോണ്ട് പുള്ളിക്ക് മരിച്ചുവീഴാൻ ഗ്യാപ്പ് കിട്ടിയില്ല.

സംഗതി കയ്യീന്ന് പോണെന്ന് മനസ്സിലായ കുട്ടീഷ്ണേട്ടൻ 'അമ്പെടുത്ത് നെഞ്ചീ കുത്തടാ കൊരങ്ങാ'ന്ന് അലറിവിളിച്ചതും

സുഗ്രീവൻ തറയിൽ കിടന്നേരുന്ന അമ്പെടുത്ത് ബാലിയുടെ നെഞ്ചിനിട്ട് കീച്ചിയതും ഒരുമിച്ചായിരുന്നു.

സുഗ്രീവൻ ബാലിയെ ചാമ്പുന്ന, സ്ക്രിപ്റ്റിലില്ലാത്ത സീനും കൂടെ കണ്ടതോടെ പണി കംപ്ലീറ്റായി പാളിയെന്നുറപ്പായ ശ്രീരാമൻ ഉത്തരീയം ഊരി തലയിൽക്കെട്ടി രണ്ടുപേരേം പിടിച്ചുമാറ്റാൻ സ്റ്റേജിലേക്ക് ഓടി. ഒരു കാര്യോമില്ലായിരുന്നു.

കലിപ്പ് മൂത്ത് പ്രാന്തായി നിന്നിരുന്ന ബാലിയും സുഗ്രീവനും വേണ്ടാത്ത കാര്യത്തിലിടപെടാൻ ചെന്ന ശ്രീരാമനെ കണ്ണീച്ചോരയില്ലാതെ തള്ളിമറിച്ചിട്ട് പുള്ളീടെ നെഞ്ചിൽ ചവിട്ടുനാടകം നടത്തി.

ഗ്രീൻ റൂമിൽ ബീഡി വലിച്ചോണ്ടിരുന്ന സീതാദേവി ശ്രീരാമചന്ദ്രന്റെ വല്യവായിലുള്ള കാറല് കേട്ട് സാരീം മടക്കിക്കുത്തി ഓടിയെത്തി, ബാലിയും സുഗ്രീവനും കൂടെ ശ്രീരാമന്റെ മുതുകിൽ കേറി ഏഴിമലപ്പൂഞ്ചോല കളിക്കണെ സീൻ കണ്ട് തെലുങ്കുപടം കണ്ട ഐസക്ക് ന്യൂട്ടനെപ്പോലെ കിളിപോയി നിന്നു.

രണ്ടാമൂഴത്തിനും വടക്കൻ വീരഗാഥയ്ക്കും ശേഷമുള്ള ഏറ്റവും വലിയ പൊളിച്ചെഴുത്തിലൂടെ, ബാലിയും സുഗ്രീവനും കൂടി ശ്രീരാമദേവനെ വാരിവലിച്ചിട്ടടിക്കുന്ന മാരകമായ ക്ലൈമാക്സ് ട്വിസ്റ്റ് കണ്ട് ജനം ഞെട്ടിത്തരിച്ചു.

ഒടുവിൽ കമ്മറ്റിക്കാരെത്തി ബാലിയേം സുഗ്രീവനേം പിടിച്ചുമാറ്റി, ടാറുണങ്ങാത്ത റോട്ടിൽ വീണ ഓന്തിനെപ്പോലെ കിടന്ന കുട്ടീഷ്ണേട്ടനെ സ്റ്റേജീന്ന് വടിച്ചെടുത്തോണ്ടുപോണവഴിക്ക് പുള്ളി ഒന്നേ പറഞ്ഞുള്ളൂ.

‘‘അഭിനയിച്ചോണ്ടിരിക്കുമ്പോ സ്റ്റേജീക്കിടന്ന് മരിക്കണമെന്ന് പണ്ടുമുതലേ വല്ല്യ ആഗ്രഹമായിരുന്നു. ഇന്നത്തോടെ അതിനൊരു തീരുമാനമായേനേ. ജസ്റ്റ് മിസ്സ്...!’’

■

സോമെതിൻ ഗുണുസ്വാൽ

കാജാ ബീഡിക്കും പിടിച്ചുനിർത്താനാവാതെ കണ്ണുകളടഞ്ഞു തുടങ്ങിയ അർദ്ധരാത്രിയുടെ ഏതോ നിശ്ശബ്ദനിമിഷങ്ങളിലാണ് ആ വലിയ വീട്ടിലെ ഹാളിൽ വെച്ച് അശരീരിപോലെ ഒരു ശബ്ദം വന്നത്.

''സോമെതിൻ ഗുണുസ്വാൽ...''

അമ്പരപ്പിന്റെ നിമിഷങ്ങൾക്കൊടുവിൽ വലിച്ചുതള്ളിയ പുകച്ചുരുളുകൾ വകഞ്ഞുമാറ്റി ഒന്നുകൂടി സൂക്ഷിച്ച് നോക്കിയപ്പോൾ അശരീരിയുടെ ഉദ്ഭവസ്ഥാനം പിടികിട്ടി. അരുൺ.

''ന്തൂട്ടാന്ന്?'' ഏറെക്കുറെ കോറസ്സായിട്ടായിരുന്നു ഞങ്ങളുടെ ചോദ്യം.

''സോമെതിൻ ഗുണുസ്വാൽ''

പിന്നേം അതുതന്നെ.

ചുമരിലെ ഏതോ ഒരു ഭാഗത്തേക്ക് തറച്ചുനോക്കി കണ്ണുകൾ പോലുമനക്കാതെയാണവനത് പറയുന്നത്.

പരിചയമുള്ള ഭാഷയല്ല. മലയാളം പോലും മര്യാദയ്ക്കറിയാത്ത അവൻ മറ്റൊരു ഭാഷ പറയുമെന്ന് കരുതാനും വയ്യ. അന്തം വിട്ട് കണ്ണുതള്ളി ഞങ്ങൾ പരസ്പരം നോക്കി.

ഇത്രേം നേരം ഒരു പ്രശ്നവുമില്ലാതെ ഇരുന്നവനാണ്. പെട്ടെന്നിതെന്ത് പറ്റി.

''സോമെതിൻ ഗുണുസ്വാൽ''

പിന്നേം അതുതന്നെ പറഞ്ഞ് അവൻ ചുമരിലേക്ക് ചൂണ്ടി.

അവടെ നോക്കീട്ട് നാനയിലെയും ചിത്രഭൂമിയിലെയും കൊറേ നടുപ്പേജുകൾ ഒട്ടിച്ചതും ചില ഭാഗത്ത് കുമ്മായം ഇളകിയതും മാറാല പിടിച്ചതുമല്ലാതെ വേറൊരു പുല്ലും ഞങ്ങളാരും കണ്ടില്ല.

''ചുമ്മാ ഇട്ട് ഒണ്ടാക്കാതെ കാര്യം തെളിച്ചുപറയെടാ മൈത്താണ്ടീ.'' ഞങ്ങക്ക് ചെറിയ രീതിയിൽ പേടി കേറിത്തുടങ്ങി.

കൊറേ നാളായിട്ട് അടച്ചുപൂട്ടിയിട്ടിരുന്ന വീടാണ്. ആ ചുറ്റുവട്ടത്തൊന്നും വേറൊരു വീടുപോലുമില്ല. പോരാത്തതിന് വെള്ളിയാഴ്ചയും. പണ്ടെങ്ങാണ്ട് തൊട്ടടുത്തുള്ള കുളത്തില് മുങ്ങിച്ചത്ത, ബാധയൊഴിപ്പിക്കലൊക്കെ ഉണ്ടായിരുന്ന ഒരു തങ്ങളുടെ പ്രേതത്തെക്കുറിച്ച് നാട്ടുകാര് ഓരോന്ന് പറയാറുള്ളതുപോലും മൈൻഡ് ചെയ്യാതെ, മനസ്സമാധാനമായിരുന്ന് വെള്ളമടിക്കാനുള്ള ഒരു സെറ്റപ്പ് ആകുമല്ലോന്നോർത്താണ് കമ്പൈൻഡ് സ്റ്റഡിക്കെന്നും പറഞ്ഞ് അവന്റെ മാമന്റെ കയ്യും കാലും പിടിച്ച് ഒരുവിധത്തിൽ താക്കോലും ഒപ്പിച്ച് അവിടെ ചെന്ന് കേറിയത്.

പതിവില്ലാതെ ആളും അനക്കവും കണ്ട് തങ്ങളെങ്ങാനും ഇറങ്ങിയതാണോ? അങ്ങേരുടെ മന്ത്രം വല്ലതുമാകുമോ ഇവനീ പുലമ്പുന്നത്?

ഒന്നര ലിറ്റർ റമ്മ് നിന്നനിൽപ്പിൽ ആവിയായിപ്പോയി.

അവനാണെങ്കി ചുമരിലേക്ക് തുറിച്ചുനോക്കി ഒരേ ഇരിപ്പാണ്. എന്നിട്ട് പിന്നേം അതുതന്നെ പറയും.

''സോമെതിൻ ഗുണുസ്വാൽ.''

ഇറങ്ങി ഓടിയാലോന്നൊക്കെയുണ്ട്. പക്ഷേ എങ്ങോട്ടോടാൻ. മുട്ടൻ ഇരുട്ടാണ് പുറത്ത്. അധികം പരിചയമില്ലാത്ത സ്ഥലവും. വഴിപോലും മര്യാദക്കറിഞ്ഞൂടാ.

എന്തുവേണമെന്ന് ഡൗട്ടടിച്ച് ഞങ്ങളങ്ങനെ പരസ്പരം നോക്കി നിക്കുമ്പോ അവൻ മെല്ലെ എഴുന്നേറ്റു.

പതിയെ ചുമരിനടുത്തേക്ക് നടന്നു.

അവിടെച്ചെന്ന് അവനത് തൊട്ടുകാണിച്ചു,

എന്നിട്ട് വീണ്ടും പറഞ്ഞു.

''സോമെതിൻ ഗുണുസ്വാൽ.''

അവിടെ....

ആ ചുമരിൽ....

ഒട്ടിച്ചിരുന്ന സിനിമാപ്പേജുകൾക്കിടയിലെ ഒരു പോസ്റ്ററിൽ...

ഒരു സിനിമയുടെ ടാഗ് ലൈനായി ഇങ്ങനെ എഴുതിയിരുന്നു.

''SOMETHING UNUSUAL''

■

ജോക്കി ഓർ നത്തിങ്ങ്

തൃശ്ശൂർ സെന്റ് തോമസ് കോളേജ്. ഇ.എം.എസ്. നമ്പൂതിരിപ്പാടും വി.എം. സുധീരനും മഹേഷുമൊക്കെ പഠിച്ച മഹത്തായ പാരമ്പര്യമുള്ള കലാലയം. (സൂക്ഷിച്ച് നോക്കണ്ട, എന്റെ പേര് തന്നെയാണ് ഉദ്ദേശിച്ചത്.)

അവിടെയായിരുന്നു ഞാൻ പ്രീഡിഗ്രിക്ക് പഠിച്ചത്. അന്ന് ആ കോളേജ് മിക്സഡ് ആയിരുന്നില്ല. ആമ്പിള്ളേര് മാത്രം. പിന്നീട് ഏതൊക്കെയോ കോഴ്സുകൾക്ക് പെമ്പിള്ളേർക്ക് കൂടെ അഡ്മിഷൻ കൊടുത്തുതുടങ്ങിയെന്ന് കേട്ടു. അല്ലേലും അതങ്ങനല്ലേ, കാക്കയ്ക്ക് വായിൽ പുണ്ണ് ഇല്ലാത്തപ്പോ അത്തിപ്പഴം പഴുത്ത പതിവില്ലല്ലോ.

ആകപ്പാടെയുള്ള ആശ്വാസം ക്ലാസ്സ് കട്ട് ചെയ്തുള്ള സിനിമയ്ക്ക് പോക്കാണ്. ഒരുമാതിരിപ്പെട്ട പടങ്ങളൊക്കെ റിലീസിന്റെ അന്ന് തന്നെ കാണുമായിരുന്നു.

ആയിടയ്ക്കാണ് കാതൽദേശം റിലീസ് ആയത്. റഹ്മാന്റെ ഗംഭീര പാട്ടുകളും അബ്ബാസ് എന്ന ചുള്ളന്റെ ഇൻട്രോയും ഒക്കെ ആയി വമ്പിച്ച ഹൈപ്പ് ആയിരുന്നു പടത്തിന്. (ആ അബ്ബാസ് ദേ ഇപ്പൊ ഹാർപ്പിക്കും കൊണ്ട് വീടുതോറും കേറിയിറങ്ങി കക്കൂസ് കഴുകിക്കൊടുക്കുന്നു. ഇത്രേയുള്ളൂ മനുഷ്യന്റെ കാര്യം)

രാഗത്തിലായിരുന്നു റിലീസ്. ഫസ്റ്റ് ഡേ നൂൺഷോയ്ക്ക് തന്നെ വെച്ചുപിടിച്ചു. മുടിഞ്ഞ തിരക്ക്.

രണ്ട് ഗേയ്റ്റാണ് അവിടെ. രണ്ടിന്റേം മുന്നില് ജനപ്രളയം. ടിക്കറ്റ് കൊടുക്കാൻ നേരത്തുമാത്രമേ ഗേയ്റ്റ് തുറക്കൂ. ആ നേരത്തൊരു മരണവെപ്രാളമായിരിക്കും. എങ്ങാനും ഇടയിൽപ്പെട്ടാൽ ജ്യൂസടിച്ച കരിമ്പിന്റെ അവസ്ഥയായിരിക്കും.

കൊറേ ടീമുകള് ഗേയ്റ്റ് ചാടി അകത്ത് കടക്കുന്നുണ്ട്. ചാടിയിട്ട് ഒരൊറ്റ ഓട്ടമാണ് ടിക്കറ്റ് കൊടുക്കണ തുരങ്കത്തിന്റെ അകത്തേക്ക്. പരിപാടി വളരെ സിമ്പിളാണ്.

പക്ഷേ ഈ ഗേയ്റ്റ് എന്ന് പറഞ്ഞാൽ ചില്ലറ ഐറ്റമൊന്നുമല്ല. നല്ല ഹൈറ്റുണ്ട്. നോക്കീം കണ്ടും ചാടിയില്ലെങ്കി മൂലമറ്റം പവർ ഹൗസ് തരിപ്പണമാവും. അതുകൊണ്ടൊരു പേടി.

വേണോ വേണ്ടയോന്ന് കൊറേ നേരം ഡൗട്ടടിച്ച് നിന്നിട്ട് അവ സാനം ഞാൻ ഇങ്കി പിങ്കി പോങ്കി അൽഗോരിതം ഉപയോഗിച്ച് ഒരു തീരുമാനത്തിലെത്തി. ചാടിയേക്കാം.

വാരഫലം അനുസരിച്ച് എനിക്കന്ന് ഗുളികന്റെ അപഹാരമായി രുന്നെന്നും മാനഹാനിക്കും അംഗഭംഗത്തിനും വരെ ചാൻസുണ്ടാ യിരുന്നെന്നും പിറ്റേന്ന് മംഗളം വാരികയിൽ വായിച്ചപ്പഴേ എനിക്ക് മനസ്സിലായുള്ളൂ. പക്ഷേ ഗുളികന് സംഗതി നേരത്തേതന്നെ അറി യാർന്നു. വലിഞ്ഞുകേറി ടോപ്പിലെത്തി താഴേക്ക് നോക്കിയപ്പോ ദാണ്ടെ നിക്കണ് ഗുളികൻ ഗേയ്റ്റിന്റെ ചോട്ടില്, പൊലീസ് യൂണി ഫോമില്. പുള്ളി ലാത്തിയൊക്കെ പിടിച്ച് എന്നെ കലിപ്പിട്ട് നോക്കി ഒരേ നിൽപ്പ്.

ഞാനാണെങ്കി അന്തരീക്ഷത്തിൽ തള്ളവിരലുകൊണ്ട് കളവും വരച്ച് 'ഇങ്ങനൊന്നും നോക്കിക്കൂടാ, ഞാൻ ചാടാൻ വരുമ്പൊ ശെരിക്കും മാമൻ അപ്പറത്തോട്ട് പോണം'ന്നൊക്കെ പറഞ്ഞ് ഗേയ് റ്റിന്റെ മണ്ടയ്ക്കിരിപ്പാണ്.

ഇപ്പോ പുള്ളി മാത്രമല്ല, താഴെ നിക്കണ ജനം മൊത്തം എന്നെ യാണ് നോക്കണത്. ഏതാണ്ടീ കാഴ്ചബംഗ്ലാവിന്റെ മതിലിൽ ഇരി ക്കണ കൊരങ്ങന്റെ അവസ്ഥ.

പൊലീസുകാർക്കെന്താ ഈ വീട്ടിൽ കാര്യം എന്ന ഭാവത്തിൽ ദയനീയമായി നോക്കിയ എന്നെ, നിന്റെ ഓരോ അരിമണിയായി പെറുക്കിയെടുക്കാൻ വന്നതാണെന്ന ഭാവത്തിൽ ക്രൂരമായി നോക്കി ക്കൊണ്ട് പുള്ളി അലറി.

"ചാടടാാാാ..."

കേക്കേണ്ട താമസം, ഞാനൊരൊറ്റ ചാട്ടം വെച്ചുകൊടുത്തു. ചാടിത്തുടങ്ങിയതിനുശേഷമാണ് മനസ്സിലായത് പുള്ളി പറഞ്ഞത് പുറത്തേക്ക് ചാടാനാണെന്ന്. ആ തിരിച്ചറിവിന്റെ വെപ്രാളത്തിൽ ചാട്ടം ക്യാൻസൽ ചെയ്യാൻ ഞാനൊരു വിഫലശ്രമം നടത്തിനോക്കി. പക്ഷേ ചീറ്റിപ്പോയി. കൈ വിട്ട ചാട്ടവും ട്യൂബ് വിട്ട പേസ്റ്റും തിരി ച്ചെടുക്കാനാവില്ലെന്നാണല്ലോ.

അങ്ങനെ ഭൂഗുരുത്വാകർഷണനിയമത്തെ വെല്ലുവിളിക്കാനുള്ള ശ്രമം ദയനീയമായി പരാജയപ്പെട്ട് തലകുത്തനെ കീഴ്പ്പോട്ട് പോയി ക്കൊണ്ടിരിക്കണതിന്റെ ഇടയ്ക്കാണ് ഞാനാ ഞെട്ടിക്കുന്ന കാഴ്ച

കണ്ടത്. എന്റെ മുണ്ട് അതാ സമാധാനത്തിന്റെ വെള്ളക്കൊടി പോലെ ഗേയ്റ്റിന്റെ മുകളിൽ തൂങ്ങിക്കിടക്കുന്നു.

ചുരുക്കിപ്പറഞ്ഞാൽ ഒളിമ്പിക്സിൽ പ്ലാറ്റ്ഫോം ഡൈവിങ്ങ് ചെയ്യണ പെണ്ണുങ്ങളുടെ അവസ്ഥയിലായിരുന്നു ഞാൻ. സെയിം യൂണിഫോം... സെയിം പൊസിഷൻ...

പിന്നെയെനിക്ക് പ്രത്യേകിച്ചൊന്നും ചെയ്യാനില്ലായിരുന്നു. ഗുളികന്റെ പ്രവർത്തനഫലമായി തട്ടും തടവും കൂടാതെ വളരെ പെട്ടെന്നു തന്നെ താഴെയെത്തി പൊലീസുകാരന്റെ പാദാരവിന്ദങ്ങളിൽ ക്രാഷ് ലാന്റ് ചെയ്ത് ഞാൻ കമിഴ്ന്നടിച്ച് വീണു, 'ജോക്കി ഓർ നത്തിംഗ്' എന്ന് ഫ്ളെക്സ് വെച്ചതുപോലെ!!!

പൊതുവേ തമിഴ് പടമാവുമ്പോ പെമ്പിള്ളേരൊന്നും അധികം കാണാറില്ല. ഇതിപ്പോ അബ്ബാസിനെ കാണാൻ വേണ്ടി കൊറേയെണ്ണത്തിനെ കെട്ടിയെടുത്തിട്ടുണ്ട്. അവരുടെയെല്ലാം മുന്നിലാണ് ഞാനങ്ങനെ ഹവ്വാബീച്ചിൽ സൺബാത്തിനുകിടക്കണപോലെ നീണ്ടു നിവർന്ന് കിടന്നിരുന്നത്. അങ്ങനെ മാനഹാനീടെ പാർട്ട് ക്ലിയറായി.

അംഗഭംഗമായിട്ടില്ലെങ്കിലും എവിടെയൊക്കെയോ പെയിന്റിളകിയിട്ടുണ്ട്. ഇനിയിപ്പോ എഴുന്നേറ്റുകഴിഞ്ഞാൽ പൊലീസുമാമന്റെ വക ഗേയ്റ്റ് ചാടിയതിനുള്ള അടി വേറേം വാങ്ങണം. എഴുന്നേൽക്കണോ വേണ്ടയോന്ന് കുലംകഷമായി ചിന്തിച്ച്, പാതാളത്തിലേക്കെങ്ങാനും വല്ല ഷോർട്ട് കട്ടുമുണ്ടോന്ന് ചുഴിഞ്ഞുനോക്കി ഞാൻ കുറച്ചുനേരം അവിടെത്തന്നെ കിടന്നു. പിന്നെ രണ്ടുംകൽപ്പിച്ചങ്ങെഴുന്നേറ്റ് പൊലീസുമാമന് മുതുകും കാണിച്ചുകൊടുത്ത് ബി.എസ്.എ. സൈക്കിള് സ്റ്റാന്റിലിട്ട പൊസിഷനിൽ നിന്നു.

പക്ഷേ പേടിച്ചപോലൊന്നും ഉണ്ടായില്ല. തല്ലാൻ ലാത്തീം പൊക്കി നിന്ന പൊലീസുകാരൻ ചിരിച്ചുചിരിച്ച് ഓന്ത് മൂക്കിപ്പൊടി വലിച്ച അവസ്ഥയിലായിരുന്നു. അങ്ങനെ കിട്ടുമെന്നുറപ്പിച്ച കുറെ തല്ലിൽ നിന്നും ലോകചരിത്രത്തിലാദ്യമായി ഒരാൾ ഉടുതുണി ഊരിപ്പോയതിന്റെ പേരിൽ രക്ഷപ്പെട്ടു. സംഭവാമി ഗുഹേ ഗുഹേ....!!!

* * *

ഉടുതുണിയില്ലാതെ ഗേയ്റ്റ് ചാടിയ യുവാവിന്, ഗേയ്റ്റിൽ കയറി ലാത്തികൊണ്ട് മുണ്ട് തോണ്ടിയെടുത്തു കൊടുത്ത് പൊലീസുകാരൻ മാതൃകയായി.

ആ മുണ്ടുമെടുത്ത് ടിക്കറ്റെടുക്കുന്നിടത്തേക്ക് ഓടാൻ ശ്രമിച്ച യുവാവിനെ കഴുത്തിനുപിടിച്ച് ഗേയ്റ്റിലൂടെ വെളിയിലേക്കിട്ട് അതേ പൊലീസുകാരൻ വീണ്ടും മാതൃകയായി.

■

അട വെക്കല്ലേ പൊന്നേ, അടവ് തീർന്നില്ലിനിയും

സ്വന്തം ചൂടിൽ ഉഷ്ണിച്ച് ഉച്ചയുറക്കമുണർന്ന സൂര്യൻ കിടക്കപ്പായേന്ന് ചാടിയെണീറ്റ് ഉടുമുണ്ടും തപ്പിപ്പിടിച്ചെടുത്ത് 'ആ ഇനി കൊറച്ചുങ്ങൂടെ പടിഞ്ഞാട്ട് നീങ്ങി പെടക്കാം'ന്നുള്ള സെറ്റപ്പില് പതുക്കെ ഫസ്റ്റ് ഗിയറിട്ട് മൂവ് ചെയ്തുതുടങ്ങിയ ഏതാണ്ടൊരു രണ്ടുരണ്ടര നേരം.

ആ നേരത്താണ് റിക്ടർ സ്കെയിൽ പൊട്ടിത്തെറിക്കും വിധം നാടിനെ പിടിച്ചുകുലുക്കിയ ആ നെലവിളി ഉയർന്നത്.

"രക്ഷിക്കണേ... നാട്ടാരേ... ഓടിവരേ..."

* * *

സതീശൻ കുണ്ഠിതനായിരുന്നു.

ജംഗ്ഷനിലെ ഏക ബേക്കറിയായ 'സതീഷ് ബേക്കറി'യുടെ മൊണോപ്പൊളിക്ക് അന്ത്യമിട്ടുകൊണ്ട് ദേവസ്യേട്ടൻ തുടങ്ങിയ ബേക്കറി ക്ലിക്കാവുകയും അങ്ങേര് ഇൻട്രൊഡ്യൂസ് ചെയ്ത ഗ്ലാമർ ഐറ്റമായ സേമിയേം കപ്പലണ്ടീമൊക്കെ ഇട്ട പഴംജ്യൂസ് കേറിയങ്ങ് സെൻസേഷണൽ ഹിറ്റായി പതിവുകാരൊക്കെ അങ്ങോട്ട് പോയിത്തുടങ്ങുകയും ചെയ്തതോടെയാണ്, സതീശൻ ഇടിവ് സംഭവിച്ച പ്രതിച്ഛായ തിരിച്ചുപിടിക്കാനായി സ്വന്തം ബേക്കറി ഒന്ന് ഫേസ് ലിഫ്റ്റ് ചെയ്യേണ്ടതിന്റെ ആവശ്യകത റിയലൈസ് ചെയ്തതും അങ്ങനെ നടപ്പാക്കിയ പരിഷ്കാരങ്ങളുടെ ഭാഗമായി കടയില് ഒരു ഫോൺ വെച്ചതും.

സംഭവം കളറായി, നാട്ടുകാര് 'ഔ, മ്മടെ സതീശന്റോടെ ഫോണൊക്ക്യായീറ്റാ, ചെക്കൻ ന്തൂട്ടാ സെറ്റപ്പ്' ന്നൊക്കെ പറഞ്ഞോണ്ടുനടന്നെങ്കിലും മൊത്തത്തില് ഹരിച്ചും ഗുണിച്ചും നോക്കുമ്പോ സംഗതി സതീശന് നഷ്ടക്കച്ചോടമായിരുന്നു.

ആശയവിനിമയത്തിന്റെ പുരോഗതിയുടെ ആ നാൾവഴികളിൽ സ്വാഭാവികമായും പിന്നങ്ങോട്ട് ആ നാട്ടിലുള്ള സകല വീട്ടിലേക്കും ഓട്ടോറിക്ഷയോ ടാക്സിയോ വിളിക്കാനുള്ള കോളുകളും ചുറ്റുമുള്ള കടകളിലുള്ളവർക്കുള്ള കോളുകളുമൊക്കെ സതീശന്റെ ചുമതലയായി.

'ഒമ്പത് മണിക്ക് സതീശന്റെ കടേല്ക്ക് വിളിക്ക്ട്ടാ' ന്നൊക്കെ ടൈം പറഞ്ഞ് സെറ്റ് ചെയ്ത് സതീശൻ കട തുറക്കുന്നതിനും മുൻപേ ജനം കടയ്ക്ക് മുന്നിൽ ക്യൂവായി.

യുവമിഥുനങ്ങളുടെ സ്ഥലകാലബോധമില്ലാത്ത പ്രണയസല്ലാപങ്ങളിൽ സതീശന്റെ ബ്രഹ്മചര്യം വീർപ്പുമുട്ടി. സ്ഥലക്കച്ചവടം മുതൽ പോത്തുകച്ചവടം വരെയുള്ളതിന്റെ വിലപേശലുകളിൽ സതീശൻ നിശ്ശബ്ദനായ ഇടനിലക്കാരനായി. കല്യാണാലോചനകൾക്കും കല്യാണം മുടക്കലുകൾക്കും സതീശൻ മൂകസാക്ഷിയായി. ആ നാടിന്റെ കമ്മ്യൂണിക്കേഷൻ സ്പെക്ട്രത്തിലെ ഒരു ഇമ്പോർട്ടന്റ് ഹോട്ട് സ്പോട്ടായി 'സതീഷ് ബേക്കറി' മാറി. പക്ഷേ വരുന്നവരൊന്നും അബദ്ധത്തീപോലും ഒരു സോഡപോലും വാങ്ങിക്കുടിച്ചില്ല. അന്നുവരെ പറ്റിയ കാശ് തന്നുതീർക്കാത്തവർ പോലും സാധനങ്ങൾ വാങ്ങാൻ ദേവസ്യാ ബേക്കേഴ്സിലേക്ക് നീങ്ങി. ഫോൺ വഴി മൊത്തത്തിൽ ബിസിയായെങ്കിലും കച്ചവടം പണ്ടത്തേതിനേക്കാൾ ശോകമായി, വയറിളക്കം പിടിച്ച വവ്വാലിനെപ്പോലെ കോംപ്ലിക്കേറ്റഡായി സതീശന്റെ ജീവിതം.

സതീശന്റെ ഈ ഫ്രീ സർവീസിനിടയിലെ, വൈറ്റ് മാർക്കർ ഇട്ട് പിടിച്ചാലും പോവാത്ത ബ്ലോക്ക് മാർക്കായിരുന്നു ഈനാശുവേട്ടന്റെ കോള്. അടുത്തദിവസം രാവിലെ എട്ട് മണിക്ക് ജോസേട്ടന്റെ വണ്ടി വേണമെന്ന് സതീശനെ വിളിച്ചേൽപ്പിച്ച്, പിറ്റേന്ന് കാലത്ത് കുളിച്ച് കുട്ടപ്പന്മാരും കുട്ടപ്പികളുമായി ദൂരെയേതോ കല്യാണത്തിന് പോകാൻ ജോസേട്ടന്റെ ടാക്സി വെയിറ്റ് ചെയ്തുനിന്ന ഈനാശു ആൻഡ് ഫാമിലിയുടെ മുന്നിലേക്ക് വന്ന് ലാൻഡ് ചെയ്തത് തലേ ദിവസം കേറ്റിയ ചാണകത്തിന്റെ സ്മെല്ലുപോലും മാറാത്ത ഒരു ട്രാക്ടറായിരുന്നു.

കുരുപൊട്ടിയ ഈനാശേട്ടൻ സതീശനെ വിളിച്ച് ദിനോസറുകൾ മുതലിങ്ങോട്ടുള്ള അവന്റെ ഫുൾ തലമുറകളും ചേർത്ത് തെറിവിളിച്ചെങ്കിലും 'ട്രാക്ടറോടിക്കണ ജോസേട്ടനെന്താ, ജോസേട്ടനല്ലേ' ന്നുള്ള നിഷ്കളങ്കചോദ്യത്തോടെ സംഗതി സതീശൻ ഡിഫൻഡ് ചെയ്തു.

''ആംബുലൻസ് ഓടിക്കണ ജോസിനെ അവനറിയാത്തത് ഭാഗ്യായി, ഇല്ലെങ്കി ഇപ്പ നാട്ടാര് ഓടിക്കൂടിയേനേ'ന്ന് ആശ്വസിച്ച് ഈനാശേട്ടൻ സംഭവം കോംപ്ലിമെന്റ്സാക്കിയെങ്കിലും, ഫോൺ വഴിയുള്ള ഫ്രീ

സർവീസുകൾ നിർത്തിവെക്കാനുള്ള ക്രിട്ടിക്കൽ ഡിസിഷൻ സതീശൻ എടുത്തത് അന്നത്തോടെയാണ്. അതോടെ പിന്നെ പ്രത്യേകിച്ചൊന്നും ചെയ്യാനില്ലാത്തതുകൊണ്ട് കടയിലുള്ള എള്ളുണ്ടകളിലെ ആകെ എള്ളുകളുടെ എണ്ണമെടുത്ത് അതിനെ പതിനാറുകൊണ്ട് ഗുണിച്ച് കിട്ടിയ ഉത്തരത്തിനെ വെറുതെ ഒരു രസത്തിന് പന്ത്രണ്ട് കൊണ്ട് ഹരിച്ചുകൊണ്ടിരിക്കുന്നതിന്റെടയ്ക്കാണ് ഒരുദിവസം ഉച്ചയ്ക്ക് ഫോണടിച്ചത്.

ആദ്യം മൈൻഡ് ചെയ്തില്ലെങ്കിലും തുടരെത്തുടരെ കോൾ വന്നപ്പോ മനസ്സില്ലാമനസ്സോടെ സതീശൻ ഫോണെടുത്തു.

''ഹലോ സതീശാ, ഓട്ടോക്കാരൻ ശശാങ്കന്റെ അമ്മായി സ്റ്റെപ്പുമ്മന്ന് വീണു. അവനോട് വേം വണ്ടിയെടുത്ത് വരാമ്പറ. ആശുപത്രീ കൊണ്ടോവണം.''

''വണ്ടിവിളി സർവീസ്? മി? നത്തിങ്ങ് ഡൂയിങ്ങ്.'' എന്ന് മനസ്സ് പറഞ്ഞെങ്കിലും സംഗതി ഒരു ആശുപത്രിക്കേസായതോണ്ട് മാത്രം സതീശൻ ഏറ്റെടുത്തു.

ഇത്തവണ അബദ്ധം സംഭവിക്കാതിരിക്കാൻ വണ്ടീടെ പേരും നമ്പറും പുറകിലെഴുതിയ പഞ്ച് ഡയലോഗും കൂടാതെ ഫ്രണ്ട് എൻജിനാണോ ബാക്ക് എൻജിനാണോ എന്നുവരെ കൺഫേം ചെയ്തിട്ടാണ് സതീശൻ ഓട്ടോ സ്റ്റാന്റിലേക്കോടിയത്.

*   *   *

കട്ടൻചായയ്ക്ക് വെള്ളം വെച്ചപോലെ വെട്ടിത്തിളയ്ക്കുന്ന ചുടുരക്തമുള്ള യുവകോമളനായിരുന്നു 'ചിഞ്ചുമോൾ' ഓട്ടോ ഓടിച്ചിരുന്ന ശശാങ്കൻ.

നാലും തെരിഞ്ച റൂട്ടുക്കാരൻ, ന്യായമുള്ള റേറ്റുക്കാരൻ, അങ്ങനെ മൊത്തത്തിൽ ആ നാട് കണികണ്ടുണരുന്ന നന്മയായിരുന്നു ശശാങ്കൻ. ദിവസവും ഒരു പത്തിരുപത് നന്മയെങ്കിലും ചെയ്തില്ലെങ്കി പിറ്റേന്ന് രാവിലെ വയറ്റീന്ന് പോവാത്ത ടൈപ്പ് കൊടൂരനന്മമരം.

അന്ന് ഉച്ചകഴിഞ്ഞിട്ടും പത്തൊൻപത് നന്മയേ പുള്ളിക്ക് ചെയ്യാൻ പറ്റിയിരുന്നുള്ളൂ. ക്വാട്ട തികയ്ക്കാൻ ഇനിയെന്ത് ചെയ്യുമെന്നോർത്ത് ബാറ്ററി തീരാറായ ക്ലോക്കിലെ സെക്കന്റ് സൂചി പോലെ തൂങ്ങിപ്പിടിച്ചിരിക്കുകയായിരുന്ന ശശാങ്കന്റെ അടുത്തേക്കാണ് സതീശൻ ഓടിക്കിതച്ച് വന്നത്.

''ശശാങ്കാ, അമ്മായി സ്റ്റെപ്പുമ്മന്ന് വീണു. ആശുപത്രീ പോണം. വേം വണ്ടി കൊണ്ട് ചെല്ലാൻ പറഞ്ഞു.''

വാടിത്തുടങ്ങിയിരുന്ന ശശാങ്കന്റെ ഉള്ളിലെ നന്മമരം ചാടിയെണീറ്റ് പൂത്തുതളിർത്ത് അറ്റൻഷനായി നിന്നു. ഒരു സഹായം ചെയ്യാൻ

അവസരമൊരുക്കിത്തന്ന സതീശനെ നന്ദിസൂചകമായി നോക്കി തള്ളവിരലുപൊക്കി ഒരു ലൈക്കും കൊടുത്ത് ശശാങ്കൻ വണ്ടിവിട്ടു.

തെക്കോട്ട് പോവാനുള്ളതിന് ഇവനിതെന്തിനാ വടക്കോട്ട് പോണേന്ന് ഡൗട്ടടിച്ച് കുറച്ചുനേരം ചിന്തിച്ചുനോക്കിയെങ്കിലും ബ്രെയിൻ പ്രത്യേകിച്ച് റിസൾട്ടൊന്നും തരാതിരുന്നതുകൊണ്ട് 'ആ വഴിക്ക് വല്ല ഷോർട്ട് കട്ടും കാണും' എന്ന് സ്വയം വിശ്വസിപ്പിച്ച് സതീശൻ കടയിൽ കേറി.

അതേസമയം ശശാങ്കന്റെ ചിഞ്ചുമോൾ സതീശന്റെ വീട്ടിലേക്ക് നൂറേന്നൂറിൽ പായുകയായിരുന്നു.

* * *

ഉച്ചയ്ക്കത്തെ ഊണും കഴിഞ്ഞ്, റബ്ബർ എസ്റ്റേറ്റ് മുതലാളിയുടെ മോള് സലോമിയും ഓട്ടോക്കാരൻ പ്രിൻസും തമ്മിലുള്ള അനശ്വര പ്രണയത്തിന്റെ കാണാക്കയങ്ങളിലേക്ക് ഊളിയിടുന്ന നോവലും വായിച്ച്, പ്രിൻസ് സലോമിയെ കെട്ടുമോ അതോ ജോൺസൺ മുതലാളി പ്രിൻസിനെ തട്ടുമോന്നൊക്കെ ആലോചിച്ച് ടെൻഷനടിച്ച് വീടിന്റെ ഉമ്മറത്ത് കിടന്ന കിടപ്പില് മംഗളം വാരികേം നെഞ്ചത്ത് വെച്ച് ഉറങ്ങിപ്പോയതായിരുന്നു സതീശന്റെ അമ്മായി സത്യേച്ചി.

പ്രണയനിർഭരമായ ഈ സീനിലേക്കാണ് 'അട വെക്കല്ലേ പൊന്നേ, അടവ് തീർന്നില്ല ഇനിയും' എന്ന് പുറകിലെഴുതിയ ചിഞ്ചുമോൾ വന്ന് സംഘർഷഭരിതമായി സഡൻ ബ്രെയ്ക്കിട്ട് നിന്നത്. ചാടിയിറങ്ങിയ ശശാങ്കൻ കണ്ടത് ഉമ്മറത്തുതന്നെ വെട്ടിയിട്ട കവളിമടലു പോലെ മലന്നടിച്ച് കെടക്കണ സത്യേച്ചീനെയാണ്.

''ഹോ, കെടക്കണ കെടപ്പ് കണ്ടാ.'' ശശാങ്കന് കണ്ണുനിറഞ്ഞ് മീശ നനഞ്ഞു.

വീണിട്ട് ഇത്രേം നേരമായിട്ടും പാവം അമ്മായിയെ ഒന്ന് പിടിച്ചെണീപ്പിക്കാൻ പോലും ആർക്കും തോന്നിയില്ലേന്നോർത്ത് ഗദ്ഗദകണ്ഠനായിപ്പോയ ശശാങ്കന്റെ ഉള്ളിലെ നന്മമരം ഒന്നരയടി കൂടെ വളർന്ന് ഒരു വടവൃക്ഷമായി.

'നന്മയുള്ള ലോകമേ' അന്നിറങ്ങാത്തതുകൊണ്ട് മാത്രം ബിജിഎം ഇല്ലാതെ ഉമ്മറത്തേക്ക് ഓടിക്കേറിയ ശശാങ്കൻ, സത്യേച്ചിയുടെ സ്വപ്നത്തിലെ റൊമാൻസ് സീനിൽ റബ്ബർ തോട്ടത്തിൽ വെച്ച് പ്രിൻസ് സലോമിയെ കയ്യിലെടുത്ത് വട്ടം കറക്കുന്ന ആ എക്സാക്ട് മൊമെന്റിൽത്തന്നെ സത്യേച്ചിയെ രണ്ടുകൈ കൊണ്ടും കോരിയെടുത്തു.

ലവ് സോങ്ങിനിടെ അപ്രതീക്ഷിതമായി ജോൺസൺ മുതലാളിയുടെ ഇരട്ടക്കുഴൽ തോക്കിൽ നിന്നും വെടിയേറ്റ പ്രിൻസിന്റെ

കയ്യിൽ നിന്നും പിടിവിട്ട് സലോമി താഴെവീണ ഞെട്ടലിൽ കണ്ണു തുറന്ന സത്യേച്ചി ആദ്യം കണ്ടത് ചുണ്ടൻവള്ളം മറിച്ചിട്ടപോലത്തെ ശശാങ്കന്റെ മീശയാണ്. എന്താ എവിടാന്നൊരു വെളിവും വരാതെ ഫ്രാക്ഷൻ ഓഫ് സെക്കന്റിന് നിർന്നിമേഷയായിപ്പോയ സത്യേച്ചി 'അയ്യോ ജോൺസൺ മൊതലാളീ'ന്നുള്ള കാറലോടെ കറന്റ് ലൊക്കേഷൻ സമുദ്രനിരപ്പിൽ നിന്നും മൂന്നടി മുകളിലാണെന്ന തിരിച്ചറിവില്ലാതെ ഒറ്റച്ചാട്ടമായിരുന്നു.

സത്യേച്ചിയുടെ ആ അൺഎക്സ്പെക്ടഡ് മൂവിൽ അടിപതറിയ ശശാങ്കൻ ബാലൻസ് മിസ്സായി മാധുരി ദീക്ഷിതിനെ കയ്യിലെടുത്ത മിഥുൻ ചക്രവർത്തിയെപ്പോലെ ഒറ്റക്കാലിൽ നിന്ന് ഒന്നര സെക്കന്റ് ഡിസ്കോഡാൻസ് കളിച്ച് സത്യേച്ചിയേം കൊണ്ട് മറിഞ്ഞടിച്ച് മുറ്റത്തോട്ട് വീണു. ആ വീഴ്ചയിലാണ് നാടിനെ ഞെട്ടിച്ച ആ നിലവിളി ഉയർന്നത്.

''രക്ഷിക്കണേ... നാട്ടാരേ... ഓടിവരേ... എന്നെ ദേ തട്ടിക്കൊണ്ടോണേ...''

കിടന്ന കിടപ്പില് ഒരു റൗണ്ടും എഴുന്നേറ്റുനിന്ന് മൂന്ന് റൗണ്ടും അലറിവിളിച്ച് സത്യേച്ചി അകത്തേക്കോടി.

ശ്ശെടാ ഇതെന്ത് കൂത്ത്, അമ്മായിക്ക് തലയിടിച്ച് വീണ് കിളി പോയതാണോ? ശശാങ്കന് കൺഫ്യൂഷനായി. വല്ല ഫ്രാക്ചറും പറ്റിയിട്ടുണ്ടെങ്കി ഇങ്ങനെ ഓടിയിട്ട് അത് വഷളാവുമല്ലോ. ഹോ ഈ അമ്മായീടെ ഒരു കാര്യം. ശശാങ്കൻ എഴുന്നേറ്റ് പൊറകേ ഓടി.

''അമ്മായീ ഓടല്ലേ, വന്ന് വണ്ടീക്കേറ്. ഞാൻ പിടിച്ചോളാം.''

''പ്ഭാ നിന്റെ തള്ളേനെ പോയി വിളിക്കെടാ''ന്നും പറഞ്ഞ് കയ്യീക്കിട്ടിയ അലുമിനിയപ്പാത്രമെടുത്ത് ശശാങ്കന്റെ നെറുകംതല നോക്കി ഒരു കീച്ച് കീച്ചി സത്യേച്ചി ചാടി വെളിയിലിറങ്ങി നിലവിളിയുടെ സെക്കന്റ് എപ്പിസോഡ് തുടങ്ങി.

''ഓടിവരേ... ഇവൻ ദേ എന്നെക്കേറി പിടിക്കണേ...''

അപ്രതീക്ഷിതമായ അറ്റാക്കില്, ഫാനിലിടിച്ച വണ്ടിനെപ്പോലെ ഒന്നര സെക്കന്റ് കിറുങ്ങിയിരുന്ന ശശാങ്കന് വെളിവ് വന്നത് സത്യേച്ചിയുടെ ആ വ്യാജവാർത്താപ്രക്ഷേപണം കേട്ടപ്പഴാണ്. ശശാങ്കന്റെ ഉള്ളില് അപായസൈറൺ ഫുൾ വോള്യത്തിലടിച്ചു.

എവിടെയോ ഒരു മിസ്സിങ്ങ് പറ്റിയിട്ടുണ്ട്. ഒന്നുകിൽ സതീശൻ പറ്റിച്ചു, അല്ലെങ്കി സതീശനെ ആരോ പറ്റിച്ചു. എന്തായാലും പണിയായി. അമ്മായി ആളെവിളിച്ചുകൂട്ടിയാൽ മാനം പോവും. ശശാങ്കൻ ഓടിച്ചെന്ന് സത്യേച്ചിയുടെ വായ പൊത്താനൊരു ശ്രമം നടത്തി.

സത്യേച്ചിക്ക് പിന്നെ മേലും കീഴും നോക്കാനില്ലാരുന്നു. കളരിപരമ്പരകളെ മനസ്സിലാവാഹിച്ച് ശശാങ്കന്റെ മധ്യമവും ഷഡ്ജവും

ചേർത്ത് പന്തവരാളി രാഗത്തിൽ ഒരുപിടിയങ്ങ് പിടിച്ചു. 'നക്ഷത്ര ദീപങ്ങൾ തിളങ്ങി'യുടെ ചരണം വരെ എട്ടരക്കട്ടയ്ക്ക് ഒറ്റശ്വാസത്തിൽ ശശാങ്കൻ പാടിത്തീർത്തിട്ടാണ് പുള്ളിക്കാരി പിടിവിട്ടത്.

ഇനി ന്യായീകരണത്തിന് വല്യ സ്കോപ്പില്ലെന്ന് മനസ്സിലായ ശശാങ്കൻ കിട്ടിയ ഗ്യാപ്പില് അമ്മായീനെ തള്ളിമറിച്ചിട്ട് വല്ലവിധത്തിലും ഓടിത്തള്ളി വണ്ടിയെടുത്ത് പാഞ്ഞു.

നിലവിളി കേട്ട് ചീട്ടുകളിക്ക് സ്ട്രാറ്റജിക്ക് ടൈമൗട്ട് വിളിച്ച് അപ്പറത്തെ പറമ്പിലുള്ളവര് ഓടിയെത്തുമ്പഴേക്കും ശശാങ്കൻ ഡെയ്ഞ്ചർ സോൺ ക്രോസ്സ് ചെയ്തിരുന്നു.

* * *

ചിലവാകാതെ കിടക്കുന്ന ലഡുവിലെയൊക്കെ മുന്തിരി മാന്തിയെടുത്തശേഷം തിരിച്ച് ഫിറ്റ് ചെയ്തിട്ടും ബോറടി മാറാതെ, ജിലേബികളിലെ കുരുക്കുകൾ അഴിച്ചെടുത്താലോ എന്ന് ഓർത്തിരിക്കുന്നതിനിടയ്ക്കാണ് സതീശന്റെ ഫോണടിച്ചത്.

''ഹലോ സതീശാ, ശശാങ്കൻ പോന്നില്ലേ ഇതുവരെ?''

''ഉവ്വല്ലാ. പോയിറ്റ് കൊർച്ചേരായി.''

''ആണാ, ചെക്കൻ ഇങ്ങടെത്തീല്ല്യാന്നേയ്.''

''ആ വന്നോളും. ഇവിടന്ന് പോയിണ്ട്''ന്നും പറഞ്ഞ് ഫോൺ വെച്ച് ഇച്ചിരി കഴിഞ്ഞപ്പഴാണ് സതീശന് ബൾബ് മിന്നിയത്, വീണത് എന്റെ അമ്മായിയാണെന്ന് കരുതി ശശാങ്കൻ ഇനിയിപ്പോ അങ്ങോട്ടെങ്ങാനും പോയിട്ടുണ്ടാവോ?

നശിക്കാനായിട്ട്, അടുത്ത ചീത്തപ്പേരായല്ലോന്നോർത്ത് ഒരു നെടുവീർപ്പ് വിട്ടത് കംപ്ലീറ്റാവണതിന് മുൻപ് കടയുടെ മുന്നില് ചിഞ്ചുമോള് വന്ന് ബ്രെയ്ക്കിട്ട് ശശാങ്കൻ ചാടിയിറങ്ങി കടയിലോട്ട് കേറിവന്നു.

എന്നിട്ട് സതീശനോട് ഇപ്രകാരം പറഞ്ഞു.

''അതേയ് സതീശാ, പ്രധാനമായും രണ്ട് കാര്യങ്ങളാണ് എനിക്ക് നിന്നോട് പറയാനുള്ളത്. ഒന്ന്, ഞാൻ ചെല്ലുമ്പ അമ്മായി വീണിട്ട്ണ്ടാർന്നില്ല. ഒരുവിധത്തില് ഞാൻ വലിച്ച് താഴത്തിട്ടിട്ട്ണ്ട്. ഒരു വണ്ടി അങ്ങട്ട് വിട്ടേക്ക്. പിന്നെ രണ്ടാമത്തെ കാര്യം...''

വേണ്ട. അതിവിടെ പറയാൻ കൊള്ളില്ല.

■

പുരുഷോത്തമൻ സാറിന്റെ വിദ്യാഭ്യാസനയം

1999 ജൂലൈ മാസത്തിലെ, പ്രത്യേകിച്ചൊരു പുല്ലും സംഭവിക്കാത്ത ഒരു കോഞ്ഞാട്ട തിങ്കളാഴ്ച. ശനിയും ഞായറും അഴിഞ്ഞാടിയതിന്റെ ക്ഷീണത്തിൽ, ഞായറാഴ്ചയുടെ തൊട്ടടുത്ത് തിങ്കളാഴ്ച കൊണ്ടുവെച്ച വിവരദോഷികളെ മനസ്സാ തെറിവിളിച്ച്, ഉണർന്നിട്ടും എഴുന്നേൽക്കാതെ കിടക്കുകയായിരുന്നു.

ജെനറേഷൻ ഗ്യാപ്പ് എന്നല്ലാതെ എന്തുപറയാൻ. നമ്മുടെ മനോവിഷമം മനസ്സിലാക്കാൻ സ്വാതന്ത്ര്യം കിട്ടുന്നതിനും മുൻപു ജനിച്ച മാതാപിതാക്കൾക്കു കഴിയുന്നില്ല.

''നെനക്കിന്ന് ക്ലാസ്സിൽ പോണ്ടേ? എണീക്കെടാ.''

ഇതു പിതാജിയുടെ സൗമ്യമായ സ്വരം. സ്വരം നന്നായിരിക്കുമ്പോൾ ഉറക്കം നിർത്തുന്നതാണ് നല്ലത് എന്ന് മുൻ അനുഭവങ്ങളിൽ നിന്ന് പഠിച്ചിട്ടുള്ളതുകൊണ്ട്, പിന്നെ വെച്ചുതാമസിപ്പിച്ചില്ല. ഒറ്റ എഴുന്നേൽക്കലങ്ങ് വെച്ചുകൊടുത്തു.

ഭക്ഷണമൊക്കെ കഴിഞ്ഞ് ഒരു ചടങ്ങുതീർക്കലിനു പത്രമെടുത്തു നിവർത്തിയപ്പോൾ അതാ ഫ്രന്റ് പേജിൽ ഒരു മൂലയ്ക്ക് നല്ലൊരു വാർത്ത.

''കേരളസർക്കാരിന്റെ തെറ്റായ വിദ്യാഭ്യാസനയങ്ങൾക്കെതിരെ പഠിപ്പുമുടക്കുന്നു.''

മതി... ഇത്രേം മതി. ചെന്നിട്ടു ചെയ്യാനൊരു പണിയായല്ലോ. ശ്ശെ, നേരത്തേതന്നെ പത്രം നോക്കാമായിരുന്നു.

അതിവേഗം ബഹുദൂരം എന്നു മനസ്സിൽ പറഞ്ഞുകൊണ്ട് ഓടി. തൃപ്രയാർക്കു നേരിട്ട് 'പ്രിയം' എന്നൊരു ബസ്സുണ്ട്. അതുകിട്ടിയാൽ കാഞ്ഞാണിയിൽ ചെന്ന് ഇടിച്ചുകേറാൻ നിക്കണ്ട. അതിനുവേണ്ടിയായിരുന്നു ഓട്ടം. ഓടിയതു വെറുതെയായില്ല. ബസ്സ് അതിന്റെ പാട്ടിനു

പോയി. എന്നെ വെയിറ്റ് ചെയ്യാൻ ബസ്സെന്റെ അളിയനൊന്നുമല്ലല്ലോ എന്നാശ്വസിച്ച് അടുത്ത ബസ്സിൽ കേറി ഞാനും പോയി.

പ്രതീക്ഷിച്ചതുപോലെ തന്നെ ചെന്നിറങ്ങുമ്പോഴേക്കും ഹോസ്റ്റൽ വാസികൾ പ്ലക്കാർഡടക്കമുള്ള സാധനസാമഗ്രികളെല്ലാം റെഡി യാക്കിയിരുന്നു. പാർട്ടിഭേദമന്യേ ഞങ്ങൾ പോളി വിദ്യാർത്ഥികൾ ഒന്നിച്ചണിനിരക്കുന്ന മഹോത്സവങ്ങളായിരുന്നു സമരങ്ങൾ.

സാധാരണ പത്തുമണിയാകാതെ ആ ഭാഗത്തേക്കുവരാത്തവ ന്മാരൊക്കെ നേരത്തോടെ എത്തിയിട്ടുണ്ട്. അങ്ങനെ പതിവു പോലെ കാന്റീനിൽ നിന്നു ശശിയേട്ടൻ വക സമരം സ്പെഷൽ ചായയും കുടിച്ച് 'നശിച്ച വിദ്യാഭ്യാസനയം തുലയട്ടെ' എന്ന മുദ്രാ വാക്യത്തോടെ ചടങ്ങുതുടങ്ങി. വിദ്യാഭ്യാസനയം ഒന്നു നേരെയാ ക്കിയിട്ടുവേണം ഞങ്ങൾക്ക് നേരെ തുഷാര, ബ്ലിസ്സ് തുടങ്ങിയ ബാറു കളിലോ, നാട്ടിക, ചെമ്മാപ്പിള്ളി എന്നിവിടങ്ങളിലെ ഏതെങ്കിലും ഷാപ്പിലോ ചെന്ന് അടുത്ത സമരം പ്ലാൻ ചെയ്യാൻ.

എല്ലാ ക്ലാസ്സിലും കേറി 'കേരളസർക്കാരിന്റെ തെറ്റായ വിദ്യാ ഭ്യാസനയങ്ങൾക്കെതിരെ ആഞ്ഞടിക്കാൻ' ആഹ്വാനം ചെയ്തും ക്ലാസ്സുകളിൽ നിന്ന് എല്ലാരേം പുറത്തിറക്കിയും ഞങ്ങൾ അർമ്മാദിച്ചു. കൂടുതൽ ക്ലാസ്സുകളിലും പക്ഷേ പ്രത്യേകിച്ചൊന്നും പറയേണ്ടി വന്നില്ല. ഞങ്ങളെ കാണുമ്പോളേക്കും 'എന്താ വരാൻ വൈകിയത്' എന്നൊരു ഭാവത്തോടെ നോക്കിക്കൊണ്ട് സാറമ്മാര് ഇറങ്ങിപ്പോയി. അങ്ങനെ തകർത്തടിച്ച് ഇലക്ട്രിക്കൽ സെക്കന്റിയർ ക്ലാസ്സിന്റെ മുന്നിൽ എത്തിയപ്പോൾ പെട്ടെന്ന് എല്ലാരും ഒന്നു സ്ലോവായി. കാര്യം വേറൊന്നുമല്ല. ക്ലാസ്സെടുത്തിരുന്നത് പുരുഷോത്തമൻ സാറായിരുന്നു.

ആളൊരു ജഗജില്ലി. പ്രിൻസിപ്പൾ കഴിഞ്ഞാൽ പിന്നെ പിള്ളേർ ക്കൊക്കെ പേടിയുള്ള ഏകവ്യക്തി. എല്ലാരുടേം ഉള്ളിലൊരു ആപത് ശങ്ക. കാര്യം അത്യാവശ്യം കൊള്ളാവുന്ന കുറേ പെമ്പിള്ളേരുള്ള ക്ലാസ്സാണേയ്. സാറെങ്ങാനും അവരുടെ മുന്നിൽവെച്ച് നാറ്റിക്കുമോ എന്നൊരു ഇത്... പിന്നെ ഒരു അതും... അങ്ങനെ ആകെയൊരു അതുമിതും...

ഒടുവിൽ എന്തും വരട്ടെ എന്നും കരുതി ഞാനങ്ങു കേറി, എന്നു പറഞ്ഞാൽ അതൊരു നുണയാകും. ആരോ എന്നെപ്പിടിച്ച് അക ത്തേക്ക് തള്ളി എന്നുള്ളതാണ് സത്യം.

''എന്താടോ?''

ഒന്നുമറിയാത്തതുപോലെയുള്ള സാറിന്റെ ചോദ്യം. എനിക്കുറ പ്പായി. പണികിട്ടി.

''അല്ല സാർ...അതുപിന്നെ... സ്ട്രൈക്കാണ്. എല്ലാ ക്ലാസ്സും വിട്ടു.''

''അതുകൊണ്ട്?''

സാറ് ചൊറിയാനുള്ള പുറപ്പാടുതന്നെയാണ്.

''സാറും സഹകരിക്കണം. ക്ലാസ്സ് വിടണം.''

'അത്രേയുള്ളോ? ശരിശരി, വിട്ടേക്കാം.''

''ഹാവൂ...'' എന്നതിന്റെ 'ഹാ' മുഴുവനാകുന്നതിനും മുൻപ് ഞാൻ പേടിച്ചിരുന്ന ആ ചോദ്യം സാറ് ചോദിച്ചു.

''എന്താടോ സമരത്തിന്റെ കാര്യം?''

പറയാതിരിക്കാൻ വകുപ്പില്ലല്ലോ.

''കേരളസർക്കാരിന്റെ...തെറ്റായ വിദ്യാഭ്യാസനയങ്ങൾക്കെതിരെ....'' ശബ്ദം പുറത്തുവരാത്തതുപോലെ... കരയുന്നതുപോലെ... ഒരുവിധത്തിൽ ഞാൻ പറഞ്ഞൊപ്പിച്ചു.

പിടിച്ചതിലും വലുത് അളയിലായിരുന്നു. സാറടുത്ത ചോദ്യം ചോദിച്ചു.

''ഓ അതുശരി. എന്താടോ വിദ്യാഭ്യാസനയത്തിലെ തെറ്റ്? അതും കൂടി ഒന്നു പറഞ്ഞുതന്നിട്ട് ക്ലാസ്സ് വിടാം.''

ആ സമയത്ത് ഒരു കൊതുക് എന്റെ മുഖത്ത് വന്നുകടിച്ചാൽ കൊതുക് ചമ്മിപ്പോയേനേ. ഒരുതുള്ളിപോലും ചോര കിട്ടാതെ.

''അതുപിന്നെ... ഈ... വിദ്യാഭ്യാസത്തിന്റെ... മറ്റേ...നയം....സർക്കാരിന്റെ ചില....''

കേരളസർക്കാരിന്റെ വിദ്യാഭ്യാസനയം പോയിട്ട്, വിദ്യാഭ്യാസ മന്ത്രി ആരെന്നറിയാത്ത എനിക്ക് ഇതിൽകൂടുതലൊന്നും പറയാൻ കഴിയില്ലായിരുന്നു. എന്തായാലും നാറി. അതുവരെ സീനിയർ എന്ന ബഹുമാനം തന്നിരുന്ന പിള്ളാരൊക്കെ ആക്കിച്ചിരിക്കാൻ തുടങ്ങി. ചമ്മൽ എന്ന അവസ്ഥയിൽനിന്നൊക്കെ ഒരുപാട് ഉയരെയാണ് ഞാൻ നിൽക്കുന്നതെന്ന് എനിക്കു മനസ്സിലായി.

ഒരുമാതിരി...മെഷീനിന്റെ ഉള്ളിൽ കൈ കുടുങ്ങിയ അവസ്ഥ. വലിച്ചെടുക്കാൻ നോക്കിയാൽ കൈ മുറിഞ്ഞുപോകും. പോട്ടേന്നു വെച്ചാൽ ബോഡി മൊത്തം പോകും. അതിൽക്കൂടുതൽ പിടിച്ചു നിൽക്കാൻ എനിക്കാവില്ലായിരുന്നു. അതുകൊണ്ട് ഞനൊരു കോമ്പ്രമൈസിനു തയ്യാറായി. അണ്ണാൻ ആനയോട് 'തൽക്കാലം ക്ഷമിച്ചിരിക്കുന്നു' എന്നു പറഞ്ഞ പഴയ കഥയിലെപ്പോലെ...

''എന്നാപ്പിന്നെ, ഞാൻ പൊക്കോട്ടെ സാറേ? സാറ് ഈ അവർ കഴിഞ്ഞിട്ടു ക്ലാസ്സ് വിട്ടാൽ മതി.''

അവിടേം സാറുതന്നെ ഹീറോയായി.

"ഓ വേണ്ട...ഇനി ഞാൻ ക്ലാസ്സ് വിടാത്തതോണ്ട് വിദ്യാഭ്യാസ നയം നേരെയാവാതിരിക്കണ്ട. പിന്നെ പറ്റുവാണേൽ, ഇനിമുതലെങ്കിലും, ആരേലും എന്തേലും പറഞ്ഞെന്നുകേട്ട് സമരോം തല്ലിക്കൂട്ടി ഇറങ്ങണതിനുമുൻപ് ചെയ്യാൻ പോണത് ശരിയാണെന്ന് അവനവനെയെങ്കിലും ബോധ്യപ്പെടുത്തണം. അങ്ങനായാൽ ഇതുപോലുള്ള പ്രശ്നങ്ങളൊക്കെ ഒഴിവാക്കാം."

ഈ ഡയലോഗും പറഞ്ഞ് സാറുപോയി.

അതിൽപിന്നെ ഏതുസമരത്തിനിറങ്ങുമ്പോഴും, പറയാനുള്ള കാരണങ്ങൾ കാണാതെ പഠിച്ചിട്ടേ ഞങ്ങൾ ഇറങ്ങാറുള്ളൂ. അഥവാ കാരണം പറഞ്ഞ് പിടിച്ചുനിൽക്കാൻ പറ്റില്ലെന്നുതോന്നിയാൽ പുരുഷോത്തമൻ സാറിന്റെ ക്ലാസ്സ് ഞങ്ങളങ്ങ് കണ്ടില്ലെന്നു നടിക്കും. ■

വാൾസലാം സഖാവേ

ഫൈനലിയർ പഠിക്കണ സമയത്താണ് കിരണിന്റെ വീടിനടുത്തുള്ള അമ്പലത്തിലെ ഉത്സവത്തിന് പോയത്. കൂടെ വേറേം കുറേയെണ്ണം ഉണ്ടായിരുന്നെങ്കിലും അന്നത്തെ താരം സഖാവ് സുജിത്തായിരുന്നു.

ആളൊരു ഭീകരനാണ്. വെട്ടൊന്ന് മുറി രണ്ട്, അതാണ് പ്രകൃതം. പക്ഷേ മുറിയേണ്ട സാധനത്തിനിട്ടാവില്ല വെട്ട് കൊള്ളുന്നത്. വെട്ട് കൊള്ളുന്ന സാധനമാവില്ല മുറിയണത്. അത്രേയുള്ളൂ പ്രശ്നം. സിമ്പിളായി പറഞ്ഞാൽ അമരീഷ് പുരിയെക്കൊണ്ട് ടിന്റുമോന്റെ റോൾ ചെയ്യിപ്പിച്ചതുപോലുള്ള ഒരു ഐറ്റം.

എത്തിയപ്പോ തന്നെ ആള് മരണഫിറ്റാണ്. അവൻ പൂരപ്പറമ്പിൽ കാലുകുത്തിയതും തുള്ളിക്കൊണ്ടുനിന്ന വെളിച്ചപ്പാട് സ്മെല്ലടിച്ച് ഫിറ്റായി തലേംതല്ലി വീണതും ഒരുമിച്ചായിരുന്നു. 'ദൈവകോപം ദൈവകോപം' എന്നും പറഞ്ഞ് കമ്മിറ്റിക്കാര് വട്ടം കൂടി ഒരു അഷ്ട മംഗല്യപ്രശ്നവും പത്തു ദിവസത്തെ പ്രശ്നപരിഹാരപൂജയും സ്പോട്ടില് തീരുമാനമാക്കിയെന്നാണ് കേട്ടത്.

അധികനേരം സഖാവിനെ അവിടെ നിർത്താൻ കൊള്ളില്ലാന്ന് തോന്നിയതോണ്ട് ഞങ്ങള് പതുക്കെ അവിടുന്ന് വലിഞ്ഞു. അവിടെ തൊട്ടടുത്തായിരുന്നു കിരണിന്റെ വല്ല്യച്ഛന്റെ വീട്. നേരെ അങ്ങോട്ട് വിട്ടു.

സഖാവ് നേരെ നിക്കാൻ പോലും പറ്റാത്ത കണ്ടീഷനിലായതോണ്ട് ഞങ്ങള് ചുറ്റും നിന്ന് പിടിച്ചിട്ടാണ് കൊണ്ടുപോണത്. ഘടാഘടി യനായ സഖാവിനെ താങ്ങിക്കോണ്ട് കമ്മ്യൂണിസ്റ്റ്പച്ച ഉണങ്ങിയ തുപോലുള്ള ഞങ്ങൾ അഞ്ചാറെണ്ണം. ചുരുക്കിപ്പറഞ്ഞാൽ രണ്ടു സൈഡിലും ഓരോ ചക്രം വീതമില്ലാത്ത പാണ്ടിലോറി ഓടിക്കണ തുപോലെ അതിസാഹസികമായ ഒരു യാത്ര.

കാലുകള് കൊറെയുണ്ടെങ്കിലും സഖാവിന്റെ ബോഡി വെയ് റ്റായിരുന്നു മൊത്തത്തിലുള്ള ഡയറക്ഷൻ തീരുമാനിക്കണത്. പുള്ളി ലെഫ്റ്റിലോട്ട് വീഴാൻ പോയാൽ കാല് മൊത്തം അങ്ങോട്ട്

പോവും. റൈറ്റിലോട്ട് പോയാൽ കാല് മൊത്തം അങ്ങോട്ട്. ഏതാണ്ടീ കടപ്പുറത്ത് ഞണ്ടൊക്കെ നടക്കണതുപോലെ.

വല്ല മതിലിലോ പോസ്റ്റിലോ ഇടിക്കുന്ന അവസ്ഥയാകുമ്പോ ഞങ്ങള് നൈസായിട്ട് മാറിക്കൊടുക്കും. സഖാവ് പോയി ഇടിച്ചിട്ട് റിട്ടേൺ വരും, ഞങ്ങള് ക്യാച്ച് ചെയ്യും. ഇടിക്കാനൊന്നുമില്ലെങ്കി അപ്പറത്തുള്ള പറമ്പിലോ ഓടയിലോ പോയി വീഴും. ഞങ്ങള് വലിച്ചു പൊക്കി നേരെനിർത്തിയിട്ട് തള്ളി സ്റ്റാർട്ടാക്കും. അതോടെ വണ്ടി പിന്നേം ഓടാൻ തുടങ്ങും. അങ്ങനെ വല്ല്യ ആക്സിഡന്റൊന്നും കൂടാതെ ഒരുവിധത്തിൽ വീട്ടിലെത്തി.

ചെന്ന് കയറിയപാടെ പാവം വല്ല്യച്ഛൻ കഷ്ടകാലത്തിന് സഖാവിന്റെ മുന്നിൽ തന്നെ ചെന്ന് പെട്ടു. സിമ്പിളായിട്ട് 'കാക്ക' എന്ന് പറഞ്ഞാൽ തന്നെ ഒരു ബക്കറ്റ് തുപ്പല് തെറിക്കണ വായ കൊണ്ട് സഖാവ് 'വല്ല്യച്ച്ച്ച്ച്ച്ച്ച്ഛരാ‌ാ‌ാ' ന്നൊരു വിളിയും കെട്ടിപ്പിടിച്ച് ഒരു പതിനാറുമ്മയും. വല്ല്യച്ഛൻ ഓൺ ദി സ്പോട്ടിൽ തോർത്തും സോപ്പുമെടുത്ത് കുളിക്കാൻ പോയി. പുള്ളി പിന്നെ കൊറെ കാലത്തേക്ക് ആ നടുക്കുന്ന ഓർമ്മയിൽ ദിവസേന നാല് നേരം കുളിക്കുമായിരുന്നത്രേ.

ഒരു വിധത്തില് സഖാവിനെ ഞങ്ങള് ഉമ്മറത്ത് കേറ്റിയിരുത്തി. ഇരിപ്പെന്ന് പറഞ്ഞാൽ ഈ ആനപ്പുറത്ത് പെട്രോമാക്സ് വെച്ചതുപോലെയാണ്. ഒന്നങ്ങോട്ടോ ഒന്നിങ്ങോട്ടോ അനങ്ങിയാൽ അപ്പോ വീഴും. അപ്പഴേക്കും വീട്ടുകാര് അകത്ത് മേശപ്പുറത്ത് മിക്സ്ചർ, ചിപ്സ്, അലുവ ഇത്യാദികളൊക്കെ കൊണ്ടന്ന് സെറ്റ് ചെയ്യണത് കണ്ടു. പിന്നൊന്നും നോക്കിയില്ല. വാഴക്ക് താങ്ങ് കൊടുക്കണപോലെ അവനെയെടുത്ത് ചുമരിൽ ചാരിവെച്ച് ഞങ്ങളകത്തോട്ട് പാഞ്ഞുചെന്ന് പ്ലേയ്റ്റിൽ കമഴ്ന്നുവീണ് തിന്നാൻ തുടങ്ങി.

ഇച്ചിരി കഴിഞ്ഞപ്പോ പുറത്തൂന്ന് സഖാവിന്റെ സൗണ്ട്.

''അഴിയാ....വാഴ് വാഴ്...''

''നിങ്ങടെ വാഴകൃഷിയൊക്കെ അവന് വല്ലാതെ ഇഷ്ടപ്പെട്ടെന്ന് തോന്നുന്നു. കേട്ടില്ലേ വാഴ വാഴാന്ന് വിളിച്ചുകൂവണത്'' എന്നൊക്കെ പറഞ്ഞ് വീട്ടുകാരെ സുഖിപ്പിച്ച് ഞങ്ങള് തീറ്റയിൽ തന്നെ ഫോക്കസ്സ് ചെയ്തു.

അപ്പോ ദേ പിന്നേം അവന്റെ ഓഞ്ഞ സൗണ്ട്.

''വാഴ് വെക്കണം....വാഴ് വെക്കണം...''

ശ്ശെടാ... ഇത് വല്ല്യ ഇതായല്ലോ. കള്ള് കുടിച്ചാലിങ്ങനേം ഉണ്ടോ ഓരോ പ്രാന്തുകള്. ഈ നട്ടുച്ചയ്ക്ക് അവന് വാഴ വെക്കണമെന്ന്, സില്ലി ബോയ് എന്നും പറഞ്ഞ് ഞാനൊരു കഷണം അലുവ കൂടി കുത്തിക്കേറ്റിക്കൊണ്ടിരിക്കുമ്പഴാണ് പുറത്തുനിന്ന് പഴേ മാറ്റഡോർ വാൻ സ്റ്റാർട്ട് ചെയ്യണതുപോലുള്ള ഒരു വൃത്തികെട്ട സൗണ്ട് കേട്ടത്.

പണിപാളി. സംഗതി വാഴയല്ല...വാളായിരുന്നു....!

റിസ്ക് മനസ്സിലായ ഉടനെ കിരൺ എഴുന്നേറ്റ് പുറത്തേക്കോടി. പറ്റാവുന്നത്ര മിക്സ്ചറെടുത്ത് വായിലും ചിപ്സെടുത്ത് പോക്കറ്റിലും കുത്തിക്കേറ്റി ഞാനും പുറകേ ചെന്നു.

ഞാൻ ചെന്ന് നോക്കുമ്പോ കിരൺ തലയ്ക്ക് കയ്യും വെച്ച് കണ്ണൊക്കെ തള്ളി അന്തം വിട്ട് നിക്കുന്നു. ഇവനിതെന്തു പറ്റി, ഒരാളൊരു വാള് വെക്കണതിന് ഇത്രക്കൊക്കെ എക്സ്പ്രഷൻ കൊടുക്കേണ്ട കാര്യമുണ്ടോന്നൊക്കെ ഡൗട്ടടിച്ച് ഒന്നൂടെ രംഗം വിശകലനം ചെയ്തപ്പഴാണ് ഞാനാ ഞെട്ടിക്കുന്ന കാഴ്ച കണ്ടത്.

വാഷ്ബേസിനിലേക്ക് വാളുവെക്കണ ലാഘവത്തോടെ സഖാവ് നിന്ന് വാളുവെച്ചോണ്ടിരുന്നത് ആ വീട്ടിലെ കിണറ്റിലോട്ടായിരുന്നു.

തൊട്ടപ്പുറത്ത് കിരീടത്തിലെ തിലകന്റെ പോലെ, 'വല്ല്യച്ഛനാടാ പറയണത്...വാള് താഴെയിടടാ....''ന്നും പറഞ്ഞോണ്ട് കിരണിന്റെ വല്ല്യച്ഛനും.

സംഭവമെന്താന്ന് വെച്ചാൽ സഖാവ് വളരെ ബുദ്ധിപരമായ ഒരു നീക്കം നടത്തിയതാണ്. ആ കിണറിന്റെ അപ്പുറത്ത് അഞ്ചാറ് മീറ്റർ മാറി ഒരു തെങ്ങ് നിപ്പുണ്ട്. അതുവരെ നടന്നെത്താനുള്ള ആവതില്ലാത്തതോണ്ട് നിന്നിടത്ത് തന്നെ നിന്നുകൊണ്ട് കിണറിന്റെ മുകളിലൂടെ തെങ്ങിന്റെ ചുവട്ടിലേക്ക് വാള് വിക്ഷേപിക്കാനുള്ള ആത്മാർത്ഥമായ ശ്രമമാണവിടെ നടന്നോണ്ടിരുന്നത്.

പല ഘട്ടങ്ങളായിട്ടാണ് വിക്ഷേപണം. ആദ്യം മിമിക്രിക്കാര് ആലുമ്മൂടനെ ഇമിറ്റേറ്റ് ചെയ്യണപോലെ ബോഡി മൊത്തം പുറകോട്ട് വളച്ചോണ്ട് വരും. എന്നിട്ട് പൊസിഷനൊക്കെ കറക്റ്റാക്കി കൗണ്ട് ഡൗണൊക്കെ ചെയ്ത് ഉന്നം പിടിച്ച് ഒരൊറ്റ വിടലാണ്.

''മാ നിഷാദാ... അരുത് കാട്ടാളാ''ന്നും പറഞ്ഞ് ഞങ്ങള് പാഞ്ഞു ചെന്നെങ്കിലും കാര്യമുണ്ടായില്ല. വിക്ഷേപണം അപ്പഴേക്കും തുടങ്ങിക്കഴിഞ്ഞാർന്നു. ഒന്നേ... രണ്ടേ... മൂന്നേ... ചറപറാ വാള്.

ദോഷം പറയരുതല്ലോ, ഒരൊറ്റ തുള്ളി മിസ്സാവാതെ കംപ്ലീറ്റ് വാളും കിണറ്റിലോട്ട് തന്നെ പോയി. എന്നിട്ട് എല്ലാം കഴിഞ്ഞ് ഏതാണ്ട് മംഗൾയാൻ വിക്ഷേപിച്ച ഭാവത്തിൽ ഞങ്ങളെ നോക്കി അവന്റെ വക ഒരു ചിരിയും, 'കണ്ടോടാ എന്റെ ബുദ്ധി' എന്ന മട്ടിൽ.

* * *

വെള്ളം മൊത്തം കോരിവറ്റിച്ച് കിണറ് വൃത്തിയാക്കിക്കൊടുക്കേണ്ടി വരുമോന്ന് പേടിച്ച് അന്നവിടുന്നിറങ്ങിയോടിയ ഓട്ടം ഞാൻ സീരിയസ്സായെടുത്തിരുന്നെങ്കി ഉസൈൻ ബോൾട്ടൊക്കെ ഇപ്പോ ചൊറീം കുത്തി വീട്ടിലിരുന്നേനെ....ഹല്ല പിന്നെ....!!!

■

ഹം കിസീസേ കം നഹീ ഹേ

ഡിപ്ലോമ കഴിഞ്ഞ് ചുമ്മാ തെക്കുവടക്ക് നടന്നുനടന്ന് ബോറടിച്ചിട്ട് കിഴക്കുപടിഞ്ഞാറ് നടന്നുതുടങ്ങിയ കാലം. തൃശ്ശൂർ കാൽവരി റോഡിൽ പുതുതായി തുടങ്ങുന്ന കമ്പ്യൂട്ടർ സെന്ററിൽ പിള്ളേരെ പഠിപ്പിക്കാൻ ആളെ ആവശ്യമുണ്ടെന്ന് പത്രപ്പരസ്യം കണ്ടിട്ട് ഇന്റർവ്യൂവിന് പോയി. ഇന്റർവ്യൂ ചെയ്യാൻ വന്നവർ ബയോഡാറ്റയിൽ വീട്ടുപേര് കണ്ടപ്പോ അച്ഛന്റേം അമ്മേടേം പേരൊക്കെ ചോദിച്ചു. പറഞ്ഞുവന്നപ്പോ ബന്ധുക്കള്. സ്ഥാപനത്തിന്റെ എം.ഡി. എന്റെ ഒരു കസിൻചേച്ചിയായിട്ട് വരും. സ്വാഭാവികമായും ഞാൻ പുള്ളിക്കാരീടേം കസിനായിട്ട് വരും. ബന്ധുബലത്തിനു മുന്നില് എന്റെ വിവരമില്ലായ്മ ഒരു തടസ്സമായില്ല. അവിടെ ജോലി കിട്ടി. എന്റെ കൂടെ പഠിച്ച രണ്ടെണ്ണം കൂടെ അവിടെ ജോലിക്ക് കേറി. വരുണും രാജേഷും.

സംഗതി രസമായിരുന്നു. ഇഷ്ടം പോലെ സ്റ്റുഡന്റ്സ്, നല്ല ഓഫീസ്, നല്ല സഹപ്രവർത്തകർ. പിന്നെ ഈ കാണാൻ കൊള്ളാവുന്ന പെമ്പിള്ളേരൊക്കെ വന്ന് സാറേ, സാറേ എന്നൊക്കെ വിളിക്കുമ്പോ ഉള്ള ആ ഒരു ഇതില്ലേ.... അത് ഞങ്ങൾക്കും ഉണ്ടായി. അങ്ങനെ ആകെമൊത്തം ഒരു അർമ്മാദം. ആ പൂങ്കാവനത്തിൽ ഞങ്ങളങ്ങനെ പൂന്തുവിളയാടിക്കൊണ്ടിരുന്ന കാലം.

ആകെയുള്ള ഒരു ബുദ്ധിമുട്ടെന്താന്ന് വെച്ചാൽ ഹൈദരാബാദ് ഹെഡ്ഓഫീസിൽ നിന്നൊക്കെ ഏതേലും അലവലാതികൾ ഇടയ്ക്കിടക്ക് ഫോൺ വിളിക്കും. മുടിഞ്ഞ ഹിന്ദിയായിരിക്കും. എനിക്കാണെങ്കി ഹിന്ദി സിനിമാപ്പേരല്ലാതെ ഒരക്ഷരം അറിയാനും പാടില്ല. അതുകൊണ്ട് എങ്ങാനും ഫോണെടുക്കേണ്ട അവസരം വന്നാൽ പിന്നെ ആകപ്പാടെ ഒരു ടെൻഷനാണ്. ദതാണ് അവിടുള്ള ഏകപ്രശ്നം.

പൊതുവേ ഞാനോ രാജേഷോ ആണ് എന്നും ഏറ്റവുമാദ്യം ഓഫീസിൽ എത്തുന്നത്. റിസപ്ഷനിസ്റ്റും ബാക്കി ഫാക്കുൽറ്റികളും

ഫാക്കുൽട്ടന്മാരും ഒക്കെ പിന്നെയേ വരൂ. അന്ന് ഞാനാണ് ആദ്യം എത്തിയത്. എത്തി രണ്ട് മിനിറ്റിനുള്ളിൽ തന്നെ ഫോണടിക്കാൻ തൊടങ്ങി. കുരിശ്. പതിവുപോലെ ആദ്യത്തെ രണ്ടുവട്ടം ഞാൻ മൈന്റ് ചെയ്തില്ല. പിന്നേം അടിച്ചപ്പോ കേറി എടുത്തു.

അപ്പുറത്ത് ഏതോ ഷാരൂഖ് ഖാൻ. എന്നോട് 'ദിൽവാലേ ദുൽ ഹനിയാ ലേ ജായേംഗേ' എന്നോ മറ്റോ ചോദിച്ചു. ഞാൻ 'മേനേ പ്യാർ കിയാ'ന്നും പറഞ്ഞ് ഫോൺ വെച്ചു.

ഒരുമിനിറ്റ് കഴിഞ്ഞില്ല. പണ്ടാരം പിന്നേം അടിച്ചു. ഇത്തവണ അമീർഖാനായിരുന്നു. അവിടുന്ന് 'ദിൽ ഹേ കി മാന്താ നഹീ'ന്നു പറഞ്ഞപ്പോ 'അകേലേ ഹം അകേലേ തും' എന്നും പറഞ്ഞ് ഫോണും വെച്ച് ഞാൻ പുറത്ത് പോയിനിന്നു. അല്ല പിന്നെ, ദേഷ്യം വരില്ലേ... കമലാക്ഷി ടീച്ചറും യോഹന്നാൻ മാഷുമൊക്കെ ആയ പണി മൊത്തം നോക്കീട്ടും പഠിക്കാത്ത ഹിന്ദിയാണിപ്പൊ ഇനി ഇവന്മാർക്ക് വേണ്ടി പഠിക്കാൻ പോണത് .

വല്ല്യ താമസമില്ലാതെ അകത്തൂന്ന് പിന്നേം ഫോണടിക്കുന്ന കേട്ടു. ഒപ്പം തന്നെ ദേ രാജേഷും കേറിവരുന്നു. ഹാവൂ, സമാധാന മായി.

''ഡാ, നിനക്കാവും ഫോൺ. നിന്നെ നേരത്തെ രണ്ടുതവണ ആരോ വിളിച്ചിരുന്നു. വേഗം പോയെടുത്തോ.''

കേട്ടതും രാജേഷ് അകത്തേക്കോടി. കാഴ്ച കാണാൻ പുറകെ ഞാനും.

ആവേശത്തോടെ ഫോണെടുത്ത രാജേഷ് ഒന്ന് ഞെട്ടുന്നത് കണ്ടു. പിന്നെ എന്തൊക്കെയോ പറയുന്നു.

''യാ, ആ, ഏയ്, ഓഹോ... നഹി നഹി, അതായത്... നോ കം നോ കം....''

അവൻ നിന്ന് വിയർക്കണത് കണ്ടാസ്വദിച്ച് സന്തോഷിച്ചോണ്ട് നിന്ന ഞാൻ പക്ഷേ അവന്റെ അടുത്ത ഡയലോഗിൽ കിടുങ്ങി.

''ആക്സിഡന്റ്...ആക്സിഡന്റ്....മേഡം..കാർ..മിസ്സിംഗ്...''

ഇതും പറഞ്ഞ് ഫോൺ ഒറ്റ വെക്കലായിരുന്നു. എന്നിട്ട് എന്റെ നേരെ ഒരു ചാട്ടം.

''പണി തന്നതാണല്ലേടാ പട്ടീ...''

''ഡാ, നീയെന്തൂട്ടാ ആക്സിഡന്റെന്നൊക്കെ പറഞ്ഞേ?''

''ഏതോ ഒരു ഹിന്ദിത്തെണ്ടി. അയാളെന്തൊക്കെയോ പറഞ്ഞു. എനിക്കൊരു കോപ്പും മനസ്സിലായില്ല. ആകെ മനസ്സിലായത് മേഡം മേഡം ന്ന് പറയണതാ.''

''അതോണ്ട്? അതിന് നീയെന്തിനാ ആക്സിഡന്റെന്നൊക്കെ പറഞ്ഞത്?''

''ഞാൻ വരണ വഴിക്ക് ചേച്ചീനെ കണ്ടാർന്നു. വണ്ടി കേടായി, പുള്ളിക്കാരി ലേറ്റായിട്ടേ വരൂന്ന് പറഞ്ഞാർന്നു.''

''വണ്ടി കേടായതിനാണോടാ തെണ്ടീ നീ ആക്സിഡന്റെന്ന് പറഞ്ഞത്?''

''വണ്ടി കേടായി എന്നുള്ളതിന് ഇംഗ്ലീഷിൽ എന്താ പറയാന്ന് എനിക്കറിഞ്ഞൂടാ.'' അവന്റെ നിഷ്കളങ്കമായ മറുപടി.

''പിന്നെ ലാസ്റ്റ് എന്തിനാ നീ കാർ മിസ്സിംഗ് ന്നൊക്കെ പറഞ്ഞേ?''

''അതാണ് കാറിന്റെ കേട്. ഓടിക്കുമ്പോ ചെറിയൊരു മിസ്സിംഗ് പോലെ എന്നാ ചേച്ചി പറഞ്ഞേ.'' നേരത്തത്തേതിനേക്കാൾ നിഷ്കളങ്കമായ മറുപടി.

''ഡാ മണകൊണാഞ്ചാ... ആക്സിഡന്റായി ചേച്ചി മിസ്സിംഗായി എന്നാവും അപ്പറത്തുള്ളവൻ വിചാരിച്ചത്. ഇത് പണിയാവും.''

ഇപ്പോ രാജേഷും നൈസായിട്ട് പേടിക്കാൻ തൊടങ്ങി. ഞങ്ങടെ പേടി വെറുതെയല്ലെന്ന് വൈകാതെ തന്നെ മനസ്സിലായി. ഫോൺ ചറപറാന്ന് അടിക്കാൻ തൊടങ്ങി. രാജേഷ് വിറയ്ക്കാനും തുടങ്ങി.

''ഡാ, ഇനിയിപ്പോ എന്തൂട്ടാ ചെയ്യാ?''

''ഇനി നീയൊന്നും ചെയ്യണ്ട. പോയി റെസ്റ്റെടുത്തോ. ചെയ്യാനുള്ളത് ചേച്ചി വന്നിട്ട് ചെയ്തോളും.''

ഞങ്ങള് രണ്ടും അങ്ങനെ ഫ്യൂസ് പോയി നിക്കുമ്പോ ഫോൺ പിന്നേം അടിച്ചു. മരണമണി. ഞങ്ങളാ ഭാഗത്തേക്ക് നോക്കാനേ പോയില്ല. ഫോണാണെങ്കിൽ നിർത്തുന്നുമില്ല. അടിയോടടി. പണ്ടാരം എടുത്ത് നിലത്തെറിഞ്ഞ് പൊട്ടിച്ചാലോ എന്നാലോചിച്ച് നിക്കുമ്പളാണ് റിസപ്ഷൻചേച്ചി സീമ കേറി വന്നത്. ഞങ്ങള് പതുക്കെ സ്റ്റാഫ് റൂമിലേക്ക് വലിഞ്ഞു.

രണ്ടുമൂന്ന് ഫോൺവിളി കഴിഞ്ഞപ്പോ സീമ നേരെ ഞങ്ങടെ അടുത്തേക്ക് വന്നു.

''അല്ലാ, ഇതാരാ, സീമയോ? എന്തൊക്കെയുണ്ട് വിശേഷം? സുഖം തന്നെയല്ലേ?''

നിഷ്കളങ്കശിരോമണികളായി ഞങ്ങൾ കോറസ്സിൽ ചോദിച്ചു.

''മേഡത്തിനെന്തോ പ്രശ്നമുണ്ടെന്ന് തോന്നുന്നു. ഇപ്പോ രണ്ടു മുന്നു പേരായി വിളിച്ചിട്ട് മേഡത്തിനെന്ത് പറ്റിയെന്ന് ചോദിക്കുന്നു.''

''അയ്യോ, ചേച്ചിക്കെന്തു പറ്റി? പറയൂ സീമേ... എന്തുപറ്റി?''

രാജേഷിന്റെ വക വമ്പിച്ച ഓവറാക്റ്റിങ്ങ്.

‘‘എന്താന്ന് കൃത്യമായി അറിയില്ല. പക്ഷേ എന്തോ കൊഴപ്പമുണ്ട്. വിളിച്ചവര് എന്തോ ആക്സിഡന്റെന്നൊക്കെ പറയുന്നു.’’

‘‘എന്ത്, ആക്സിഡന്റോ? നമ്മടെ ചേച്ചിക്കോ? സീമ എന്തായീ പറയണത്?’’

രാജേഷ് വീണ്ടും ഓവറാക്കാൻ തുടങ്ങി. ശവം.

‘‘കൃത്യമായി അറിഞ്ഞൂടാ. ഞാൻ വീട്ടിലേക്ക് വിളിച്ചുചോദിച്ചു. അവടന്നിറങ്ങി എന്നാ പറഞ്ഞേ.’’

ദൈവമേ... ഈ പിശാച് ഇതിന്റെടയ്ക്ക് വീട്ടില്ക്കും വിളിച്ചാ?

എന്ത് ചെയ്യണമെന്നറിയാതെ ഞങ്ങളങ്ങിനെ കുന്തേഷ് കുമാറു മാരായി നിക്കണെതിന്റെ ഇടയ്ക്ക് പിന്നേം ഒരു നാലഞ്ച് പേര് കൂടെ ഫോൺ ചെയ്ത് വിവരം അന്വേഷിച്ചു. ഓരോ ഫോൺവിളിക്കും രാജേഷിന്റെ വിറയല് കൂടിക്കൂടിവന്നു.

ബാക്കി സ്റ്റാഫുകളൊക്കെ എത്തിത്തുടങ്ങി. വന്നുകേറിയ ഉടനെ സീമ വന്നയാളോട് കാര്യം മൊത്തം പറയും, അവരൊക്കെ അവ രുടെ രീതിയിൽ ഓരോ അഭിപ്രായങ്ങൾ പറയും. രാജേഷ് ദയ നീയമായി എന്നെ നോക്കും, ഞാൻ ക്രൂരമായി അവനെ നോക്കും, ബാക്കിയുള്ളവരൊക്കെ പ്രത്യേകിച്ചൊരു വികാരവുമില്ലാതെ ഞങ്ങളെ നോക്കും.

ഈ കളി ഇങ്ങനെ നടക്കണേന്റെ ഇടയ്ക്ക് വരുണും കേറി വന്നു. ആഹാ...തികഞ്ഞു.... എല്ലാം ഒത്തുവരുന്നുണ്ട്. ഒരു പ്രശ്നം വഷളാക്കാൻ ഇത്രേം കഴിവുള്ള വേറൊരുത്തൻ ഈ ഭൂലോകത്തില്ല. അതോടെ രാജേഷിന്റെ പേടി മാക്സിമത്തിലെത്തി.

‘‘എന്താടാ, എന്താ ആകെ ഒരു ടെൻഷൻ?’’ വന്ന വഴിക്ക് വരുൺ കേറി ഇടപെട്ടു.

അവൻ ചോദിച്ച് തീരും മുമ്പ് തന്നെ സീമ കേറി വിവരം മൊത്തം അങ്ങോട്ട് പറഞ്ഞു. അവനിലെ മനുഷ്യസ്നേഹി ഉണർന്നു.

‘‘ഡാ, വാടാ. നമ്മക്ക് പോയി നോക്കാം.’’

എവിടെപ്പോയിട്ട് എന്ത് നോക്കാൻ....

‘‘ഇല്ലെടാ, പ്രശ്നമൊന്നും കാണില്ല. നമുക്കൊന്ന് വെയിറ്റ് ചെയ്തു നോക്കാം.’’

ഞാൻ സംഭവം ഒന്ന് ലൈറ്റാക്കാൻ ഒരു വിഫലശ്രമം നടത്തി. യെവടെ... വരുൺ ഗംഭീരഫോമിലായിരുന്നു.

''വെയിറ്റ് ചെയ്യാനോ? നീയൊക്കെ മനുഷ്യനാണോടാ? നമ്മക്ക് വേഗം ചേച്ചി വരണവഴിക്കൊക്കെ ഒന്ന് പോയിനോക്കാം.''

വേണെങ്കി നീ പോയി നോക്കെടാ തെണ്ടീ എന്നാണ് പറയാൻ വന്നത്. പക്ഷേ ബാക്കിയുള്ളോരൊക്കെ ഞങ്ങടെ മൂന്നിന്റേം വായിൽ തന്നെ നോക്കി നിൽപ്പാണ്.

രാജേഷാണെങ്കി ഇടിവെട്ടേറ്റ പതിനെട്ടാംപട്ട പോലെ നിപ്പുണ്ട്. കഷ്ടിച്ച് ശ്വാസമുണ്ടെന്നേയുള്ളൂ....

വരുൺ പക്ഷേ അപ്പോഴും ഫസ്റ്റ്ഗിയറിട്ട് മൂപ്പിച്ച് നിപ്പാണ്.

''ഡാ, നിങ്ങള് വരണില്ലെങ്കി വേണ്ട. ഞാൻ പോയി നോക്കാം.''

ഞാൻ വരുണിനെ നോക്കി കണ്ണുകൊണ്ടും മുഖം കൊണ്ടും ഓരോ ആക്ഷനൊക്കെ കാണിക്കാൻ തുടങ്ങി. പക്ഷേ ആ പൊട്ടൻ ഞാൻ അവനെ കൊഞ്ഞനം കാണിക്കണതാണെന്ന് കരുതി എന്നെ നോക്കി കൊഞ്ഞനം കാണിച്ചിട്ട് തിരിച്ചുനടന്നു.

ആ പുല്ല്, പോണെങ്കി പോട്ടെ എന്ന് വെച്ച് നിക്കുമ്പോ അവന്റെ ഒരു ഡയലോഗ്

''അല്ലെങ്കി വേണ്ട. ഒരു കാര്യം ചെയ്യാം. പൊലീസ് സ്റ്റേഷനിൽക്ക് വിളിച്ച് പറയാം.''

വരുൺ ഇത് പറഞ്ഞതും രാജേഷ് കൂഴച്ചക്ക വെട്ടിയിട്ട പോലെ വീണതും ഒരുമിച്ചായിരുന്നു.

പിന്നെ ആകെ ഒരു ബഹളമായിരുന്നു. ആരൊക്കെയോ വെള്ളമെടുക്കാൻ ഓടുന്നു. കൊറേപേര് രാജേഷിനെ പൊക്കിയെടുക്കാൻ നോക്കുന്നു. ഇതിന്റെടയ്ക്ക് ഞാൻ വരുണിനോട് പോയി ഉള്ള കാര്യം പറഞ്ഞു.

''അളിയാ, എന്നാ നിനക്കിത് നേരത്തെ പറഞ്ഞൂടെ?''

''അതിന് നീയൊന്നു നിർത്തീട്ട് വേണ്ടേ എനിക്ക് പറയാൻ?''

''ഡാ, ഇനിയിപ്പോ എന്ത് ചെയ്യും?''

''എന്ത് ചെയ്യാൻ... ആദ്യം ആ പിശാചിന്റെ ബോധം വരട്ടെ.''

ചെന്ന് നോക്കുമ്പോ രാജേഷ് രാജകീയമായി നെടുനീളത്തിൽ ഒരു മേശപ്പുറത്ത് കിടക്കുന്നു. രണ്ടു തോഴിമാര് വീശിക്കൊടുക്കുന്നു. ഒരു തോഴി കാല് തലോടിക്കൊടുക്കുന്നു.

''ശ്ശെ....എനിക്കും ബോധം കെട്ട് വീണാൽ മതിയാർന്നു...'' കണ്ട് സഹിക്കാനാവാതെ വരുണിന്റെ ദയനീയമായ ഡയലോഗ്.

പണ്ടാരടങ്ങാൻ.... എല്ലാം ഒപ്പിച്ച് വെച്ചിട്ട് കാലമാടൻ സുഖിച്ച് ബോധം കെട്ട് കെടക്കണ്.

എന്തായാലും ഒന്നുരണ്ട് മിനുറ്റ് കഴിഞ്ഞപ്പോഴേക്കും രാജാവിന് ബോധം വന്നു. പക്ഷേ അതിന്റൊപ്പം തന്നെ ഡോറ് തുറന്ന് ചേച്ചിയും കേറിവന്നു. വന്ന ബോധം വന്നതിലും സ്പീഡിൽ ഇറങ്ങിയോടി. രാജാവ് വീണ്ടും മേശപ്പുറത്ത് തലതല്ലി വീണു. പക്ഷേ ഇത്തവണ വീശാൻ തോഴിമാരില്ലായിരുന്നു. അവരെല്ലാവരും ചേച്ചിയെ കണ്ട് അന്തം വിട്ട് കുന്തം വിഴുങ്ങി നിപ്പായിരുന്നു. വീശാനും തലോടാനും ഒന്നും ആരുമില്ലാത്തോണ്ട് ഇപ്രാവശ്യം ബോധം പെട്ടെന്ന് തിരിച്ചു വന്നു.

എന്തായാലും ആ ബോധംകെടല് കൊണ്ടൊരു ഗുണമുണ്ടായി. ആക്സിഡന്റ് സംഭവം നൈസായിട്ട് മുങ്ങിപ്പോയി. ആരും ചേച്ചി യോട് നേരിട്ട് ഒന്നും ചോദിക്കാൻ പോയില്ല. ഫോക്കസ് മൊത്തം രാജേഷിലേക്കായി. അവനെ ഹോസ്പിറ്റലിൽ കൊണ്ടോവാനെന്ന വ്യാജേന ഞാനും വരുണും കൂടെ പതുക്കെ സ്കൂട്ടായി. പിന്നെ അവിടെ പൊങ്ങിയത് പിറ്റേന്ന് രാവിലെയാണ്...അല്ല പിന്നെ....!!!

ഈ സംഭവത്തിന്റെ സത്യാവസ്ഥ ചേച്ചി പിന്നീട് അറിഞ്ഞി ട്ടുണ്ടോ എന്നെനിക്കുറപ്പില്ല. അറിഞ്ഞാലും ഇല്ലെങ്കിലും ഞങ്ങളോട് ഇതിനേപ്പറ്റി ഒന്നും ചോദിക്ക്യേം പറയേം ചെയ്തിട്ടില്ല. പക്ഷേ വല്ല്യ താമസമില്ലാതെ അവിടുത്തെ സംസാരഭാഷ ഇംഗ്ലീഷാക്കി പ്രഖ്യാ പിച്ചുകൊണ്ട് ഒരു നിയമം പാസ്സാക്കി. ഞങ്ങളെ... ഞങ്ങളെമാത്രം.... ഞങ്ങളെത്തന്നെ ഉദ്ദേശിച്ചുകൊണ്ട്....

■

മസിലോം കീ കഹാനീ

വർഷങ്ങൾക്ക് മുൻപുള്ള ഒരു വെള്ളിയാഴ്ച വൈകുന്നേരം. ഓഫീസ് കാന്റീനിൽ മുട്ടപ്പഫ്സ് കേറ്റിക്കൊണ്ടിരുന്നപ്പഴാണ്, മലന്നുകിടന്നാൽ സൈൻ വേവിന്റെ ടോപ്പ് പോലിരിക്കുന്ന സ്വന്തം വയറിലേക്ക് നോക്കി നെടുവീർപ്പിട്ടുകൊണ്ട് ബിപിൻ പറഞ്ഞത്.

''ഡാ, നമ്മക്ക് ജിമ്മില് പോവാം?''

''നമ്മക്കാ!!! ഒന്ന് പോയേരാ. ഞാനൊന്നൂല്ല.''

പിന്നേ... ജിമ്മേയ്. അന്നുവരെ ഒരു ജിമ്മിന്റെ പടിപോലും കണ്ടിട്ടില്ലാത്ത, ജിമ്മിന്റെ കാര്യത്തിൽ തനി കന്യകനായി നിക്കണ ഞാനെന്തിന് അവന് വയറു കുറയ്ക്കാൻ കമ്പനി കൊടുക്കണം.

മുക്കാൽ മീറ്ററിന്റെ തോർത്തുമുണ്ടുകൊണ്ട് അഞ്ചാറുവട്ടം ഈസിയായി ചുറ്റിപ്പൊതിയാവുന്ന എന്റെ സ്വന്തം ബോഡിയിലേക്ക് ഞാൻ ഒന്നൂടെ നോക്കി. ഇവൻ എന്നോട് തന്നാണോ ഈ പറയണത്? ഈ ശരീരത്തീന്ന് ഇനീം കുറഞ്ഞാ മെഡിക്കൽ കോളേജുകാര് പിടിച്ചോണ്ട് പോയി ലാബില് ചില്ലുകൂട്ടിലിട്ട് വെക്കും.

''എടാ വയറു കുറയ്ക്കാൻ മാത്രമല്ല ജിമ്മില് പോണത്. നിനക്ക് മസിലൊക്കെ വെച്ച് സെറ്റായിക്കൂടെ.''

ഞാനെന്റെ കയ്യിലേക്കൊന്ന് നോക്കി. ആ ഉവ്വാ. ഇനി അതിന്റൊരു കുറവേയുള്ളൂ. ഈ കയ്യിലെങ്ങാനും മസില് വന്നാൽ ഈർക്കിലിയില് ഒച്ച് ഇരിക്കുന്ന അവസ്ഥയാവും. വേറെ പണിയില്ലേ. പക്ഷേ കാലമാടൻ എന്നെ മോട്ടിവേറ്റ് ചെയ്ത് ഒരു വഴിക്കാക്കിയേ അടങ്ങൂ എന്ന വാശിയിലായിരുന്നു.

''ഡാ മസില് വരാൻ വണ്ണം വേണമെന്നൊന്നുമില്ല. നീ ബ്രൂസ് ലീനെ കണ്ടിട്ടില്ലേ. അങ്ങേർക്ക് വണ്ണമൊന്നുമില്ല. ബോഡി ഫുൾ മസിലാ.''

അത് ചെറുതായിട്ടൊന്ന് ഏറ്റു. ഓൺ ദി സ്പോട്ടിൽ ഞാൻ ബ്രൂസ്‌ലീടെ കളർ ഫോട്ടോ ഒരെണ്ണം മനസ്സിലിട്ട് ഫോട്ടോഷോപ്പ് ചെയ്ത് എന്റെ തലയൊന്ന് വെച്ച് നോക്കി. ആഹാ, പൊളി സാനം.

''ന്നാലും... വേണാ?''

എന്റെ റെസിസ്റ്റൻസ് ലോ ആയെന്ന് തിരിച്ചറിഞ്ഞ ആ ഒരു നിമിഷം. അത്രേം മതിയാരുന്നു അവന് എന്നെ കീഴടക്കാൻ. അവൻ അവിടിരുന്ന ഇരിപ്പില് എന്നെ ലോക കുങ്ഫൂ ചാമ്പ്യൻ വരെ ആക്കി. ജോസഫ് അന്നംകുട്ടി ജോസ് വരെ കേട്ടാൽ കോംപ്ലക്സടിച്ചു പോകുന്ന ലെവലിലുള്ള അവന്റെ മോട്ടിവേഷനിൽ ഒടുവിൽ ഞാൻ വീണു.

''അപ്പൊ നമ്മള് അടുത്താഴ്ച മുതല് ജിമ്മില് പോയിത്തുടങ്ങുന്നു. ഡീൽ.''

* * *

കൂയറ്റ് നാച്ചുറലി, അന്ന് ബസ്സിറങ്ങി വീട്ടിലേക്ക് നടക്കാൻ തുടങ്ങുമ്പഴാണ് അത്രേം നാളും കണ്ടിട്ടും മൈൻഡ് ചെയ്യാതിരുന്ന ആ ബോർഡ് എന്നെ മാടിവിളിച്ചത്.

''പവർ സ്റ്റാർ മൾട്ടി ജിം.''

വീട്ടീന്ന് നടക്കാവുന്ന ദൂരത്തിൽ ഇങ്ങനൊരു സെറ്റപ്പ് ഉള്ളപ്പോ എന്തിനാ അടുത്ത ആഴ്ച ആക്കണത്. ഞാൻ ഒന്നൂടെ ബ്രൂസ് ലീടെ ഫയൽ ഓപ്പൺ ചെയ്ത് എഡിറ്റ് ചെയ്ത് ചുമ്മാ ഒരു കുങ്ഫു മാച്ചും നടത്തി മെഡലും വാങ്ങി നേരെ അങ്ങോട്ട് വച്ചുപിടിച്ചു.

ചെന്ന് ഫോമൊക്കെ ഫില്ല് ചെയ്ത് കാശും കൊടുത്ത്, ഏത് ടൈം വേണമെന്നുള്ള ചോദ്യത്തിന് ഓപ്ഷൻസ് പറയാൻ പോലും ഗ്യാപ്പ് കൊടുക്കാതെ രാവിലെ ഏഴുമണി സെലക്ട് ചെയ്ത് തിരിച്ചു പോന്നു. എന്തിനാ വെറുതെ ലേറ്റാക്കണത്. രാവിലെത്തന്നെ പോയി മസില് വാങ്ങിപ്പോരാല്ലോ.

വീട്ടീച്ചെന്ന് റൂം മേറ്റിനോട് കാര്യം പറഞ്ഞപ്പോ, നാളെ ലോക മറിയുന്ന ബ്രൂസ് ലി ആകാൻ പോണ എന്നെ നോക്കി അവന്റെ വക ഉച്ചസ്ഥായിയിൽ ഒരു പുച്ഛഗാനം. മസിലൊക്കെ ഒന്ന് വന്നോട്ടെടാ ഊളേ, ശരിയാക്കിത്തരാം.

അന്ന് രാത്രി, വരാൻ പോണ മസിലുകളെക്കുറിച്ചോർത്ത് രോമാഞ്ചമടിച്ച് രോമം കുത്തിത്തറച്ച് കുറെ നേരത്തേക്ക് ഉറക്കം വന്നില്ല. വല്ലാതെ മസില് വന്ന് കൈ മടക്കാൻ പാടായാൽ മുടി ചീകാനുള്ള ബുദ്ധിമുട്ടോർത്ത് തല മൊട്ടയടിക്കണമെന്നൊക്കെ ആലോചിച്ചു കിടന്ന് പിന്നെപ്പഴോ ഉറങ്ങിപ്പോയി.

പിറ്റേന്ന് രാവിലെ അഞ്ച് മണിക്കുതന്നെ എഴുന്നേറ്റിരിക്കണ എന്നെക്കണ്ട് ആറുമണിക്ക് അടിച്ച അലാം ചമ്മിപ്പോയി. പതിവില്ലാതെ നേരത്തെ എഴുന്നേറ്റ് കുളിച്ച് റെഡിയായി നിൽക്കുന്ന എന്നെ നോക്കി,

ഉദിച്ചുവന്ന സൂര്യൻ ടൈം മാറിപ്പോയോന്ന് കൺഫ്യൂഷനടിച്ച് ഒരു സെക്കന്റ് ഡിമ്മായി നിന്നു.

അടയാളപ്പെടുത്തുക കാലമേ... ഇത് ഘടികാരങ്ങൾ നിലയ്ക്കുന്ന സമയം... ഇനി മസിലുകൾ കഥ പറയും!

* * *

അബു സലീമിന് റിയാസ് ഖാനിൽ ഉണ്ടായ പോലെ, മൂക്കില് വരെ മസിലുള്ള ഒരു ചേട്ടനായിരുന്നു വലതുകാല് വെച്ച് കേറിച്ചെന്ന എന്നെ സ്വീകരിച്ചത്. എങ്ങനെ ഈ നാട്ടിൽ ഓക്സിജൻ ക്ഷാമം ഇല്ലാതിരിക്കും. ഏതാണ്ടൊരു ഒന്നരയേക്കർ ചുറ്റളവിലുള്ള ശ്വാസം മൊത്തം സ്വന്തമാക്കി കേറ്റിവെച്ചിട്ടാണ് അങ്ങേര് നിക്കണത്. ട്രെയിനറാണത്രേ ട്രെയിനർ.

ഇവിടെ വരണോർക്കൊക്കെ ആവശ്യം അനുസരിച്ച് ഇങ്ങേരുടെ ശരീരത്തീന്നെങ്ങാനുമാണോ മസിലൊക്കെ ഊരിയെടുത്ത് ഫിറ്റ് ചെയ്യണത് എന്നുള്ള ഗഹനമായ ചിന്തയിൽ ഞാൻ മുഴുകിനിക്കുമ്പോ പുള്ളി ചോദിച്ചു.

''ഫിറ്റ്നസ്സാണോ ബോഡി ബിൽഡിങ്ങാണോ?''

ന്തൂട്ടാന്ന്...! ഇങ്ങനൊരു ചോദ്യം സിലബസ്സിലില്ലാർന്നല്ലോ. ഞാൻ എനിക്കറിയാവുന്ന ഉത്തരം പറഞ്ഞു.

''മസില് വേണം, മസില്.''

മസില് ഫിറ്റ് ചെയ്യാനുള്ള ശരീരം വാടകയ്ക്ക് എടുക്കുവാണോ അതോ വേറെ കൊണ്ടുവന്നിട്ടുണ്ടോന്നുള്ള അർത്ഥത്തിൽ പുള്ളി എന്നെ അടിമുടിയൊന്ന് നോക്കി. എന്നിട്ട് വളരെ സൗമ്യമായി പറഞ്ഞു.

''മസില് വരണേന് മുന്നേ ശരീരമൊക്കെ ഒന്ന് നന്നാക്കണം. ഡയറ്റ് പ്ലാൻ ഒക്കെ കൃത്യമായി ചെയ്യണം.''

ഇതും പറഞ്ഞോണ്ട് പുള്ളി ഒരു പ്രിന്റൗട്ട് എടുത്തുതന്നു. ഇനിയങ്ങോട്ട് കഴിക്കേണ്ട ഭക്ഷണത്തിന്റെ ലിസ്റ്റാണ്.

പണ്ട് നജീബിന്റെ പെങ്ങടെ കല്യാണത്തലേന്ന് പിറ്റേന്നത്തേക്കുള്ള സാധനങ്ങൾ വാങ്ങാൻ പോവാനായി തന്ന ലിസ്റ്റ് ഇതിന്റെ പകുതിയേ വരുള്ളാരുന്നല്ലോന്നോർത്ത് അന്തം വിട്ട് ഞാൻ വളരെ ആത്മാർത്ഥമായി അങ്ങേരോട് ചോദിച്ചു.

''സാറേ, ഫുഡ് ഇവിടുന്ന് തരുവോ?''

അങ്ങേര് അതിനുമുമ്പും നിഷ്കളങ്കന്മാരെ കണ്ടിട്ടുണ്ടായിരിക്കും. പക്ഷേ നിഷ്കളങ്കത കൂട്ടിക്കൊഴച്ച് കൊഴുക്കട്ട ഉണ്ടാക്കിയപോലൊരു ഐറ്റത്തിനെ ആദ്യമായിട്ട് കാണുവാരുന്നു.

''ഇവിടുന്ന് ഫുഡൊന്നുമില്ല. ഇവിടെ വർക്ക്ഔട്ട് മാത്രേയുള്ളൂ.''

''ആ അതെങ്കി അത്. ബാക്കി ഞാൻ പൊറത്തൂന്ന് കഴിച്ചോളാം.''

ഇത്തവണത്തെ അങ്ങേരുടെ നോട്ടത്തിന്റെ മീനിങ്ങ് മനസ്സിലാക്കാൻ വളരെ സിംപിളായിരുന്നു.

''വർക്ക്ഔട്ട് ന്ന് വെച്ചാ ഫുഡല്ല. എക്സർസൈസാ.''

ഓ, എനിക്കറിയാം, ഞാൻ ഒരു കോമഡി അടിച്ചതാന്നുള്ള സെറ്റപ്പിൽ ഞാൻ ചമ്മല് ന്യൂട്രലൈസ് ചെയ്യുമ്പഴേക്കും അങ്ങേര് അകത്തോട്ട് നടന്നു. ഫുഡ് കഴിക്കാൻ എവിടുന്ന് ലോൺ എടുക്കുമെന്നൊക്കെ കൂലങ്കഷമായി ചിന്തിച്ചോണ്ട് ഞാനും പിന്നാലെ ചെന്നു.

സംഭവം കൊള്ളാം. വീഗാലാന്റില് ടൂറ് പോയപോലത്തെ ഒരു ഫീല്. അവിടവിടെയായി കൊറേ റൈഡുകൾ നിരത്തിവെച്ചിട്ടുണ്ട്. ആരാണ്ടൊക്കെയോ കേറിയിരുന്ന് ഊഞ്ഞാലാടുന്നുണ്ട്. ചെന്ന് കേറിക്കൊടുത്താലോ?

അല്ലെങ്കി വേണ്ട. വല്ലതിന്റേം ഇടയ്ക്ക് കഴുത്തെങ്ങാനും കുരുങ്ങി ചത്താൽ ചമ്മിപ്പോവും. ഞാനൊരു പൊടിക്ക് അടങ്ങി. അങ്ങേര് പറയട്ടെ ഏതിലാ കേറേണ്ടതെന്ന്.

എന്റെ പ്രതീക്ഷകളെ പക്ഷേ അങ്ങേര് അസ്ഥാനത്താക്കി.

''ഇന്ന് നമ്മക്ക് കുറച്ച് സ്ട്രെച്ച് എക്സർസൈസ് ചെയ്യാം.''

''അല്ലാശാനേ, ഈ മെഷീനേ കേറി മസിലുണ്ടാക്കാൻ പറ്റൂല്ലേ?''

അങ്ങേര് പിന്നേം മറ്റേ നോട്ടം നോക്കി. മീനിങ്ങ് ഞാൻ ഫിൽ ഇൻ ദി ബ്ളാങ്ക്സ് ചെയ്തു.

''അതൊക്കെ പിന്നെ. ഇപ്പൊ സിംപിളായിട്ടുള്ള ഐറ്റംസിൽ തുടങ്ങാം.''

ഇതും പറഞ്ഞ് അങ്ങേരൊരു ഐറ്റം കാണിച്ചു. ഇടത്തേ കയ്യെടുത്ത് വലത്തേ കയ്യിന്റെ പുറകേക്കൂടെ കൊണ്ടോയി കഴുത്തിന്റെ പുറകിൽ പിടിച്ച് വളയണ വളരെ സിംപിളായ ഒരു സ്റ്റെപ്പ്. അതേപോലെ മറ്റേ കയ്യോണ്ട് തിരിച്ചും.

ഇതാണാ സിമ്പിൾ ഐറ്റം. ഹെമ്മേ... പുല്ല്, ഇതെങ്ങാനും ചെയ്യുമ്പോ മൊത്തത്തീ കുരുങ്ങിപ്പോയാൽ അഴിച്ചെടുക്കാനെങ്ങാനും പറ്റിയില്ലെങ്കി ഞാനെങ്ങനെ ഉച്ചയ്ക്ക് ചോറുണ്ണും? വരണ്ടാർന്നു.

അങ്ങേര് പിന്നേം നിന്ന് അമീബ ഷേപ്പ് മാറണപോലെ എന്താണ്ടൊക്കെയോ കാണിച്ചു. ഇതിലിപ്പോ കൈ ഏത് വഴിക്ക് പോണു, കാലേത് വഴിക്ക് പോണൂന്ന് പോലും പിടികിട്ടാതെ ഞാനും.

എല്ലാം കാണിച്ചിട്ട് 'ഇനി ഇത് പോലെ ചെയ്യ്'ന്നും പറഞ്ഞ് പുള്ളി എങ്ങോട്ടോ പോയി. ഞാൻ എനിക്ക് തോന്നിയപോലെ അവിടെക്കിടന്ന് എന്താണ്ടൊക്കെയോ കാണിച്ചു.

കുറച്ച് കഴിഞ്ഞിട്ട് പുള്ളി പിന്നേം വന്ന് 'ഇനി ദേ ദിങ്ങനെ... പിന്നെ ദങ്ങനെ' ന്നൊക്കെ പറഞ്ഞ് ഒരു റൗണ്ട് കൂടെ സിമ്പിൾ സ്റ്റെപ്പ്സ് കാണിച്ചിട്ട് പോയി. ഞാൻ പിന്നേം നിന്ന് മയിലാട്ടം നടത്തി.

ഇതൊരു നടയ്ക്ക് പോവൂല്ല. വർഷങ്ങളായി ഞാൻ അനക്കാതെ ഇളകാതെ പൊന്നുപോലെ സൂക്ഷിച്ചോണ്ടിരുന്ന എന്റെ പാവം ബോഡി പതിവില്ലാത്ത തട്ടും മുട്ടുമൊക്കെ കണ്ട് 'മേരാ മൊയ്‌ലാളി പാഗൽ ഹോഗയാ'ന്ന് വല്ല്യവായിൽ കാറിക്കൂവാൻ തുടങ്ങി. എങ്ങാനു മൊന്ന് റെസ്റ്റ് എടുക്കാൻ തുടങ്ങിയാ എവിടുന്നാണെന്നറിയാമ്പാ ടില്ല, മണത്തറിഞ്ഞ് അങ്ങേരോടിവന്ന് അടുത്ത സ്റ്റെപ്പിടും. ഞാൻ പിന്നേം ആടാൻ തുടങ്ങും.

അന്ന് അവിടുന്നിറങ്ങുമ്പഴേക്കും ഏതാണ്ട് കോൺക്രീറ്റ് മിക്സ റിന്റെ ഉള്ളില് കേറ്റി രണ്ടുമൂന്ന് റൗണ്ടടിച്ച ഒരവസ്ഥയാരുന്നു. ആ നേരത്ത് ബ്രൂസ് ലീനെയെങ്ങാനും കയ്യീക്കിട്ടിയിരുന്നെങ്കി മോന്ത പിടിച്ച് ഞാൻ ചുമരിലുരച്ചേനേ.

*   *   *

അലാം പിറ്റേന്നും ആറുമണിക്ക് തന്നെ അടിച്ചു. യേത്, ഈ പണ്ടാരം അടിക്കുമല്ലോന്നോർത്ത് പേടിച്ച് അഞ്ചുമണി മുതലേ ഉറക്കം പോയി നെഞ്ചും തലോടി ഇരിക്കണ നമ്മളോടേയ്. പോണോ വേണ്ട യോന്നാലോചിച്ച് ജീൻസ് മുക്കിപ്പിഴിഞ്ഞിട്ടപോലെ കുറേനേരം കൂടെ ചുരുണ്ടുകൂടി കിടന്നെങ്കിലും കൊടുത്ത കാശ് മുതലാക്കാ മെന്നോർത്ത് അവസാനം രണ്ടും കൽപ്പിച്ച് അന്നും ഞാൻ അങ്ക ത്തിനിറങ്ങി അവിടെച്ചെന്ന് ആശാനുമായി സാറ്റ് കളി നടത്തി.

പുള്ളി ഇപ്പറത്തൂടെ വരുമ്പോ ഞാൻ അപ്പറത്തെ സൈഡീ പ്പോവും. പിന്നതിന്റെ റിവേഴ്സ്. ഇതൊരു ഒന്നുരണ്ട് റൗണ്ടായപ്പോ ബോറടിച്ചിട്ട് അവിടെക്കിടന്ന എന്താണ്ടോ വെയിറ്റ് എടുത്ത് പൊക്കാൻ നോക്കി തവള ബബിൾഗം വിഴുങ്ങിയപോലെ നിക്കുമ്പഴാണ് 'കണ്ടേ'ന്നും പറഞ്ഞ് ആശാൻ വന്ന് പിന്നീന്ന് ഞോണ്ടിയത്.

''ബാ, ഇന്ന് നമ്മക്ക് പുഷപ്പ് എടുക്കാം.''

സബാഷ്! വേറെ ചോയ്സൊന്നും ഇല്ലാത്തോണ്ട് അങ്ങേരുടെ പുറകെ ചെന്നു.

''പത്ത് പുഷപ്പ് എടുക്ക്.''

''വോക്കേയ്.'' പുല്ല് പോലെ ഒരു പത്തെണ്ണം അങ്ങോട്ട് എടുത്തു കൊടുത്തു.

ചാണകപ്പുഴു ഡിസ്കോഡാൻസ് കളിക്കുന്നപോലുള്ള എന്റെ പുഷപ്പ് കണ്ട് ആശാൻ ആശ്ചര്യപുളകിതനായി.

''ഡേയ്, ഇതെന്തോന്ന്?''

''പുഷപ്പ്... ന്തേ?''

''ആഹ്, അപസ്മാരം വല്ലോം വന്നെന്ന് കരുതി ഞാൻ താക്കോലെടുക്കാൻ പോകുവാരുന്നു. ഇങ്ങനല്ല, ദേ ദിങ്ങനെ'' ന്നും പറഞ്ഞ് ചറപറാന്ന് പത്തിരുപത് പുഷപ്പിന്റെ സാമ്പിള് കാണിച്ചിട്ട് അങ്ങേര് പിന്നേം പോയി.

വെർതേ ഒരു രസത്തിന് ഞാൻ പുള്ളി കാണിച്ചപോലൊന്ന് ശ്രമിച്ചുനോക്കി. സിവനേ...! എവിടെയോ എന്തോ ഒരു മിന്നല് പോലെ. നട്ടെല്ലിന്റെ ബോൾട്ട് വല്ലോം വിട്ടതാണോ? എനിക്കിതെന്തിന്റെ കേടായിരുന്നൂന്നാ. കയ്യിലിരിക്കണ കാശുകൊടുത്ത് ചുണ്ണാമ്പ് വാങ്ങി എവിടാണ്ടാണ്ട് തേച്ചെന്ന് പറഞ്ഞപോലായി.

എന്തായാലും അന്നത്തോടെ, സ്കൂളിലും കോളേജിലുമൊക്കെയായി കൊല്ലം കൊറേ പഠിച്ചെങ്കിലും അന്നുവരെ മനസ്സിലായിട്ടില്ലാത്ത ബയോളജീലെ പല പാഠങ്ങളും നിന്നനിൽപ്പിൽ ഞാൻ ഹൃദിസ്ഥമാക്കി. ശ്വാസം വിടുമ്പഴൊക്കെ ശരീരത്തിൽ ഇത്രേം പ്രവർത്തനം നടക്കുന്നുണ്ടാരുന്നെന്ന് അന്നാണ് പിടി കിട്ടിയത്.

അന്ന് രാത്രി ഞാൻ ടൈം പീസ് എടുത്ത് കിണറ്റിലിട്ടു. പോട്ട് പുല്ല്.

* * *

ആർക്കും മസിലില്ലാത്ത ഒരു സുന്ദരസുരഭിലലോകം സ്വപ്നം കണ്ട് ശാന്തസുന്ദരമായി ഉറങ്ങിക്കൊണ്ടിരിക്കുമ്പോ ഒരു വൃത്തികെട്ട സൗണ്ട്.

''ഡാ, എണീക്കടാ. നീയിന്ന് പോണില്ലേ?''

റൂം മേറ്റ് തെണ്ടിയാണ്.

''പുല്ല്, ന്താടാ?''

''ഡാ, നീയിന്നലെ അലാം വെക്കാൻ മറന്ന് ഉറങ്ങിപ്പോയല്ലേ. അതാ വിളിക്കാന്ന് വെച്ചേ.''

പരനാറി... അല്ലെങ്കി ഉച്ചയായിട്ടും എണീറ്റില്ലെങ്കിപ്പോലും ചത്തോന്നറിയാൻ പുതപ്പൊന്ന് മാറ്റിനോക്കാത്തവനാ... എന്നിട്ടിപ്പോ എന്തോ വല്യ ഉപകാരം ചെയ്തപോലെ ഇളിച്ചോണ്ട് നിക്കുന്നു

''എന്താടാ, ഇന്ന് ജിമ്മില് പോണ്ടേ?''

''ഓ ഇല്ലെടാ. ഇന്ന് ജിമ്മ് അവധിയാ.''

''ശേ, അതെന്താ?''

''ഇന്ന് ജിം കാരീടെ ബർത്ത് ഡേ അല്ലേ. ലോകത്തെല്ലാ ജിമ്മും അവധിയാ.''

''ആഹാ, അറിഞ്ഞില്ലാർന്നു. ന്നാ ഒറങ്ങിക്കോ.''

വൃത്തികെട്ടവൻ. നാളെ ഇവനേം എടുത്ത് കിണറ്റിലിടണം.

* * *

കഥ മൊത്തം കേട്ടുകഴിഞ്ഞപ്പോ ബിപിന്റെ വക പിന്നേം പുഴുങ്ങിയ മോട്ടിവേഷൻ.

''അത്രയ്ക്ക് പ്രശ്നമൊന്നും ഉണ്ടാവില്ലളിയാ. ഒരു രണ്ടീസം കൂടെ പോയിക്കഴിയുമ്പോ എല്ലാം സെറ്റ് ആവും.''

ഉവ്വെടാ...നിന്റെ വാക്കും കേട്ട് രണ്ട് ദിവസം പോയതിന്റെയാടാ നാറീ, ഞാനിവിടെ ശ്വാസം വിടുമ്പോ മൂക്കീക്കൂടെ പുക വല്ലതും പോണുണ്ടോന്ന് നോക്കിയിരിക്കണ അവസ്ഥേലായത്.

''എന്റെ പൊന്നളിയാ, ഉള്ളത് പറയാല്ലോ, ഞാനിപ്പ കക്കൂസിൽ പോക്ക് വരെ നിർത്തിവെച്ചേക്കുവാ... ഒന്ന് ഇരുന്നിട്ട് എഴുന്നേക്കു കാന്നൊക്കെ വെച്ചാ... എന്നാ പാടാണെന്നറിയാവോ. എന്നെ വിട്ടേക്ക്. ഇത് നടപടിയാവൂല്ല.''

പഞ്ച് ഡയലോഗും അടിച്ച് ഞൊണ്ടിഞൊണ്ടി സ്ലോമോഷനിൽ പോയ എന്നെനോക്കി ചിന്താമഗ്നനായി നിന്ന ബിപിൻ അപ്പത്തന്നെ പിന്നാലെവന്നു.

''അളിയാ, അതേയ്... നീ എന്നെയൊന്ന് ശെരിക്കും നോക്കിയേ? എനിക്കത്രക്ക് വയറൊക്കെയുണ്ടോ?''

''എവടെ, ഒന്ന് എയറ് പിടിച്ചാ തീരുന്ന പ്രശ്നല്ലേ ഉള്ളൂ.''

''ആണല്ലേ....''

''നീ എന്നെയൊന്ന് നോക്കിയേ. അത്യാവശ്യത്തിന് മസിലൊക്കെ യില്ലേ?''

''പിന്നേ... പുറത്തോട്ട് കാണണില്ലെന്നേയുള്ളൂ. ഉള്ളില് നല്ല മസിലുണ്ടാവും. ബോഡീടെ ഒരു സ്റ്റയില് കണ്ടാ അറിയാം.''

അവൻ ആക്കിയതാണോ...ഏയ്....സീരിയസ്സായിട്ടാവും.

''എന്നാപ്പിന്നെ നമ്മക്കിത് വേണ്ടളിയാ. ബാ, രണ്ട് മുട്ടപ്പഫ്സ് തിന്നാം.''

അല്ല പിന്നെ, ദേഷ്യം വരൂല്ലേ. ■

ഷൂമാക്കറും കേരളാ എക്സ്പ്രസ്സും

ജോലി കിട്ടി തിരുവനന്തപുരത്ത് എത്തിയപ്പോ ആദ്യം താമസിച്ചിരുന്നത് പാങ്ങപ്പാറ ഹെൽത്ത് സെന്ററിന്റെ ഓപ്പോസിറ്റ് ഉള്ള ശ്രീരാഗം എന്ന വീട്ടിലായിരുന്നു. വല്ല്യ അലമ്പൊന്നുമില്ലാതെ സമാധാനപരമായി ജീവിതം മുന്നോട്ട് പോയിക്കൊണ്ടിരിക്കണേന്റെ ഇടയ്ക്കാണ് ഒരു കാര്യോമില്ലാതെ പോയി ഡ്രൈവിംഗ് പഠിക്കാൻ ചേർന്നത്. അതോടെ സമാധാനം മൊത്തം പോയിക്കിട്ടി. ഞങ്ങടെ മാത്രമല്ല, നാട്ടുകാരുടേം.

ഡ്രൈവിംഗ് ആശാൻ ആളൊരു പുലി. തമിഴ് സിനിമയിലൊക്കെ സ്ഥിരമായി കാണുന്ന ഗുണ്ടകളുടെ ലുക്ക്, അട്ടയെ തല്ലിക്കൊന്നിട്ട പോലത്തെ മീശ, മൂക്കത്ത് ശുണ്ഠി, അങ്ങനെ പ്രകൃതിയുടെ മിശ്രണങ്ങൾ എല്ലാം കൃത്യമായി ഒത്തിണങ്ങിയ ഒരു സൂപ്പറ് സാധനം.

മിണ്ടിയാ തെറി. മിണ്ടിയില്ലെങ്കി പൂരത്തെറി. അതാണ് ഐറ്റം.

ആദ്യത്തെ ദിവസം തന്നെ വയറു നിറച്ച് ഭേഷാ കിട്ടി. ഗിയറ് വലിച്ചൂരാൻ പാടില്ല പോലും. ചുമ്മാ അങ്ങോട്ടും ഇങ്ങോട്ടും മാറ്റാനേ പാടുള്ളത്രേ. ഓരോരോ വൃത്തികേട്ട നിയമങ്ങൾ.

പിന്നങ്ങോട്ട് ഡെയ്‌ലി ഇത് തന്നെ പണി. അതിരാവിലെത്തന്നെ എഴുന്നേറ്റ് വെറുംവയറ്റിൽ ചെന്ന് അങ്ങോരുടെ വായിലുള്ളത് മൊത്തം കേക്കുക. ആഹാ, അടിപൊളി.

ഡ്രൈവിംഗ് സ്കൂളിന്റെ അടുത്ത് തന്നെ താമസിക്കുന്ന ഒരുത്തനായിരുന്നു എന്നും ആദ്യം കേറാനും തെറി കേക്കാനും ഉള്ള യോഗം. തെറി കേട്ട് കേട്ട് പ്രാന്തായി ആ ദേഷ്യം മൊത്തം അവൻ വണ്ടിക്കിട്ട് തീർക്കും. ചിലപ്പോ മതിലൊക്കെ ചാടിച്ച് ഞങ്ങടെ വീടിന്റെ അടുക്കളേലൊക്കെയാണ് കൊണ്ടുവന്ന് വണ്ടി നിർത്താറ്. അതുകൊണ്ട് ഞങ്ങള് അപ്പറത്തെ വീടിന്റെ ടെറസ്സിലോ മരത്തിന്റെ മോളിലോ ഒക്കെയാണ് വെയിറ്റ് ചെയ്യാറുള്ളത്. ആശാൻ അപ്പഴേക്കും

അവനെ തെറിവിളിച്ച് വാം അപ്പ് ചെയ്ത് നല്ല മൂഡായിക്കാണും. ചെന്നങ്ങ് തലവെച്ച് കൊടുത്താമതി. പിന്നൊരു ധൈര്യത്തിലങ്ങ് കേറും. വിശ്വാസം, അതല്ലേ എല്ലാം. വളകൾക്ക് അഞ്ച് ശതമാനം, മാലകൾക്ക് ആറ് ശതമാനം... അയ്യേ ച്ഛേ, ടോപ്പിക്ക് മാറിപ്പോയി.

ഒരു കോപ്പും അറിയില്ലെങ്കിലും ഒറ്റയൊരുത്തനും അഹങ്കാരത്തിനൊട്ടും കുറവില്ലായിരുന്നു. വണ്ടീല് കേറിക്കഴിഞ്ഞാൽ പിന്നെ സകലവനും ഷൂമാക്കറും ഹാമിൽട്ടനും ഒക്കെയായി മാറും. പിന്നങ്ങോട്ട് മുടിഞ്ഞ ഷോയാണ്. വളവുകളൊക്കെ വീശിയെടുക്കണത് കണ്ടിട്ട് റോഡ്സൈഡിലുള്ള വീട്ടീന്നൊക്കെ തളർവാതം പിടിച്ച് കെടക്കണ അപ്പൂപ്പന്മാര് വരെ എഴുന്നേറ്റോടീട്ടുണ്ട്.

ഒരുവിധം നേരെ ചൊവ്വേ ഓടിക്കാൻ തുടങ്ങി തെറിയൊക്കെ കുറഞ്ഞ് ഒന്ന് സെറ്റിലായി വന്നപ്പഴാണ് 'H' എടുക്കാൻ പഠിപ്പിച്ച് തുടങ്ങിയത്. അതോടെ തെറിവിളി സീസൺ 2 തുടങ്ങി.

'H' ഒഴികെ ബാക്കി എല്ലാ അക്ഷരങ്ങളും ഞങ്ങൾ കറക്റ്റായിട്ട് ഡെയ്‌ലി എടുക്കും. പോരാത്തതിന് തമിഴ്, തെലുങ്ക്, ഉറുദു, തുളു അങ്ങനെ സകല ഭാഷകളിലേയും എല്ലാ അക്ഷരങ്ങളും ഞാൻ തന്നെ എത്രയോ വട്ടം എടുത്ത് കാണിച്ചിരിക്കുന്നു. അതൊന്നും അങ്ങോർക്ക് വേണ്ട. H വേണമത്രേ H.

Hനു വേണ്ടി റിവേഴ്സ് എടുക്കലായിരുന്നു ഏറ്റോം മിനക്കെട്ട പണി. ഗിയറൊക്കെയിട്ട് വളരെ സീരിയസ്സായി പുറകോട്ടൊക്കെ നോക്കി ജാടയിലിരുന്ന് ആക്സിലേറ്റർ കൊടുക്കും. വണ്ടി ഒരെറ്റ പോക്കാണ് മുന്നോട്ട്. മുന്നില് നിന്ന് ഡയറക്ഷൻ പറഞ്ഞോണ്ടിരുന്ന ആശാൻ അപ്പറത്തെ തോട്ടിൽ നിന്നൊക്കെ എഴുന്നേറ്റ് വന്ന് തന്തയ്ക്ക് വിളിക്കുമ്പഴാണ്, ഇട്ടത് റിവേഴ്സല്ല ഫസ്റ്റ് ഗിയർ ആണെന്ന് മനസ്സിലാവാറ്. റിവേഴ്സിന്റെ കൂടെ ലെഫ്റ്റും റൈറ്റും തിരിക്കലും കൂടെ ആയപ്പോ വണ്ടി എപ്പോ എങ്ങോട്ട് പോവുമെന്ന് ദൈവത്തിനു പോലും പ്രെഡിക്റ്റ് ചെയ്യാൻ പറ്റാത്ത അവസ്ഥയായി. അതോണ്ട് ആശാൻ പിന്നെ തെങ്ങിന്റെ മണ്ടയ്ക്കിരുന്നൊക്കെയാണ് ഡയറക്ഷൻ തന്നോണ്ടിരുന്നത്. കാര്യം ഡ്രൈവിംഗ് ആശാനൊക്കെയാ, എന്നാലും വണ്ടി കേറിയാൽ തീർന്നില്ലേ.

പിന്നെ കൊറെ നാളത്തേക്ക് ഇതുതന്നെ പണി. എന്നും രാവിലെ ഗ്രൗണ്ടിൽ ചെന്ന് ആശാൻ കൊറേ വടിയും കമ്പിയും ഒക്കെ കുത്തി 'H' മാർക്ക് ചെയ്ത് അതിന്റെ മുകളിൽ കുപ്പി, തീപ്പെട്ടി അങ്ങനെ ഓരോന്ന് വെച്ച് അടയാളം കാണിച്ച് 'സ്റ്റാർട്ട്' പറഞ്ഞിട്ട് ഓടി തെങ്ങീക്കേറും. ഞങ്ങള് ഓടിക്കാനും തൊടങ്ങും. ഓടിക്കണോന്റെ ഭാഗ്യം പോലെ വണ്ടി മുന്നോട്ടോ പിന്നോട്ടോ മുകളിലോട്ടോ എങ്ങോട്ടേലുമൊക്കെ പോകും. അങ്ങനെ ചന്നം പിന്നം ഓടിച്ച് ഒറ്റയെണ്ണം

ബാക്കി വെക്കാതെ സകല വടികളും തട്ടിയിടും, ആശാൻ തെറി വിളിക്കും. ആശാൻ പിന്നേം H വെക്കും. ഞങ്ങള് തട്ടിയിടും. എന്നിട്ട് തെറി കേൾക്കും. പിന്നേം വെക്കും. പിന്നേം തട്ടിയിടും. പിന്നേം തെറി കേൾക്കും. ആഹാ, എന്തൊരു രസം. എന്തൊരു സുഖം.

കാര്യം ഇങ്ങിനൊക്കെയായിരുന്നെങ്കിലും ടെസ്റ്റിന് അധികം മിന ക്കെടേണ്ടി വന്നില്ല. ഞങ്ങടെ ഭാഗ്യം കൊണ്ടോ അതോ നാട്ടാരുടെ ഭാഗ്യം കൊണ്ടോ എന്തോ, ടെസ്റ്റിൽ എല്ലാരും ഫസ്റ്റ് ട്രയലിൽ തന്നെ കടന്നുകൂടി.

പറഞ്ഞത്രേം കിലോമീറ്റർ ആയിട്ടില്ലാത്തതോണ്ട് ടെസ്റ്റ് കഴി ഞ്ഞിട്ടും മൂന്നുനാല് ക്ലാസ്സ് കൂടെ ഉണ്ടായിരുന്നു. പിന്നങ്ങോട്ട് ലൈ സൻസ് കിട്ടിയതിന്റെ അഹങ്കാരത്തിൽ പണ്ടത്തേതിന്റെ ഡബിൾ ആയിരുന്നു ഷോ. തെറികേട്ട് വാടിപ്പോയിരുന്ന ഷൂമാക്കറും ഹാമിൽ ട്ടനുമൊക്കെ പൂർവ്വാധികം ശക്തിയോടെ സടകുടഞ്ഞെഴുന്നേറ്റു. ശംഖുമുഖം എയർപോർട്ട് റോഡായിരുന്നു ഷോ കാണിക്കലിന്റെ മെയിൻ സ്ഥലം.

അങ്ങനെ ഒരു ദിവസം ആ റോഡിൽക്കൂടെ ഒരു ഷൂമാക്കർ ഒറ്റ ക്കൈ കൊണ്ട് സ്റ്റിയറിംഗൊക്കെ പിടിച്ച് 'ഹിതൊക്കെ എന്ത്' എന്ന ഭാവത്തിൽ പാവംപിടിച്ച സൈക്കിളുകാരെയൊക്കെ ഓവർടേക്ക് ചെയ്ത് തകർത്തടിച്ച് പോവുന്നു. ആശാനും ഞങ്ങള് ബാക്കിയുള്ളവരും പേടിച്ച് വിറച്ച് ഇരിക്കുന്നു.

അവിടെ റൺവേയും റെയിൽവേ ലൈനും റോഡും പാരലൽ ആയി വരുന്ന ഭാഗത്തെത്തിയപ്പോ പെട്ടെന്നൊരു ഭീകര ഹോണടി കേട്ടു. സംഭവം അപ്പറത്തെ പാളത്തീക്കൂടെ പോണ കേരളാ എക് സ്പ്രസ്സിന്റെ ഹോണടിയായിരുന്നു. പക്ഷേ പാവം ഷൂമാക്കറിനത് മനസ്സിലായില്ല. അവൻ കരുതി ആരോ തൊട്ടുപുറകിൽ വന്ന് ഹോണ ടിച്ചതാണെന്ന്.

ഷൂമാക്കറിനെ ഓവർടേക്ക് ചെയ്യാനോ, അത്രയ്ക്കായോ!! അളി യൻ പിന്നൊന്നും നോക്കിയില്ല. സ്പീഡ് കൂട്ടി ഒരൊറ്റ വിടലാണ്.

ഒരു കാരണോമില്ലാതെ പെട്ടെന്ന് സ്പീഡങ്ങ് കൂടിയതുകണ്ട് ആശാൻ ഞെട്ടി. പുള്ളി നോക്കുമ്പോ ഒരുത്തനിരുന്ന് മൂട്ട അംബാ സഡറും വെച്ച് ട്രെയിനുമായി ഗംഭീര റേസിംഗ്.

''ഡേയ് അപ്പീ, നിനക്കെന്തെരെഡേയ് പ്രാന്താ?''

യെവടെ, ഷൂമാക്കറുണ്ടോ വിടുന്നു, അളിയൻ പിന്നേം സ്പീഡ് കൂട്ടി. ആശാൻ കലിപ്പായി ഒരൊറ്റ വിളിയാണ്.

''സ്റ്റോാാ...''

ഷൂമാക്കറ് കിടുങ്ങി. അവൻ കരുതി വണ്ടി ഇടിക്കാൻ പോണെന്ന്. പിന്നൊന്നും നോക്കിയില്ല. ഒരൊറ്റ വെട്ടിക്കലാണ് ലെഫ്റ്റിലോട്ട്. വണ്ടി നേരെ എയർപോർട്ടിന്റെ മതിലിലേക്ക്. മതിലിൽ തൊട്ടു തൊട്ടില്ല എന്ന സ്റ്റേജിൽ ആശാൻ സ്റ്റിയറിംഗ് പിടിച്ച് വലത്തോട്ട് തിരിച്ചു. ആശാനെ ഇമ്പ്രസ്സ് ചെയ്യാൻ വേണ്ടി ഷൂമാക്കറും പിടിച്ച് ഒന്നൂടെ വലത്തോട്ട് തിരിച്ചു. അതോടെ വണ്ടി നേരെ ഡിവൈഡറിലേക്ക്. വണ്ടി റോട്ടീക്കെടന്ന് ബ്രേക്ക് ഡാൻസ് കളിക്കാൻ തൊടങ്ങി. ഒരുവിധത്തിൽ ആശാൻ മറ്റവന്റെ കയ്യൊക്കെ തട്ടിമാറ്റി സ്റ്റിയറിംഗ് കേറിപ്പിടിച്ച് വണ്ടി നേരെയാക്കി.

കുലുക്കിസർബത്തടിച്ചപോലെ അണ്ഡകടാഹം വരെ കലങ്ങി ഞങ്ങളും ദേഷ്യം വന്ന് തലച്ചോറ് വരെ ചൂടായി ആശാനും അങ്ങനെയിരിക്കുമ്പോ ഷൂമാക്കർ പിന്നേം ഭീകരജാടയിൽ വണ്ടി ഓടിക്കാൻ തുടങ്ങി. അളിയന്റെ വിചാരം അവൻ ഞങ്ങളെയൊക്കെ ഏതാണ്ട് വല്ല്യ അപകടത്തീന്ന് രക്ഷിച്ചെന്നാണ്.

നാലഞ്ച് സെക്കന്റ് കഴിഞ്ഞപ്പോ ആശാൻ നോർമലായി.

''ഡേയ് അപ്പീ...''

ആശാൻ അനുമോദിക്കാൻ വിളിച്ചതാണെന്ന് കരുതി അവൻ വല്ല്യ ബാസൊക്കെയിട്ട് വിളികേട്ടു.

''ഹെന്താ ഹാശാനേ?''

''ഫാാാ ●@○●@●!@●○!%@○.... നീയെന്തരെടേയ് ഇപ്പോ ചെയ്തത്?''

''സൈഡ് കൊടുത്തതാ.''

''അവൻറെയൊരു സൈഡ് കൊടുപ്പ്. ട്രെയിൻ ഹോണടിച്ചതിന് റോട്ടിലാണോടാ പന്ന●@○●@●!@●○!%@ കെടന്ന് സർക്കസ് കളിക്കണത്?''

''ട്രെയിനാ? അപ്പോ കാറല്ലേ ഹോണടിച്ചത്??''

അതോടെ ആശാന്റെ സകല കണ്ട്രോളും പോയി.

''കാറല്ലടാ... (ബീപ് ബീപ് ബീപ് ബീപ് ബീപ് ബീപ് ബീപ് ബീപ് ബീപ് ബീപ് ബീപ് ബീപ്).

സൗത്ത് ഇന്ത്യയിൽ ട്രെയിനിന് സൈഡ് കൊടുത്ത ഏക വ്യക്തി. പാവം... അവൻ പിന്നെ പാളത്തീക്കൂടെ നടക്കുമ്പോ പോലും ട്രെയിൻ ഹോണടിച്ചാൽ മാറിക്കൊടുക്കാറില്ല.

■

അഭിയും ഞാനും

തൃശ്ശൂർ പുത്തൻപള്ളീടെ അടുത്തുള്ള ഒരു സ്ഥാപനത്തിൽ കുറച്ചുനാൾ ഞാൻ ജോലി ചെയ്തിരുന്നു. ജോലീന്ന് വെച്ചാ അങ്ങനെ ആപ്പ ഊപ്പ ജോലിയൊന്നുമല്ല. മാർക്കറ്റിംഗ് എക്സിക്യൂട്ടീവ്!

രാവിലെ തന്നെ ബാഗും തൂക്കി ഇറങ്ങണം. ആദ്യം കിട്ടുന്ന ബസ്സ് എങ്ങോട്ടാണ് പോണതെന്നുവെച്ചാൽ അങ്ങോട്ട് വെച്ചുപിടിക്കുക. കണ്ണീക്കണ്ട കടേലൊക്കെ കേറി 'ഇവിടെ കമ്പ്യൂട്ടറ് വല്ലതും വേണോ ആവോ'' എന്ന് ഭവ്യതയോടെ ചോദിക്കുക. അപ്പോ അവര് നമ്മളോട് 'ഇവിടൊന്നും വേണ്ട, പൊക്കോ പൊക്കോ' ന്ന് പറയും. നൈസായി ഇറങ്ങിപ്പൊരുക. അത്രേ വേണ്ടൂ.

വൈകീട്ട് ഓഫീസിൽ വന്ന് പോയ കടയുടേം കണ്ട ആളുടേം പേരും ഫോൺ നമ്പറും ഒക്കെ എഴുതി കണക്ക് കാണിക്കുക. (ഉച്ചയ്ക്ക് കഴിച്ചത് പഴങ്കഞ്ഞി ആണേലും ബിരിയാണീടെ കണക്കേ എഴുതാവൂ). എന്നിട്ട് കിട്ടണ കാശും വാങ്ങി പോക്കറ്റിലിട്ട് വീട്ടീപ്പോവുക.വളരെ സിമ്പിൾ. ദതാണ് നമ്മടെ പണി.

എന്റെ കൂടെ സ്കൂളിൽ പഠിച്ച അഭി വഴിയാണ് ഞാൻ അവിടെ ജോലിക്ക് കേറിയത്. അവനാണവിടുത്തെ സർവീസും മെയിന്റനൻസുമൊക്കെ നോക്കണത്. അവൻ ലീവാവുന്ന ചില ദിവസം സർവീസ് എഞ്ചിനീയറുടെ റോളും എനിക്കായിരുന്നു.

അങ്ങനൊരു ദിവസമായിരുന്നു അത്. ഇരിഞ്ഞാലക്കുടയുള്ള ഒരു ഡോക്ടറുടെ വീട്ടിലാണ് പണി. അഭി വരാൻ ലേറ്റാവും. എന്നോട് നേരെ അങ്ങോട്ട് വിട്ടോളാൻ പറഞ്ഞു. അവൻ കുറച്ച് കഴിയുമ്പളേക്കും അവിടെത്താമെന്ന്. എങ്ങനേലും അവൻ വരുന്നതുവരെ പിടിച്ചുനിന്നാൽ മതി.

ഞാൻ അങ്ങനെ രാവിലെത്തന്നെ അവിടെത്തി. നല്ല ദിവസം. തൊട്ടടുത്തുള്ള പള്ളിയിൽ പെരുന്നാള്. അടുക്കളയിൽനിന്ന് ചിക്കന്റേം ബീഫിന്റേം ഒക്കെ നല്ല സൂപ്പറ് മണം. അവരായിട്ട് വല്ലതും തിന്നാൻ

കൊണ്ടരണവരെ വെയിറ്റ് ചെയ്യണോ അതോ അടുക്കളയിൽ പോയി ആരും കാണാതെ എടുത്ത് തിന്നണോ എന്നൊക്കെ ആലോചിച്ച് കമ്പ്യൂട്ടർ പൊളിച്ചടക്കിക്കൊണ്ടിരിക്കണതിന്റെ ഇടയ്ക്കാണ് രാജസ്ഥാൻ മാർബിൾസിന്റെ പരസ്യത്തിലെ സുമോഗുസ്ത്തിക്കാരന്റെ മിനിയേച്ചർ പോലത്തെ രണ്ട് പിള്ളേരും അവരെ രണ്ടിനേം ചേർത്തൊട്ടിച്ചതുപോലൊരു ചേട്ടത്തിയും കേറിവന്നത്.

''ഇവരേക്കൂടെ ഒന്നിവിടെ ഇരുത്തണേ മോനേ. അവിടെ അടുക്കളയിൽ ഇരുത്തിയാൽ ഭയങ്കര ശല്യമാണെന്നേയ്. പിന്നെ ഇവർക്കും ഈ കമ്പ്യൂട്ടറൊക്കെ വല്ല്യ ഇഷ്ടമാ.''

ഈ രണ്ടെണ്ണം അടുക്കളയിൽ ഇരുന്നാൽ പിന്നെ അവിടൊന്നും മിച്ചം കാണില്ലെന്ന തിരിച്ചറിവ് ഉണ്ടായതോണ്ട്, അതോണ്ട് മാത്രം ഞാൻ സമ്മതിച്ചു.

''പിന്നെന്താ, ഇവിടിരുന്നോട്ടെ.''

''പൊന്നൂട്ടാ, അങ്കിളിനോട് ഹായ് പറ'' എന്ന് ചേട്ടത്തി കൂട്ടത്തിൽ വലിയവനോട് പറഞ്ഞതും ചെറുക്കൻ ഓടിവന്ന് എന്റെ കൂമ്പിനിട്ടിടിച്ചതും ഒരുമിച്ചായിരുന്നു.

ഹെന്റെ കീഴ്ക്കാവിലമ്മേ... നക്ഷത്രമെണ്ണിപ്പോയി. ഒരു റൗണ്ട് എണ്ണിയത് തെറ്റിയിട്ട് ഞാൻ രണ്ടാമതും എണ്ണിക്കൊണ്ടിരുന്നപ്പോഴാണ് ''സേട്ടാ വാ, നമ്മക്ക് ആന കളിക്കാം'' എന്നും പറഞ്ഞ് രണ്ടാമത്തെ ചെറുക്കൻ ഓടിവന്ന് എന്നെ തള്ളിമറിച്ചിട്ടിട്ട് മുതുകിൽ കേറിയിരുന്നത്. പുറകേ മറ്റവനും കേറിയിരുന്നു.

കാറ്റടിച്ചാൽ പറന്നുപോവാതിരിക്കാൻ അഞ്ചിന്റെ കോയിൻ പോക്കറ്റിലിട്ട് നടക്കണ എന്റെ ദേഹത്താണ് രണ്ട് ഘടാഘടിയന്മാർ കേറിയിരുന്ന് ആന കളിക്കണത്. ഞാൻ കണ്ണും തുറിച്ച് നാക്കൊക്കെ തള്ളി ശ്വാസം മുട്ടി കയ്യും കാലുമൊക്കെ ഇട്ടടിച്ചോണ്ടിരുന്നപ്പോ ചേട്ടത്തി വിചാരിച്ചു ഞാൻ കൊച്ചിനെ കളിപ്പിക്കണതാണെന്ന്. അവരുടെ വക ഒരു ഓഞ്ഞ ചിരിയും മറ്റടത്തെ ഒരു ഡയലോഗും.

''ഭയങ്കര കുസൃതികളാ. മോനിന്ന് നല്ല നേരമ്പോക്കാവും.''

ഇതും പറഞ്ഞ് അവരങ്ങ് പോയി.

മുതുകിലിരുന്ന് ആന കളിച്ച് മടുത്തപ്പോ സുമോപ്പിള്ളേര് എന്നെ മലർത്തിയിട്ടിട്ട് എന്റെ നെഞ്ചീക്കേറിയിരുന്ന് അത്തളപിത്തള കളിക്കാൻ തൊടങ്ങി.

ഒരുവിധത്തിൽ രണ്ടെണ്ണത്തിനേം തള്ളിത്താഴെയിട്ടിട്ട് ഞാനോടി ബാത്ത്റൂമിൽ കേറി ഒളിച്ചിരുന്നു. അവന്മാര് പക്ഷേ ഞാൻ സാറ്റ്

കളിക്കണതാണെന്നോർത്ത് 'കണ്ടേ'ന്നും പറഞ്ഞ് എന്നെ വലിച്ച് പുറത്തിട്ടു.

എന്നിട്ടവന്മാർ അടുത്ത കളി പ്ലാൻ ചെയ്തു. റെസ്ലിംഗ്. പോരാത്തതിന് എന്നെ വീതം വെക്കാനും തുടങ്ങി. ''കാല് നാൻ പിടിക്കാം, കൈ നീ പിടിക്ക്'' എന്നൊക്കെ.

ഇതിങ്ങിനെ വിട്ടാൽ പറ്റില്ല. എങ്ങനേലും രണ്ടിനേം ഒഴിവാക്കിയില്ലെങ്കി എന്നെ അവിടുന്ന് കഷണം കഷണമായി കവറിലിട്ട് കൊണ്ടോവേണ്ടി വരും. എന്റേല് പക്ഷേ ആയുധമെന്ന് പറയാൻ ആകെയുള്ളത് ഒരു സ്ക്രൂ ഡ്രൈവറാണ്. അതുവെച്ച് കുത്തിയാൽ ഇവന്മാർക്ക് ഇക്കിളിയാവത്തുപോലുമില്ല. ശക്തി കൊണ്ടിവരെ തോല്പിക്കാൻ പറ്റില്ല. പിന്നെ ഉള്ള ബുദ്ധിവെച്ച് ഞാൻ ഒറ്റ ചിന്തിക്കലങ്ങ് വെച്ച്കൊടുത്തു. എന്നിട്ടൊരു ഒടുക്കത്തെ ഐഡിയ പ്രയോഗിച്ചു.

''അനങ്ങാതിരുന്നാ മാമൻ ഈ കമ്പ്യൂട്ടറില് കൊറേ ഗെയിം റെഡിയാക്കിത്തരാം.''

കേട്ടപാടെ 'ഹായ് ഗെയിം ഗെയിം' എന്നും പറഞ്ഞ് രണ്ടും കൂടെ കമ്പ്യൂട്ടറിന്റെ മുന്നീപ്പോയി നിൽപ്പായി. പക്ഷേ എന്ത് കാര്യം, പണിയെടുക്കാൻ സമ്മതിക്കണ്ടേ.

''സേട്ടാ, ദിദെന്താ? ദദെന്താ?'' എന്നൊക്കെ ചോദിച്ച് ഒരേ ബഹളം. നമ്മള് മൈന്റ് ചെയ്തില്ലെങ്കി മൂക്കിലും ചെവിയിലും ഒക്കെ പിടിച്ച് വലിച്ചിട്ട് പിന്നേം ചോദിക്കും. എന്തേലും മറുപടി പറഞ്ഞാൽ ''പോടാ സേട്ടാ, അങ്ങനൊന്നുമല്ല'' എന്നും പറഞ്ഞ് മുതുകിനിട്ടിടിക്കും.

അതിന്റെടയ്ക്ക് എനിക്ക് കഴിക്കാൻ വേണ്ടി കൊണ്ടുവെച്ച ഫുഡ് മൊത്തം കാലന്മാര് രണ്ടും കൂടെ അടിച്ച്കേറ്റി. എന്നിട്ട് എന്റെ ഷർട്ടിൽ തന്നെ കയ്യും തുടച്ച് പിന്നേം വന്ന് കമ്പ്യൂട്ടറിന്റെ അടുത്ത് നിൽപ്പായി. ഫുഡ്ഡിന്റെ കൂടെ ഉണ്ടായിരുന്ന ഫോർക്ക് രണ്ടും എടുത്ത് കുന്തം പോലെ എന്റെ കഴുത്തിന് നേരെ പിടിച്ച് കൈലാസനാഥൻ സീരിയലിലെ അസുരന്മാരുടെ പോലെയാണ് നിൽപ്പ്.

പണിയൊട്ട് തീരുന്നുമില്ല, എങ്ങാനും തീർന്നാലും ഗെയിം ഇൻസ്റ്റാൾ ചെയ്തില്ലെങ്കി ഇവന്മാര് എന്നെ വലിച്ചുകീറി സ്റ്റിക്കറാക്കി ചുമരിലോട്ടിക്കും. എന്തു ചെയ്യുമെന്ന് ഒരു എത്തും പിടീം കിട്ടണില്ല.

ഫെവിസ്റ്റിക്കിന്റെ ട്യൂബ് എടുത്ത് ഐസ്ക്രീം ആണെന്നും പറഞ്ഞ് ഇവന്മാർക്ക് തിന്നാൻ കൊടുത്താലോ? അല്ലെങ്കി താഴെ പെരുന്നാളിന് പൊട്ടിക്കാൻ വാങ്ങിയ ഓലപ്പടക്കം എടുത്ത് സമൂസയാണെന്നും പറഞ്ഞ് കൊടുക്കാം.

ഇങ്ങനെ വളരെ നിഷ്കളങ്കമായ ചിന്തകളുമായി ഇരിക്കുമ്പളാണ് ആ മനോഹരമായ കാഴ്ച ഞാൻ കണ്ടത്. അതാ.... ഒരു ദൈവ ദൂതനെപ്പോലെ അഭി കേറിവരുന്നു.

ദൈവമേ... നീ എത്ര വലിയവൻ... സന്തോഷം കൊണ്ട് ഞാൻ സന്തോഷ് പണ്ഡിറ്റായി. ദൈവത്തിന്റെ പണി തേങ്ങയിൽ വെള്ളം നിറയ്ക്കണത് മാത്രമല്ലെന്ന് ഞാൻ മനസ്സിലാക്കി.

ഞാൻ എഴുന്നേറ്റ് നിന്ന് അഭിയെ ആദരവോടെ നോക്കി. എന്നിട്ട് ഗദ്ഗദകണ്ഠനായി, ''നീ വലിയവനാടാ'' എന്നും പറഞ്ഞ് കസേര വലിച്ചിട്ട് അവനെ പിടിച്ചിരുത്തി.

അഭി എന്റെ ഓവറാക്റ്റിംഗ് കണ്ട് അവനോടുള്ള ബഹുമാന മായി തെറ്റിദ്ധരിച്ച് ജാടയിട്ട് ഇരിക്കുമ്പോ, അവന്റെ ദീർഘായുസ്സിന് വേണ്ടി പ്രാർത്ഥിച്ചുകൊണ്ട് ഞാൻ അവിടന്നിറങ്ങി ഒറ്റയോട്ടം വെച്ച് കൊടുത്തു.

*   *   *

പിറ്റേന്ന് ഓഫീസിൽ വന്നിട്ട് അഭി എന്നെ വിളിച്ച തെറികളാണ് പിന്നീട് ഭരണിപ്പാട്ട് എന്നറിയപ്പെടാൻ തുടങ്ങിയത്. അന്ന് ഞാനോടിയ ഓട്ടം പിന്നീട് മാരത്തോൺ എന്നും അറിയപ്പെടാൻ തുടങ്ങി.

■

സുമിമാസേൻ...
സോപ്പ് പൗഡർ അരിമസ്ക്കാ?

ആദ്യമായി ജപ്പാനിൽ പോയപ്പോ ഞാനും ബിനുവും ഷയിനും ആയിരുന്നു ഒരു റൂമിൽ. ഞങ്ങടെ റൂമിന്റെ ജാപ്പനീസ് ഭാഷാ പരിജ്ഞാനത്തിന്റെ ശരാശരി നോക്കിയാൽ എൽ.കെ.ജി ലെവലിലേ വരൂ എന്നതുകൊണ്ട് പൊറത്ത് പർച്ചേസിനൊക്കെ പോകുമ്പോൾ ഏതേലും ഭാഷാപണ്ഡിതന്മാരുടെ കൂടെയേ പോകാറുള്ളൂ.

പണ്ഡിതശിരോമണികളെ ആരെയും കിട്ടാത്ത ഒരു ദിവസം ഞാനും ബിനുവും കൂടി കടയിൽ പോകേണ്ട ഒരവസ്ഥ ഉണ്ടായി. കൂട്ടത്തിൽ കൂടുതലായി ജാപ്പനീസ് അറിയുന്ന ആളെന്ന നിലയ്ക്ക് ഞാനായിരുന്നു എല്ലാത്തിനും മുൻകൈ എടുത്തത്. (എനിക്ക് മൊത്തം നാല് വാക്ക് അറിയാമായിരുന്നു. അവനു രണ്ടും....മണ്ടൻ) കണ്ടാൽ മനസ്സിലാവുന്ന സാധനങ്ങളൊക്കെ വേഗം തന്നെ എടുത്തു. ഇനി ഒരു ഐറ്റം കൂടി വാങ്ങണം. സോപ്പുപൊടി. പിറ്റേന്ന് ഞായറാഴ്ച ആണ്. യൂണിവേഴ്സൽ ബാച്ചിലേഴ്സ് തുണിയലക്കൽ ഡേ.

കൊറേ നോക്കി. ഒരു രക്ഷയുമില്ല. റൂമിൽ പോയി കാലിയായ സോപ്പുപൊടിപ്പെട്ടി എടുത്തോണ്ട് വന്ന് നോക്കിവാങ്ങാമെന്നു പറഞ്ഞ ബിനുവിനെ ഞാൻ പുച്ഛിച്ചു തള്ളി.

''എന്തിനാഡേയ്, ഇതു നമ്മക്കു ഡീലു ചെയ്യാം.''

ഞാൻ നോക്കിയപ്പോൾ കൊറേ സെയിൽസ് കൊണാണ്ടർമാർ യൂണിഫോമിട്ട് അങ്ങോട്ടുമിങ്ങോട്ടും ഓടുന്നുണ്ട്. ഈ ജപ്പാൻകാരുടെ ഒരു കൊഴപ്പം അതാണ്. ഒടുക്കത്തെ എനർജിയാണ്. നടക്കാൻ അറിയില്ല. ഫുൾ ടൈം ഓട്ടം ആണ്. അങ്ങനെ ഓടിക്കൊണ്ടിരുന്ന ഒരുത്തനെ ഓടിച്ചിട്ടു പിടിച്ച് കിതപ്പിനിടയിൽ ഞാൻ ചോദിച്ചു

''സുമിമാസേൻ, സോപ്പ് പൗഡർ അരിമസ്ക്ക?''

ആദ്യത്തെയും അവസാനത്തെയും വാക്കുകൾ ഏതാണ്ട് ജാപ്പനീസ് പോലെ ആയിരുന്നതുകൊണ്ട് എനിക്കെന്തോ ആവശ്യം

ഉണ്ടെന്നും അതു ചോദിച്ചതാണെന്നും അങ്ങോർക്ക് മനസ്സിലായി. ഇടയിൽ പറഞ്ഞത് ഇംഗ്ലീഷ് ആയതുകൊണ്ട് പുള്ളിക്കൊരു വൈക്ലബ്യം. മുഖഭാവത്തിനു ഭാഷയില്ലല്ലോ.

ഞാൻ വീണ്ടും ശ്രമിച്ചു.

''സോപ്പ്... പൌദാ... പൌദാ.''

മോണിറ്റർ എന്നതിനു മോനിത്താ എന്നും കമ്പ്യൂട്ടർ എന്നതിനു കൊമ്പ്യൂത്താ എന്നുമാണ് പറയണതെന്ന് എന്നെപ്പോലെ തന്നെ വിവരദോഷമുള്ള ഒരുത്തൻ എനിക്കു പറഞ്ഞുതന്നിരുന്നു. ആ നമ്പർ ഇട്ടുനോക്കിയതാണ്. അതും പൊളിഞ്ഞു.

അടുത്ത സ്റ്റെപ്പ് എന്ന നിലയ്ക്ക് ഞാൻ ഷർട്ട് ഊരി കല്ലിലടിച്ച് അലക്കുന്ന രംഗം ഭംഗിയായി അഭിനയിച്ച് കാണിച്ചു. എന്റെ അഭിനയത്തിന്റെ ഒറിജിനാലിറ്റികൊണ്ട് ഞാൻ അയാളെ തല്ലാൻ ചെന്നതാണെന്നാണ് ബിനു വിചാരിച്ചത്. അവൻ എന്നെ ബ്ലോക്ക് ചെയ്തു.

''ഡേയ്, വിട്ടുകള. നമുക്കു റൂമിൽ പോയി ആ ബോക്സ് എടുത്തിട്ടു വരാം.''

ഞാൻ പക്ഷേ നന്നാവാൻ ഒരുക്കമല്ലായിരുന്നു.

''നിക്കെടേയ്, ഇതു ശെരിയാക്കം. ഒന്നൂടെ നോക്കട്ടെ.''

''എവ്വളവ് പണ്ണീട്ടേൻ... ഇത് പണ്ണക്കൂടാതാ'' എന്നൊക്കെ പഞ്ച് ഡയലോഗ് അടിച്ചോണ്ട് ഞാൻ എന്റെ മാക്സിമം ബുദ്ധി ഉപയോഗിച്ചു. അയാളെ വിളിച്ചോണ്ടുപോയി അവിടെ ഇരുന്ന ഒരു സ്പൂൺ എടുത്ത് കയ്യിൽ ഉള്ള ഒരു സാധനത്തിൽ നിന്നു സ്പൂൺ കൊണ്ട് എന്തോ പൊടി എടുക്കണ സീൻ കിടിലനായി അഭിനയിച്ചു. ഇപ്പൊ അങ്ങോരു ചെറുതായിട്ടു ചിരിച്ചു. എന്നിട്ട് തല നിലത്തുമുട്ടുന്ന പോലെ കുനിഞ്ഞിട്ട് ജാപ്പനീസിൽ അലറി.

''ഹയ്, വക്കാരിമസ്ത്താ.''

''എന്റമ്മോ.... രക്ഷപ്പെട്ടു. ഞാൻ ബിനുവിനെ നോക്കി ''കണ്ടോഡാ, ആണുങ്ങള് ഡീൽ ചെയ്തത്.'' എന്നൊരു ലുക്ക് കൊടുത്തു.

ഇതിനിടയ്ക്ക് നമ്മടെ ജപ്പാൻകാരൻ ഓടാൻ തുടങ്ങി. ഞാനും പുറകെ ഓടി. പെട്ടെന്നു സഡൻ ബ്രേക്ക് ഇട്ടു നിന്ന് പുള്ളി എനിക്കു ഒരു കവർ എടുത്തു തന്നു. സന്തോഷത്തോടെ ഞാൻ അതു വാങ്ങി. ചായപ്പൊടി.

അയാളുടെ അപ്പനു വിളിക്കാനുള്ള ജാപ്പനീസ് അറിയാത്തതുകൊണ്ടും വിളിച്ചാലും പ്രത്യേകിച്ചൊന്നും സംഭവിക്കാൻ പോണില്ലാത്തതുകൊണ്ടും ഞാൻ അതിനു മിനക്കെട്ടില്ല. അയാളാണെങ്കിൽ എനിക്കേതാണ്ട് ഓസ്കാർ അവാർഡ് തന്നപോലെ നിൽക്കുന്നു.

''നൊ നൊ... ഇയെ ഇയെ... സോപ്പ് പൌദാ.''

ഞാൻ പല്ലവി വീണ്ടും പാടി. അങ്ങോര് 'ഹയ്, വക്കാരിമസ്ത്താ' എന്ന ചരണം പാടി പിന്നേം ഓടാൻ തുടങ്ങി. ഞാൻ പുറകെയും.

ഈ ഓട്ടത്തിനിടക്ക് സോപ്പ് പൊടി അല്ലാതെ ആ കടയിൽ പൊടി രൂപത്തിൽ ഉള്ള എല്ലാ സാധനങ്ങളും അങ്ങോരു എന്നെ എടുത്തു കാണിച്ചു. ഞാൻ പല്ലവി പാടും. അയാളു ചരണം പാടും. ഞങ്ങളു രണ്ടും പിന്നേം ഓടും.

ഞാൻ നോക്കുമ്പോ ഫുട്ബോളിൽ റഫറി ഓടണ പോലെ ബിനുവും പുറകെയുണ്ട്. ഇതിനിടയ്ക്ക് അങ്ങേര് റിലേയ്ക്കിടയിൽ ബാറ്റൺ കൈമാറുന്ന പോലെ എന്നെ വേറെ ഒരു സെയിൽസ് ക്ണാപ്പനെ ഏൽപ്പിച്ചു. അയാളും ഓട്ടത്തിൽ ഒട്ടും മോശമല്ല. ഞാനും വിട്ടില്ല. റഫറിയും പുറകെത്തന്നെ.

ബിനുവിന്റെ ഓട്ടം കണ്ടാൽ അവൻ ഇത് ഇന്ത്യയും ജപ്പാനും തമ്മിലുള്ള ഒരു ഓട്ടമത്സരമായിട്ടാണ് എടുത്തതെന്നു തോന്നും. അത്രയ്ക്ക് ആത്മാർത്ഥതയുണ്ടായിരുന്നു അവന്.

ഈ കോപ്പന്മാരോട് വേണ്ടെന്നു പറയാനുള്ള ജാപ്പനീസ് പോലും അറിയാൻ പാടില്ലല്ലോ. എവിടേലും നിന്നു റസ്റ്റ് ചെയ്യാൻ തൊടങ്ങി യാൽ അയാള് റിട്ടേൺ വന്ന് കണകുണാന്ന് എന്തോ ജാപ്പനീസിൽ പറയാൻ തൊടങ്ങും. ഞാൻ പിന്നേം ഓടാനും തൊടങ്ങും.

തളർന്നു... മൂന്നു റൗണ്ട് ആയി. ഇനി അങ്ങോരു എടുത്തു കാണി ക്കണത് എലിവെഷമാണേലും ശരി, അതും വാങ്ങി വീട്ടിൽ പോകാൻ ഞാൻ തീരുമാനിച്ചു. കുറച്ചൂടെ ഓടിയിട്ട് പുള്ളി നിന്നു, കുനിഞ്ഞു, ഒരു കവറുമായി പൊങ്ങി. അയാളൊന്നു നിവർന്നു നിക്കണതിനു മുൻപേ ഞാൻ ആ കവർ തട്ടിപ്പറിച്ചു.

'അരിഗാതോ ഗൊസായ്മസ്' എന്നും പറഞ്ഞ് ബില്ല് ചെയ്യാൻ ഓടി.

ഇവനൊന്നും ഇതു വരെ പഞ്ചസാര കണ്ടിട്ടില്ലേ എന്ന ഭാവമായിരുന്നു അങ്ങോരുടെ മുഖത്ത്.

തിരിച്ച് റൂമിലേക്കുള്ള യാത്രയിൽ മൊത്തം ബിനുവിന്റെ ചിരി മാത്രമായിരുന്നു ഏകശബ്ദം. ഞാൻ മൗനിയായിരുന്നു... ഈ സംഭവ മെല്ലാം എങ്ങനെ ബിനുവിന്റെ പേരില് അടിച്ചിറക്കാം എന്നതായി രുന്നു അപ്പോഴത്തെ എന്റെ ഏകചിന്ത.

■

ശ്രീമുരുഗയിൽ പോയ തൊള്ളായിരം

‘‘**നി**ർത്തെടാ വണ്ടി. എന്റെ കാശ് കിട്ടാണ്ട് വണ്ടിയെടുക്കാൻ സമ്മ യ്ക്കില്യ ഞാൻ.’’

തൃശൂർക്കുള്ള പതിനൊന്നരേടെ ശ്രീമുരുഗ ആളെ കേറ്റിക്കഴിഞ്ഞ് കണ്ടക്ടർ അശോകേട്ടൻ ഡബിൾ ബെല്ലും കൊടുത്ത് വണ്ടി മൂവായി ക്കഴിഞ്ഞപ്പഴാണ് ജേക്കബ്ബേട്ടൻ ഫ്രണ്ടില് വട്ടം ചാടി അലറിയത്.

മുന്നോട്ടെടുത്ത വണ്ടി ഒട്ടും പ്രതീക്ഷിക്കാണ്ട് സഡൻ ബ്രേക്ക് ഇട്ടപ്പോ, സ്മൂത്ത് ക്രിമിനലില് മൈക്കിൾ ജാക്സൺ നിക്കണ പോലെ ഒരുവിധത്തില് ബാലൻസ് ചെയ്ത് നിന്നിരുന്ന അശോകേട്ടൻ ഫ്രണ്ടിലെ കമ്പിയില് പോയി ഫ്രഞ്ച് കിസ്സടിച്ച് മലർന്നടിച്ച് വീണു.

ഇടിയില് ചതഞ്ഞുപോയ മൂക്കും പൊത്തിക്കൊണ്ട് ചാടിയെണീറ്റ്, ഡാമേജായ സൗണ്ട് സിസ്റ്റോം വെച്ചോണ്ട് അശോകേട്ടനും അലറി.

‘‘മ്ഹുന്നീന്ന് മ്ഹാററടാ ഫട്ടീ...!!!!’’

ഇനി ലേശം ഫ്ളാഷ് ബാക്ക്

* * *

ജേക്കബ്ബേട്ടൻ സ്വന്തമായി ഒരു പലചരക്ക് കട നടത്തുന്നു. ആളൊരു ശുദ്ധൻ. അരക്കിലോ പരിപ്പ് വാങ്ങാൻ വരുന്നവനെ പതിനഞ്ച് കിലോ രാഷ്ട്രീയം പറഞ്ഞ് വെറുപ്പിക്കുന്ന നല്ലൊന്നാന്തരം സംസാരപ്രിയൻ.

സംസാരവിഷയം രാഷ്ട്രീയമാണെങ്കി ജേക്കബ്ബേട്ടന് നിന്നനിൽ പ്പില് ബാധ കേറും. അതോടെ കംപ്ലീറ്റ് ത്രെഡും പോയി ചെയ്യുന്ന തെല്ലാം വെറും യാന്ത്രികമായിമാറും. പുള്ളീടെ ഭൗതികശരീരം മാത്രമേ അത്തരം സന്ദർഭങ്ങളിൽ കടയിൽ ഉണ്ടാകൂ. ബോധമണ്ഡലം, ഡിസ്കഷനുള്ള കൗണ്ടറുകൾ തപ്പിക്കൊണ്ട് വേറേതൊക്കെയോ ലോകത്ത് അലഞ്ഞ് തിരിയുകയാവും.

ഇതിന്റെടയ്ക്ക് സാധനം വാങ്ങാൻ വരുന്നവൻറെയൊക്കെ കഷ്ട കാലമാണ്. കാപ്പിപ്പൊടി വാങ്ങാൻ വന്നവൻ സാധനം വാങ്ങി

വീട്ടിൽ ചെന്ന് പൊതി തുറന്ന് നോക്കുമ്പോ കപ്പലണ്ടിപിണ്ണാക്ക് വരെ കിട്ടിയ ചരിത്രമുണ്ട്.

സംഭവദിവസം രാവിലെ പത്രത്തില് പാമോയിൽ അഴിമതിക്കേസിന്റെ ന്യൂസൊക്കെ കണ്ടിട്ട് കടുത്ത കരുണാകരൻ ഫാനായ ജേക്കബ്ബേട്ടൻ ചോരയൊക്കെ കുളുകുളൂന്ന് തിളപ്പിച്ച്, ദി നേഷൻ വാണ്ട്സ്റ്റു നോന്നും പറഞ്ഞ് ഒരു ചർച്ചയ്ക്ക് റെഡിയായിരിക്കുമ്പഴാണ് അത്യാവശ്യമായി പഞ്ചസാര വാങ്ങിപ്പോവാൻ വേണ്ടി സതീശൻ ഓടിക്കിതച്ച് വന്നത്.

''ചേട്ടാ, ഒരു കിലോ പൻസാര.''

''പൻസാരയല്ലടാ. പാമോയില്മ്മലല്ലേ അവറ്റോള് ഇപ്പ കേറി പിടിച്ചേക്കണത്.''

''ന്തൂട്ട്?''

'പാമോയിലേയ്. അതും മ്മടെ ലീഡർഡട്ത്ത്. നടന്നതന്നെ.''

''ങ്ങള് ന്തൂട്ട് തേങ്ങ്യാ പറയണേ? പൻസാരെണ്ടങ്ങെട്ക്ക്.''

''നീ നോക്കിക്കടാ. ഇതൊക്കെ ലീഡറ് പുല്ല് പോലെ ഊരിപ്പോരും. ആള് എന്തോരം കളി കണ്ടേക്കണതാ.''

''ജേക്കബ്ബേട്ടാ, കളിക്കല്ലേട്ടാ. പോയിറ്റ് തെരക്ക്ണ്ട് ന്ന്.''

''അവന്മാര് എന്തൂട്ട് തെരക്ക് കൂട്ടീട്ടും ഒരു കാര്യോണ്ടാവാൻ പോണില്ല്യ മോനേ. മ്മടെ ആള് പുലിക്കുട്ട്യണ്.''

സതീശൻ എന്ത് പറഞ്ഞാലും ജേക്കബ്ബേട്ടൻ പിന്നേം ഇലക്ട്രിക് പോസ്റ്റുമ്മെ മൂത്രമൊഴിച്ച പട്ടീടെ പോലെ കറങ്ങിത്തിരിഞ്ഞ് തുടങ്ങിയോടത്ത് തന്നെ എത്തും.

പഴേ ടേപ്പ് റെക്കോർഡറില് കാസറ്റിന്റെ വള്ളി സ്റ്റക്കായ പോലെ ഇതിങ്ങനെ റിപ്പീറ്റായി പോയിക്കോണ്ടിരിക്കുമ്പഴാണ് ഗുരുവായൂർക്ക് പോണ ശ്രീമുരുഗ വന്ന് കടേടെ മുന്നില്ള്ള സ്റ്റോപ്പില് ബ്രെയ്ക്കിട്ടതും ബസ്സില് ആള് കേറിക്കൊണ്ടിരിക്കണതിന്റെടക്ക്ന്ന് ഒരു ചെക്കൻ ഓടിവന്ന് നൂറിന്റെ നോട്ട് നീട്ടി ജേക്കബ്ബേട്ടനോട് ചില്ലറ ചോദിച്ചതും.

ഒറിജിനൽ ജേക്കബ്ബേട്ടൻ പാമോയിൽ കേസിന്റെ ചാനൽ ചർച്ച ആങ്കർ ചെയ്യണതിന്റെ തിരക്കിലായതോണ്ട് പുള്ളീടെ ഭൗതികശരീരം യാന്ത്രികമായി കൈ നീട്ടി നൂറിന്റെ നോട്ട് വാങ്ങി മേശയിലേക്കിട്ടു, ന്നിട്ട് അതീന്ന് വേറെ കൊറേ നോട്ട് എടുത്ത് എണ്ണി ആ ചെക്കന്റെ നേരെ നീട്ടി.

നൂറ് രൂപയ്ക്ക് ചില്ലറ ചോദിച്ചപ്പോ പകരം നൂറിന്റെ പത്ത് നോട്ടുകളെടുത്ത് നീട്ടണ ജേക്കബ്ബേട്ടന്റെ ഉദാരമാനസ്കത കണ്ട് കിളിപോയി സതീശനും ആ പയ്യനും അന്തം വിട്ട് തമ്മീത്തമ്മില് നോക്കി ലോക്കായി നിക്കുമ്പോ ശ്രീമുരുഗ ഡബിൾ ബെല്ലടിച്ച് ഓടാൻ തുടങ്ങി.

പയ്യൻ പിന്നൊന്നും നോക്കിയില്ല. കിട്ടിയ സ്പീഡില് ജേക്കബ്ബേട്ടൻ നീട്ടിയ കാശും വാങ്ങി നൂറേനൂറില് ബസ്സില് ചാടിക്കേറി.

ആദ്യത്തെ അമ്പരപ്പ് ഒന്നടങ്ങിയപ്പോ സതീശൻ ഒരുവിധത്തില് രാഷ്ട്രീയത്തിന്റെ അനന്തവിഹായസ്സിൽ പാറിപ്പറന്നുനടക്കുന്ന ജേക്കബ്ബേട്ടന്റെ ആത്മാവിനെ വലിച്ച് താഴേക്കിട്ടിട്ട് ബോഡിയുമായി ലിങ്ക് ചെയ്ത്, ആ ഞെട്ടിക്കുന്ന സത്യം അങ്ങേരെ അറിയിച്ചു.

ഞെക്കുമ്പോ കൂടുതൽ വരാതിരിക്കാൻ ടൂത്ത് പേസ്റ്റിന്റെ ട്യൂബില് ഫിൽട്ടറിട്ട് ഉപയോഗിക്കുന്ന നല്ല 916 പിശുക്കനായ ജേക്കബ്ബേട്ടന്റെ ഹാർട്ട് ബീറ്റിന്റെ ഗ്രാഫ്, നൂറിന് പകരം ആയിരം കൊടുത്ത വിവരമറിഞ്ഞ് ഏതാണ്ടൊരു ഒന്നര സെക്കന്റ് നേരത്തേക്ക് സ്ട്രെയിറ്റ് ലൈനായി.

പുള്ളി ഒന്ന് നോർമ്മലായി വന്നപ്പഴക്കും ബസ്സ് കുരിശുപള്ളീടെ വളവും കഴിഞ്ഞ് പോയിട്ട്ണ്ടാരുന്നു.

''ന്നിട്ട് ആ ചെക്കനെവിടെ സതീശാ?''

''അവൻ ദേ ആ ബസ്സീക്കേറിപ്പോയി.''

''ഏതാടാ ആ ചെക്കൻ?''

''എനിക്കെവടന്നറിയാൻ. ഞാനാദ്യായിട്ട് കാണാ.''

ജേക്കബ്ബേട്ടന് പിന്നെ ശ്രീമുരുഗ അടുത്ത ട്രിപ്പ് റിട്ടേൺ വരണ വരെ വെയിറ്റ് ചെയ്യാനല്ലാതെ വേറെ ചോയ്സൊന്നും ഉണ്ടായിരുന്നില്ല.

* * *

ജേക്കബ്ബേട്ടൻ വണ്ടീടെ കുറുകെ ഒറ്റ കിടപ്പാണ്, കമ്പിളിപ്പൊതപ്പ് മുക്കിപ്പിഴിഞ്ഞിട്ട പോലെ നല്ല സ്ട്രോങ്ങായിട്ട്.

രാവിലത്തെ ട്രിപ്പില് ബസ്സീക്കേറിയ ആർക്കാണ്ടാണ്ട് ചില്ലറ കൊടുത്തത് മാറിപ്പോയ കാശ് കിട്ടാൻ വേണ്ടീട്ടാണ് ബസ്സ് തടഞ്ഞ് വെല്ലുവിളി നടത്തണതെന്ന അങ്ങേരുടെ കൊടും ശുദ്ധഗതി ന്യായം കേട്ട് അശോകേട്ടന് നട്ടപ്രാന്ത് കേറി.

''തനിക്കിതെന്തിന്റെ വട്ടാഡോ?''

''നെന്റെ ബസ്സിലല്ലേ അവൻ കേറീത്. അപ്പോ ഇതിന് സമാധാനം പറഞ്ഞിട്ട് നീ പോയാ മതി.''

ബസ്സ് കത്തിച്ചിട്ടാണേലും വേണ്ടില്ല, ഇന്ന് രണ്ടിലൊന്നറിഞ്ഞിട്ടേയുള്ളൂ എന്ന മട്ടിൽ ജേക്കബ്ബേട്ടൻ ടോപ് ഗിയറിൽ തന്നെ മൂപ്പിച്ച് കിടപ്പാണ്.

എന്തേലും പത്തോ നൂറോ കൊടുത്ത് ഒഴിവാക്കാൻ അശോകേട്ടനെ ഉപദേശിച്ചോണ്ട് കോമ്പ്രമൈസ് ട്രോക്കിന് ചെന്ന ഡ്രൈവറെ, 'പിച്ചക്കാശ്ശ് നിന്റപ്പന് കൊണ്ടുകൊടുക്കടാ മൂക്രാഞ്ചിമോറാ' ന്നുള്ള കൊടൂര പഞ്ച് ഡയലോഗിലൂടെ ജേക്കബ്ബേട്ടൻ ചമ്മിപ്പിച്ച് വിട്ടു.

കാശ് പോയെങ്കി പൊലീസിൽ പറയാമെന്നൊക്കെ ഉപദേശിച്ച് ജേക്കബ്ബേട്ടനെക്കൊണ്ട് ഒരു സമാധാന ഉടമ്പടി ഒപ്പിടുവിക്കാനുള്ള ശ്രമം നടത്തിനോക്കിയെങ്കിലും പുള്ളി കുലുങ്ങിയില്ല.

ഒടുവിൽ വേറെ നിവൃത്തിയില്ലാതെ, മഴയത്തിട്ട സിമന്റും ചാക്ക് പോലെ ബലം പിടിച്ച് കിടന്ന ജേക്കബ്ബേട്ടനെ നാട്ടുകാരെല്ലാം കൂടി ചുമന്നുമാറ്റി ബസ്സ് കടത്തിവിട്ട് താൽക്കാലികമായി രൂപപ്പെട്ട ക്രമസമാധാനപ്രശ്നം പരിഹരിച്ചു.

പക്ഷേ നാട്ടുകാരുടെ പിടി ലൂസായ ഒരു ദുർബലനിമിഷത്തിൽ, ശുദ്ധൻ ദുഷ്ടന്റെ ഫലം ചെയ്യും എന്നുള്ള കോസ്മിക് ലോ പ്രകാരം ജേക്കബ്ബേട്ടന്റെ ശരീരത്തീന്ന് ശുദ്ധൻ ഇറങ്ങിയോടി പകരം ദുഷ്ടൻ വന്ന് കേറി, കയ്യിൽ കിട്ടിയ ഒരു കല്ലെടുത്ത് ഓടിത്തുടങ്ങിയ ബസ്സിനിട്ടെറിഞ്ഞു.

അന്നുവരെ ഒരു വൈക്കോൽ തുറുവില്ക്ക് പോലും നേരെ ചൊവ്വേ ഉന്നം പിടിച്ച് എറിഞ്ഞുകൊള്ളിക്കാൻ പറ്റിയിട്ടില്ലാത്ത ജേക്കബ്ബേട്ടന്റെ ഏറ്, പുള്ളിയെപ്പോലും ഞെട്ടിച്ചുകൊണ്ട് ബസ്സിന്റെ ഗ്ലാസ്സും തകർത്ത് ബാക്ക് സീറ്റിലിരിക്കണ ഒരു കാർന്നോരുടെ കഷണ്ടിത്തലയിലാണ് പോയി ലാൻഡ് ചെയ്തത്.

പണി പാളിയെന്നുറപ്പായ ആ ക്രൂഷൽ മൊമെന്റിലാണ് രണ്ടും കയ്യും പൊക്കി ജേക്കബ്ബേട്ടൻ ആ ഡയലോഗടിച്ചത്.

''ഓക്കെ, കോംപ്രമൈസ്. നൂറെങ്കി നൂറ്.''

* * *

എന്തിനധികം പറയുന്നു, അന്നത്തോടെ ജേക്കബ്ബേട്ടൻ ആളങ്ങട് ബിസിയായി.

പൊലീസ്, കേസ്, കോടതി, ഹോസ്പിറ്റൽ ചിലവ്... ആകെ മൊത്തം ജോളി.

എന്തായാലും അന്ന് വൈകീട്ടോടെ പുള്ളീടെ കടയില് പുതിയൊരു ബോർഡ് തൂങ്ങി.

''ചില്ലറ ചോദിക്കരുത്. കടയിൽ രാഷ്ട്രീയം പറയരുത്.''

■

രാജപ്പമാഹാത്മ്യം

വീടിന്റെ ഏതാണ്ട് പത്തിരുപത് മീറ്റർ അകലെ നിക്കണ തെങ്ങീന്നുവരെ, അസാധ്യ ആംഗിളുകളിൽ നിന്നുപോലും വീട്ടുകാരെ ഞെട്ടിച്ചോണ്ട് കൃത്യമായി ഓട്ടുംപുറത്തേക്ക് തേങ്ങ വെട്ടിയിടുന്നതിൽ അഗ്രഗണ്യനായിരുന്നു രാജപ്പേട്ടൻ.

''രാജപ്പാ, കക്കൂസിന്റെ ഓട് പൊട്ടാണ്ട് നോക്കണംട്ടാ.''

''അത് പിന്നെനിക്കറിഞ്ഞൂടെ ചേച്ച്യേ. ഞാൻ ശ്രദ്ധിച്ചോളാ''ന്ന് തെങ്ങിന്റെ മോളീന്നുള്ള രാജപ്പേട്ടന്റെ മറുപടീം, കക്കൂസിന്റേം അപ്പറത്തെ വീട്ടിലെ തൊഴുത്തിന്റേം ഉൾപ്പെടെ ഒരു പത്തുപതിനാറ് ഓട് പൊട്ടണ സൗണ്ടും ഏറെക്കുറേ ഒരുമിച്ചായിരിക്കും.

യെസ്സ്....രാജപ്പേട്ടൻ വോസ് എ റിയൽ ടെറർ...!

രാജപ്പേട്ടൻ തെങ്ങ് കയറ്റം കരിയർ ഓപ്ഷനായി സെലക്റ്റ് ചെയ്തിട്ട് വെറും രണ്ട് കൊല്ലത്തിന്റുള്ളിലാണ് ഓട് കച്ചോടം നടത്തിയിരുന്ന ദേവസ്യേട്ടൻ മുപ്പത് സെന്റ് സ്ഥലോം ആയിരത്തഞ്ഞൂറ് സ്ക്വയർഫീറ്റ് വീടും വാങ്ങീത്.

കാര്യം ഇങ്ങനൊക്കെ ആണേലും നാട്ടിലുള്ള തെങ്ങേറ്റക്കാരുടെ ദൗർലഭ്യം മൂലം രാജപ്പേട്ടൻ ആ നാട്ടിലെ ഒരു ഹൈലി വാണ്ടഡ് റിസോഴ്സായിരുന്നു.

കൃത്യനിഷ്ഠയ്ക്ക് നോബൽ നോമിനേഷൻ വരെ കിട്ടീട്ടുള്ള രാജപ്പേട്ടനെ എങ്ങനേലും പിടിച്ചോണ്ട്പോയി തെങ്ങ് കയറ്റിക്കാൻ വേണ്ടി രാവിലെത്തൊട്ട് പുള്ളീടെ വീടിന്റെ മുന്നില് വെയിറ്റ് ചെയ്യണവരുടെ ക്യൂ നീണ്ടുനീണ്ട് രാജധാനി എക്സ്പ്രസ്സിനേക്കാൾ ലെങ്ങ്ത്തായിത്തുടങ്ങിയപ്പഴാണ് അതിലെ ബിസിനസ്സ് ഓപ്പർച്ച്യൂണിറ്റി തിരിച്ചറിഞ്ഞ് ചിലരൊക്കെ ആ പ്രദേശത്ത് കപ്പലണ്ടിക്കച്ചവടോം തട്ടുകടയുമൊക്കെ തുടങ്ങിയതെന്നാണ് കേട്ടുകേൾവി.

*   *   *

"ഹൈ, എന്തിറ്റ് പിള്ളേരണ്ടാ. നീയൊക്കെ പ്പളും ഈ മാട്ട റബർ ബോള്മ്മലാ കളി. മ്മളൊക്കെ ഈ പ്രായത്തില് സ്റ്റിച്ചോണ്ടാർന്നൂട്ടാ പെട."

ക്രിക്കറ്റ് ബാറ്റ് ജീവിതത്തിലാകെ മൂന്നോ നാലോ തവണ മാത്രം കൈകൊണ്ട് തൊട്ടിട്ടുള്ള ജോസേട്ടൻ ആ ഡയലോഗ് അടിച്ചത് പിള്ളേരെയെല്ലാം മോഡേണാക്കിക്കളയാം എന്നുള്ള റവല്യൂഷനറി ഐഡിയേടെ ഭാഗമായിട്ടൊന്നുമല്ല. ഗൾഫീന്ന് വന്നിട്ട് നാട് മൊത്തം ചുറ്റിക്കണ്ട് നടക്കണതിന്റെടയ്ക്ക് പിള്ളേര് കളിക്കണ കണ്ടപ്പോ വെറുതെയൊന്ന് ആളായിക്കളയാം എന്നുള്ള പ്യുവർ ഇന്നസെന്റ് തിങ്കിങ്ങിന്റെ പുറത്താണ്.

"വേറെ ബോള് വാങ്ങാനൊന്നും കാശില്ല്യ ജോസേട്ടാ. പിന്നെ ഈ ബാറ്റോണ്ട് സ്റ്റിച്ചില് കളിക്കാനൊന്നും പറ്റ്ല്ല്യാ. ഒരു സ്റ്റിച്ചിന്റെ ബാറ്റും ബോളും വാങ്ങ്യരോ?"

അറുത്ത കൈക്ക് ഉപ്പ് പോയിട്ട് തുപ്പല് പോലും തേക്കാത്ത ജോസേട്ടൻ, പിള്ളേര് ഇങ്ങനൊര് കൗണ്ടർ അറ്റാക്ക് നടത്തുംന്ന് സ്വപ്നത്തീപോലും കരുതീരുന്നില്ലാത്തോണ്ട് എന്ത് പറഞ്ഞ് ഊരും എന്നാലോചിക്കാൻ എടുത്ത ആ അഡീഷണൽ മില്ലിസെക്കന്റിന്റെ ഗ്യാപ്പിലാണ്, എയർ ഇന്ത്യ കൊച്ചീല് ലാൻഡ് ചെയ്തപ്പോ മുതല് പുള്ളീനെ ഓസടിക്കാൻ ശ്രമിച്ചോണ്ട് കൂടെ നടക്കണ സജു കേറി ആ കൊലച്ചതി ചെയ്തത്.

"ഒന്നാ? ജോസേട്ടൻ വേണേങ്കെ ഒരു കൊല്ലത്ത്ക്ക്ള്ള ബോളും ബാറ്റും വാങ്ങ്യരും."

തൊണ്ടക്കുഴീന്ന് പൊറത്തേക്ക് ഡൈവ് ചെയ്യാൻ തുടങ്ങിയ, 'നെന്റപ്പൻ തരോടാ കാശ്'ന്നുള്ള ചോദ്യം കഷ്ടപ്പെട്ട് ബ്ലോക്ക് ചെയ്ത് മിണ്ടാണ്ട് നിന്ന ജോസേട്ടന് ഒരു ഡബിൾ കൺഫർമേഷന് വേണ്ടി, 'ല്ലേ ജോസേട്ടാ?'ന്നൊരു ഒബ്ജെക്റ്റീവ് ടൈപ്പ് ക്വസ്റ്റ്യനും കൂടി ഇട്ടുകൊടുത്തിട്ട് പുള്ളിക്കെന്തോ പത്മശ്രീ നേടിക്കൊടുത്ത ചാരിതാർത്ഥ്യത്തോടെ സജു ഇളിച്ചോണ്ട് നിന്നു.

വന്ന തെറി മൊത്തം പെന്റിങ്ങിൽ ഇട്ടിട്ട്, 'ആ, നോക്കാ'ന്നുള്ള ഒരു അഴകൊഴമ്പൻ ആൻസർ മാത്രം പുറത്തേക്ക് വിട്ട് ജോസേട്ടൻ തൽക്കാലത്തേക്ക് സ്കൂട്ടായി. ജോസേട്ടന് ഷൈൻ ചെയ്യാൻ അവസരമുണ്ടാക്കികൊടുത്തതിന്റെ ക്രെഡിറ്റിൽ ജംഗ്ഷനിൽ എത്തുമ്പോ പുള്ളീടെ കാശിന് ഓർഡർ ചെയ്യാൻ പ്ലാൻ ചെയ്ത പഴംജ്യൂസിന്റെ ഒപ്പം ഒരു മുട്ടപഫ്സും കൂടെ ഇമ്മീഡിയറ്റായി കാർട്ടില് ആഡ് ചെയ്തു വെച്ചിട്ട് സജുവും പിന്നാലെ ചെന്നു.

പിള്ളേളരാണെങ്കി പിറ്റേന്ന് മുതല് 'ജോസേട്ടൻ ഞങ്ങടെ ക്ലബ്ബിന് ഒരു കൊല്ലത്ത്ക്ക്ള്ള ബോളും ബാറ്റും സ്പോൺസറ് ചെയ്തൂട്ടാ'ന്ന് നാട് മൊത്തം പാടിനടക്കാൻ തുടങ്ങി.

''ആര്, മ്മടെ ജോസാ? ഒന്ന് പോയേരാ''ന്നും പറഞ്ഞ് ആദ്യം പുച്ഛിച്ച് തള്ളിയ അവിശ്വാസികളായ നാട്ടുകാര്, ഹല്ലേലൂയ ചൊല്ലിക്കൊണ്ട് സാക്ഷ്യം പറഞ്ഞ സജുവിൽ വിശ്വാസമർപ്പിച്ച്, ''ഹൗ, ജോസ് പൊളിച്ചൂട്ടാ''ന്ന് തിരുത്തിപ്പറഞ്ഞ് ജോസേട്ടന് സ്തുതിയർപ്പിച്ചു.

വഴീല് കാണണോരൊക്കെ ഒരു കാര്യോമില്ലാണ്ട് 'ഹൈ, ജോസേ, കലക്കീല്ലോ'ന്ന് പറയാനും നാട്ടിലെ സകല പിള്ളേരും 'ദേഡാ സ്പോൺസറ് ജോസേട്ടൻ'ന്നും പറഞ്ഞ് പുള്ളിയെ കാണുമ്പോ എണീറ്റ് നിക്കാനും ദാനധർമ്മിയായ ജോസേട്ടന്റെ സ്പോൺസർഷിപ്പിന് വേണ്ടി ദൂരദിക്കുകളിൽ നിന്നുവരെ ക്ലബുകൾ എത്താനും തുടങ്ങിയപ്പോ സംഗതി കയ്യീന്ന് പോയെന്ന് ചെറുതായിട്ട് സ്മെല്ലടിച്ചെങ്കിലും അതൊരു പ്രസ്റ്റീജ് ഇഷ്യൂ ആയി മാറിയെന്ന് ജോസേട്ടൻ റിയലൈസ് ചെയ്തത് നാട്ടിലെ കായികരംഗത്തിന് നൽകിയ സമഗ്ര സംഭാവനയെ മാനിച്ച് പൂർവവിദ്യാർത്ഥിസംഗമത്തില് വെച്ച് പഴേ ഡ്രിൽ മാഷ് പുള്ളിക്കൊരു സ്പെഷ്യൽ മെൻഷൻ നൽകിയപ്പഴാണ്.

അതിന്റെ കൂടെ, 'ഇനീം വാങ്ങീല്ല്യങ്കെ നാണക്കേടാട്ടാ'ന്നുള്ള സജൂന്റെ മോട്ടിവേഷൻ കൂടെ ആയപ്പഴാണ് 'ന്നാപ്പിന്നെ വാങ്ങിയേക്കാം പുല്ല്'ന്നുള്ള ക്രിട്ടിക്കൽ ഡിസിഷൻ ജോസേട്ടന് എടുക്കേണ്ടി വന്നത്.

'കൂടീത് തന്നെ എടുത്തോട്ടാ, ജോസേട്ടന്റെ നെലേം വെലേം നോക്കണ്ടേ'ന്നുള്ള ഡയലോഗിലൂടെ ആ കടേലുണ്ടായിരുന്ന ഏറ്റോം വില കൂടിയ ബാറ്റും 'സ്റ്റിച്ചൊക്കെ എല്ലാരും വാങ്ങണതാ. വെയ്റ്റ് കൂടുതല് കോർക്കിനാട്ടാ'ന്നുള്ള കുത്തിത്തിരിപ്പിന്റെ പുറത്ത് മൂന്നുനാല് കോർക്ക് ബോളും വാങ്ങിപ്പിച്ചിട്ടാണ് സജു ജോസേട്ടനെ കടേടെ പുറത്തിറക്കിയത്.

അങ്ങനെ അന്നാട്ടിലെ പിള്ളേര് ആദ്യമായി റബ്ബർ ബോളിൽ നിന്ന് മോചിതരായി ഏതാണ്ട് കോൺക്രീറ്റ് കട്ട പോലിരിക്കണെ, നല്ല വെയ്റ്റും ഉറപ്പുമുള്ള, ദേഹത്തെങ്ങാൻ കൊണ്ടാൽ ഒടിവ് നൂറ് ശതമാനം ഗ്യാരണ്ടിയുള്ള കോർക്ക് ബോളും വെച്ച് കളിക്കാനിറങ്ങി.

* * *

എവിടുന്നാണ്ടാണ്ട് തെങ്ങുകയറ്റോം കഴിഞ്ഞ്, 'നിങ്ങടെ സന്തോഷത്തിന് എന്തൂട്ടേലും കൂടി തായോ'ന്ന് പറഞ്ഞ് ചോദിച്ച് വാങ്ങീതും

രാജപ്പേട്ടന്റെ സന്തോഷത്തിന് പുള്ളി സ്വന്തമായിട്ട് എടുത്തതുമായ തേങ്ങകളും കൊതുമ്പും കോഞ്ഞാട്ടയും ഏണിയും വാക്കത്തിയും തളപ്പുമെല്ലാമായി ഏതാണ്ട് ഒരു പെട്ടിഓട്ടോയില് കേറ്റാൻ മാത്ര മുള്ള ലഗേജ് അഞ്ചടി ഒന്നേമുക്കാലിഞ്ച് ശരീരത്തിന്റെ പോസിബിളായ എല്ലാ കോർണറിലും ഫിറ്റ് ചെയ്ത്, കൈയൊന്നും ഫ്രീ അല്ലാത്തതോണ്ട് ചുണ്ടിലുള്ള കാജാ ബീഡി റിപ്പീറ്റ് മോഡിലിട്ട്, 'ലേശം കൂടെ ടൈമ്ണ്ടാർന്നെങ്കെ ആ തെക്കേപ്പുറത്തെ കോഴിക്കൂടിന്റെ ഓടും കൂടെ സെറ്റ് ആക്കാർന്നൂ'ന്ന് മനസ്സിൽ പറഞ്ഞുകൊണ്ട് നടന്നു വന്നോണ്ടിരുന്ന രാജപ്പേട്ടന്റെ മുന്നിലേക്കാണ് പാടത്ത് ക്രിക്കറ്റ് കളിച്ചോണ്ടിരുന്ന പിള്ളേര് പൊക്കിയടിച്ച പന്ത് താഴെ വീണ് ഉരുണ്ടെത്തിയത്.

'പിള്ളേർക്കാ ബോളൊന്ന് എടുത്ത് കൊടുത്തേക്ക് രാജപ്പാ' ന്നും പറഞ്ഞ് രാജപ്പേട്ടന്റെ റൈറ്റ് ബ്രെയിൻ അയച്ച സിഗ്നലിനെ, 'എന്തൂട്ട് വെച്ച് എടുക്കാനാ, കയ്യ് മുഴോനും ലോഡല്ലേ. ചീള് കേസ്, വിട്ടേക്ക് രാജപ്പാ'ന്നുള്ള മറുസിഗ്നൽ വഴി ലെഫ്റ്റ് ബ്രെയിൻ ബ്ലോക്ക് ചെയ്തപ്പഴാണ് പുള്ളീടെ ഉള്ളിൽ വർഷങ്ങളായി ഉറങ്ങിക്കിടന്നിരുന്ന ഡീഗോ മറഡോണ കോട്ടുവായിട്ടോണ്ട് എണീറ്റ് വന്നത്.

പിന്നൊന്നും നോക്കീല്ല, തോളിലുള്ള ഏണി ഒന്നൂടെ ടൈറ്റാക്കിപ്പിടിച്ചിട്ട് ഒന്ന് പിന്നോട്ടാഞ്ഞ്, മുന്നീക്കിടക്കണത് കോർക്ക് ബോളാണെന്നറിയാതെ സർവ്വശക്തിയുമെടുത്ത് ഏതാണ്ടൊരു ഒന്നര ക്വിന്റൽ പവറിൽ ഇടംകാല് കൊണ്ട് ഒന്നാന്തരമൊരു ബൂം ചിക്കാ വാവാ ഷോട്ട്!

പട്ടി മോങ്ങുന്ന പോലൊരു സൗണ്ട് കേട്ടിട്ടാണ് പിള്ളേര് തിരിഞ്ഞു നോക്കീത്. നോക്കുമ്പോ നാടോടിനൃത്തത്തിന് ഒന്നാം സമ്മാനം കിട്ടിയ കൊച്ചിന്റെ ഫോട്ടോ പത്രത്തില് വരണപോലെ ഒറ്റക്കാലില് സ്റ്റില്ലായി നിന്ന് മോങ്ങുവായിരുന്നു രാജപ്പേട്ടൻ.

'ഇവിടെന്താ പള്ളിപ്പെരുന്നാളാ, ദെന്താ മൊത്തം സീരിയൽ ബൾബ്'ന്നും ചിന്തിച്ച് ഏതാണ്ട് ഒന്നേമുക്കാൽ സെക്കന്റ് കിളിപോയി നിന്നിട്ടാണ് രാജപ്പേട്ടൻ മലന്നടിച്ച് വീണതും തൊട്ടുപിന്നാലെ പുള്ളീടെ മോന്തയ്ക്ക് ക്രോസ്സായിട്ട് ഏണി വന്ന് ലാൻഡ് ചെയ്തതും.

ഏണിയില് തൂക്കിയിട്ടിരുന്ന തേങ്ങകള് നെഞ്ചുംകൂട് വെച്ച് ബ്ലോക്ക് ചെയ്തതിന്റെ ആഫ്റ്റർ എഫക്ടില് വായീന്ന് പത വന്ന്, എഴുപത്തഞ്ച് കൊല്ലം കൂടുമ്പോ മാത്രം കാണണ ഹാലീടെ വാൽനക്ഷത്രം ഉൾപ്പെടെ പലതരം ഐറ്റംസ് ടെലസ്കോപ്പ് പോലുമില്ലാതെ അഞ്ചെട്ട് റൗണ്ട് എണ്ണിത്തീർത്തതിന് ശേഷമാണ് പുള്ളീടെ മിസ്സായിപ്പോയ വെളിവ് ചെറുതായിട്ടൊന്ന് തിരിച്ചുവന്നത്.

ആ വരവിലാണ് ചില മർമ്മപ്രധാനമേഖലകളിൽ അല്ലറചില്ലറ അസ്വാഭാവികതയും ചെറിയൊരു നനവും രാജപ്പേട്ടന് ഫീൽ ചെയ്തതും തപ്പിനോക്കീട്ട് 'ഹെയ്, ദെന്തൂട്ടാ മൂത്രത്തിന് ചോപ്പ് നെറം'ന്ന് പുള്ളി കൂലംകഷമായി ചിന്തിച്ചതും ഒടുവിൽ ഒരു ഞെട്ട ലോടെ, വടക്കൻ വീരഗാഥ സ്റ്റൈലില് ഡേയ്ഞ്ചർ സോണിൽ തൂക്കി യിട്ടിരുന്ന വാക്കത്തീടെ കാര്യം പുള്ളി ഓർത്തതും.

* * *

മൂത്രം പോവാൻ ട്യൂബും ഇട്ട്, കാലില് പൂഴിച്ചാക്കും കെട്ടിത്തൂക്കി മുഖത്ത് മൊത്തം ഗുണനപ്പട്ടിക എഴുതിപ്പഠിച്ചതുപോലെ പ്ലാസ്റ്ററും ഒട്ടിച്ച് ആശുപത്രീല് കെടക്കണ രാജപ്പേട്ടനെ കണ്ടിട്ട്, ഇഞ്ചക്ഷൻ എടുക്കാൻ വന്ന നഴ്സിനോട് 'ന്തൂട്ട് പറ്റീതാ, തെങ്ങ്മ്മേന്ന് വീണ താ?'ന്ന് ചോദിച്ച അപ്പറത്തെ ബെഡിലെ അപ്പാപ്പൻ, 'ഏയ്, പിള്ളേർ ക്കൊരു ബോളെടുത്ത് കൊടുത്തതാ'ന്നുള്ള മറുപടി കേട്ട് ചിരിച്ചിട്ട് വലിവ് കൂടി പുള്ളീനെ ഐ.സി.യുവില്ക്ക് മാറ്റുമ്പഴും, 'ഹൗ, ഇപ്പ ളത്തെ റബ്ബർ ബോളിനൊക്കെ ന്തൂട്ടാ പവറ്'ന്നും ആലോചിച്ചോണ്ട് കെടപ്പായിരുന്നു രാജപ്പേട്ടൻ.

■

ജാപ്പനീസ് കപ്പ

ഒരു പഴയ ജപ്പാൻ കഥ.

യഥാർത്ഥ പേരുകൾ പറഞ്ഞാൽ നിയമപരമായും കായികമായും നേരിടുമെന്ന ഭീഷണി നിലനിൽക്കുന്നതിനാൽ തൽക്കാലം നമുക്കവരെ ദാസനെന്നും വിജയനെന്നും വിളിക്കാം.

രണ്ടുപേരും റൂംമേറ്റ്സ്. മടിയുടെ അസുഖം സാരമായി ഉള്ളതിനാൽ അപ്പാർട്ട്മെന്റിൽ വെപ്പും കുടിയുമൊന്നും പതിവില്ല. (സോറി, കുടിയുണ്ട്. വെപ്പ് പതിവില്ല). രാവിലെ ബ്രഡ്ഡിന്റെ കൂടെ പഴമാണെങ്കിൽ ഉച്ചയ്ക്ക് പഴത്തിന്റെ കൂടെ ബ്രഡ്ഡ്. രാത്രി സിമ്പിളായിട്ട് ബ്രഡ്ഡും പഴവും. ഇതാണ് നോർമൽ മെനു. പിന്നെ വിശേഷദിവസങ്ങളാണെങ്കിൽ മറ്റുള്ളവരുടെ റൂമിൽപ്പോയി തെണ്ടിത്തിന്നും. സുഖം, സുഖകരം.

അങ്ങനെ അടുക്കള മൊത്തമായി പാറ്റകൾക്ക് പാട്ടത്തിന് കൊടുത്ത് രണ്ടാളും സുന്ദരസുരഭിലമായി കഴിഞ്ഞുപോരുന്നതിനിടയ്ക്കാണ് ബ്രസീലിയൻ സ്റ്റോറിൽ കപ്പ കിട്ടുമെന്ന് ആരോ പറഞ്ഞുകേട്ടതും ചെറിയൊരു കൊതിയോടുകൂടിയ നൊസ്റ്റാൾജിയ രണ്ടാൾക്കും പിടിപെട്ടതും. പക്ഷേ കടയിൽപ്പോക്കും സാധനങ്ങൾ വാങ്ങലുമൊന്നും വല്ല്യ പരിചയമോ താൽപ്പര്യമോ ഉള്ള വിഷയങ്ങളല്ലാത്തതിനാലും ജാപ്പനീസ് പരിജ്ഞാനത്തിന്റെ കാര്യത്തിൽ രണ്ടാളും ലോകതോൽവിയായതിനാലും അങ്ങനൊരു സാഹസത്തിന് മുതിരണോന്നൊരു ചെറിയ ശങ്ക തോന്നിയെങ്കിലും കപ്പ ഒരു വമ്പൻ മോട്ടിവേഷനായി മാറിയതോടെ ഒന്നുശ്രമിച്ചേക്കാം എന്ന കഠിനമായ തീരുമാനത്തിൽ എത്തിച്ചേർന്ന് രണ്ടും കൽപ്പിച്ച് ഇറങ്ങിപ്പുറപ്പെട്ടു.

വഴിയും കട കണ്ടുപിടിക്കാനുള്ള അടയാളങ്ങളുമൊക്കെ മറ്റുള്ളവരോട് ചോദിച്ചുപഠിച്ച് ഉത്സാഹഭരിതരായി രണ്ടാളും സൈക്കിളിൽ സ്പോട്ടിലെത്തി. വല്യ ബുദ്ധിമുട്ടൊന്നുമില്ലാതെ സ്ഥലം കണ്ടു

പിടിച്ച് അടയാളമൊക്കെ ഒന്നൂടെ നോക്കി ഉറപ്പുവരുത്തി എല്ലാം ഭദ്രമെന്നുറപ്പിച്ച് ഇടതുകാൽ വെച്ച് നേരെ കടയിലേക്ക് കേറി.

(ട്വിസ്റ്റ് പഠിച്ചുവെച്ച അടയാളങ്ങളൊക്കെ കറക്റ്റായിട്ട് മാച്ച് ആവുന്ന ഒരു സ്ഥലം കൂടെ കഷ്ടകാലത്തിന് അവിടുണ്ടായിരുന്നു. ഒരു കലിപ്പ് അപ്പൂപ്പനും അതിനേക്കാൾ കലിപ്പ് അമ്മൂമ്മയും താമസിക്കുന്ന ഒരു വീട്. വീടിന്റെ മുന്നില് എപ്പോഴും കൊറേ വീഞ്ഞപ്പെട്ടികളൊക്കെ നിരത്തിവെച്ചിട്ടുണ്ടാവും. പിന്നെ വലിച്ചുവാരി ഇട്ട നിലയിൽ വേറെ എന്തൊക്കെയോ സാധനങ്ങളും. കണ്ടാൽ ഒരു കടപോലെ തന്നെ തോന്നും. ബ്രസീലിയൻ സ്റ്റോർ ആണെന്നു കരുതി ദാസനും വിജയനും ചെന്ന് കയറിയത് അങ്ങോട്ടായിരുന്നു. ഓക്കേ, സ്റ്റാർട്ട് ക്യാമറ, റോളിംഗ്... ആക്ഷൻ)

ചെന്നുകയറിയിട്ട് പിന്നെന്തുചെയ്യണമെന്നറിയാതെ രണ്ടാളും പുറത്തിരുന്നിരുന്ന അമ്മൂമ്മയെ നോക്കി ചുമ്മാ ചിരിച്ചു കാണിച്ചു. അസമയത്ത് അലമ്പ് ലുക്കുള്ള രണ്ട് അലവലാതികൾ വീട്ടീക്കേറി വന്ന് ഇളിച്ചോണ്ടുനിക്കണത് കണ്ട് കൺഫ്യൂഷനായ അമ്മൂമ്മ ജാപ്പനീസിൽ എന്തോ ചോദിച്ചു. ഒന്നും മനസ്സിലാവാത്തതോണ്ട് രണ്ടാളും ചുമ്മാ തലയൊക്കെ കുനിച്ച് വിഷ് ചെയ്ത് പിന്നേം ചിരിച്ചോണ്ടു നിന്നു.

ചോദിച്ചതിനുത്തരം പറയാതെ നിന്ന് ഇളിക്കണതു കണ്ട് കലിപ്പു കേറിയ അമ്മൂമ്മ 'ആരാടാ നാറീ നീ' എന്നതിന്റെ ഈക്വലന്റായ ജാപ്പനീസ് എടുത്തിട്ടു. 'ശ്ശോ, ഈ ജപ്പാൻകാരുടെ ഒരു കാര്യം. ഒടുക്കത്തെ ആതിഥ്യമര്യാദ' എന്നും പറഞ്ഞ് ഇവന്മാര് പിന്നേം വിഷ് ചെയ്തു.

ചീത്തവിളി കേൾക്കുമ്പോ തിരിച്ച് വിഷ് ചെയ്യണ ഐറ്റംസിനെ അമ്മൂമ്മ അതിനുമുൻപ് കണ്ടിട്ടില്ലായിരുന്നു. ക്ഷമ നശിച്ച അമ്മൂമ്മ എഴുന്നേറ്റുവന്ന് മീഡിയം കടുപ്പത്തിൽ നല്ല പുളിച്ച തെറി വിളിച്ചു. പ്രത്യേകിച്ച് വേറൊന്നും ചെയ്യാനില്ലാത്തതോണ്ട് ദാസൻ ചുമ്മാ അമ്മൂമ്മയെ നോക്കി കുനിഞ്ഞ് നിന്ന് ഒരു കാര്യോമില്ലാതെ ആകെ അറിയാവുന്ന മൂന്ന് ജാപ്പനീസ് വാക്കുകളിൽ ഒന്നായ 'ഒഹായോ ഗോസായ്മസ്' (ഗുഡ് മോണിംഗ്) ഒരെണ്ണം ഇട്ടുകൊടുത്തു.

വീട്ടില് വലിഞ്ഞുകേറി വന്നതും പോരാഞ്ഞിട്ട് മൂവന്തിക്ക് അവന്റെ വക ഗുഡ്മോണിങ്ങും കൂടെ കേട്ട് നട്ടപ്രാന്തിളകിയ അമ്മൂമ്മ ഇത്തവണ മാക്സിമം കടുപ്പത്തിൽ തന്നെ അഞ്ചാറ് തെറി കൂടെ വിളിച്ചെങ്കിലും, അവര് തിരിച്ച് വിഷ് ചെയ്തതാണെന്ന് കരുതിയ ദാസൻ ആവേശം കൂടി കുനിഞ്ഞ പൊസിഷനില് തന്നെ നിന്ന് രണ്ട് 'കൊന്നിച്ചിവ' കൂടെ ഇട്ടുകൊടുത്തിട്ട് ഏതാണ്ട് വല്ല്യ ജാപ്പനീസ് പറഞ്ഞതു

പോലെ 'ഹിതൊക്കെ എന്ത്' എന്ന മട്ടിൽ വിജയനെ നോക്കി പോസിട്ടുനിന്നു.

ദാസന്റെ ജാപ്പനീസിലുള്ള അപാരമായ അറിവ് കണ്ട് കോംപ്ലക്സ ടിച്ച വിജയൻ എന്തേലുമൊക്കെ ചെയ്യാൻ വേണ്ടി ചുമ്മാ അമ്മൂമ്മ യോട് 'കപ്പാ, ടാപ്പിയോക്കാ' എന്നൊക്കെ ചോദിച്ച് കൊറേ ആക്ഷ നോക്കെ കാണിച്ചു.

ഉടനെ ദാസൻ ഇടപെട്ടു.

''ഡേയ്, ചുമ്മായിരി. കപ്പാന്ന് പറയണത് ഇവിടെ വല്ല തെറിയു മാണെങ്കി ചുമ്മാ പണിയാകും. അവരോട് ചോദിക്കാനൊന്നും നിക്കണ്ട. നമ്മക്ക് തപ്പിനോക്കാം.''

എന്നിട്ട് രണ്ടും കൂടെ അവടെ മൊത്തം നടന്ന് കപ്പ തപ്പാൻ തുടങ്ങി. അതോടെ തനി ടെറർ ആയിമാറിയ അമ്മൂമ്മ ഓടിനടന്ന് തെറിവിളിയായി. എന്ത് കാര്യം, അവന്മാർക്ക് വല്ലോം മനസ്സിലാ വണ്ടേ. പോത്തിനെന്ത് പഞ്ചാരിമേളം.

പക്ഷേ കുറച്ചുകഴിഞ്ഞപ്പോ വിജയന് ചെറുതായി ഡൗട്ടടിച്ചു തുടങ്ങി.

''അളിയാ, ഈ തള്ള എന്തിനാ ഇങ്ങനെ കെടന്ന് കാറണത്?''

''എടാ പൊട്ടാ, നിനക്കത് മനസ്സിലായില്ലേ? അവര് നമ്മക്ക് വെൽക്കം പറയണതാടാ. നീ കേട്ടിട്ടില്ലേ ഇവിടെ ഓരോ സ്ഥലത്ത് ചെന്നുകേറുമ്പോ അവന്മാര് കോറസ്സായിട്ട് നിന്ന് അലറിവിളിച്ച് വെൽക്കം പറയണത്.''

ദാസൻ തന്റെ വിജ്ഞാനം വിളമ്പി. പക്ഷേ വിജയന് സംശയം മാറിയില്ല.

''അളിയാ അതിങ്ങനല്ലല്ലോ? അത് വേറെന്താണ്ടല്ലേ അവമ്മാര് പറയാറുള്ളത്?''

''തള്ള പഴയ ലിപിയാവും. അതാ നമ്മക്ക് മനസ്സിലാവാത്തത്.''

ദാസൻ പിന്നേം പിന്നേം വിജ്ഞാനം വിളമ്പിക്കൊണ്ടേയിരുന്നു. അതോടെ കൂട്ടുകാരന്റെ അഗാധമായ പാണ്ഡിത്യത്തിൽ ഇമ്പ്രസ്സ് ഡായ വിജയൻ ചോദ്യങ്ങളൊക്കെ നിർത്തിവെച്ച് കപ്പ തപ്പാൻ കൂടി. അമ്മൂമ്മ തൊണ്ടയിലെ 100 വാട്ട്സിന്റെ സബ് വൂഫർ ഓൺ ചെയ്ത് തെറിവിളിയുടെ അടുത്ത പ്ലേലിസ്റ്റ് സ്റ്റാർട്ട് ചെയ്തു.

''ഡാ, തള്ള വെൽക്കം പറച്ചില് നിർത്തണില്ലല്ലോ? ഇത് സീൻ വേറെന്താണ്ടാ. നീ ആരെയേലും ഒന്ന് വിളിച്ച് ചോദിച്ചേ.''

വിജയന്റെ ശല്യം കാരണം ദാസൻ ഫോണെടുത്ത് അനീഷിനെ വിളിച്ചു.

''അളിയാ ഞങ്ങള് ബ്രസീലിയൻ സ്റ്റോറിലാ. ഡാ ഇവിടെ കപ്പേം കോപ്പുമൊന്നും കാണണില്ലല്ലൊ.''

(വീണ്ടും ടിസ്റ്റ് ബ്രസീലിയൻ സ്റ്റോർ രണ്ട് സെക്ഷനായിട്ടാണ്. അതിൽ അകത്തെ സെക്ഷനിലാണ് കപ്പയെല്ലാം ഇരിക്കുന്നത്. ക്വയറ്റ് നാച്ചുറലി, അനീഷിന്റെ മറുപടിയും അതായിരുന്നു.)

''നിങ്ങള് അകത്ത് കേറി നോക്കിയാ?''

''ഇല്ല, ഞങ്ങളിപ്പോ പുറത്താ.''

''ആ, കപ്പ അകത്താ ഉള്ളത്. കേറിനോക്ക്.''

'ഓക്കേ ഡാ'ന്നും പറഞ്ഞ് ഫോണും കട്ട് ചെയ്ത് ദാസൻ നേരെ അകത്തേക്ക് കേറി.

ഒന്നും പിടികിട്ടാതെ രണ്ട് സെക്കന്റ് അന്തം വിട്ട് നിന്നിട്ട് വേറെ ചോയ്സ് ഇല്ലാത്തതുകൊണ്ട് വിജയനും പിന്നാലെ ചെന്നു.

(ലൊക്കേഷൻ ഷിഫ്റ്റ്. ക്യാമറ അകത്തേക്ക്)

അവന്മാര് അകത്തുംകൂടെ കേറിയതോടെ സകല കണ്ട്രോളും പോയ അമ്മൂമ്മ വിജയന്റെ കയ്യിലൊക്കെ പിടിച്ച് വലിക്കാൻ തുടങ്ങി.

പേടിച്ച് കിളിപോയ വിജയൻ 'നോ പ്രോബ്ലം നോ പ്രോബ്ലം, വീയാർ ലുക്കിംഗ് ഫോറെ കപ്പാ'ന്നൊക്കെ പറഞ്ഞ് അമ്മൂമ്മയുടെ പിടി വിടീക്കാൻ നോക്കിയെങ്കിലും അമ്മൂമ്മ കൂടുതൽ വയലന്റായി.

''അളിയാ, ഈ തള്ളയ്ക്ക് പ്രാന്താടാ. നമ്മക്ക് പോവാടാ.''

ദാസൻ പക്ഷേ യാതൊന്നും മൈന്റ് ചെയ്യാതെ ആത്മാർത്ഥമായി വീട് പൊളിച്ചടക്കി കപ്പ തപ്പിക്കൊണ്ടേയിരിപ്പാണ്. പക്ഷേ കുറച്ചു നേരം തപ്പിയിട്ട് രക്ഷയൊന്നുമില്ലെന്ന് കണ്ട് അവൻ പിന്നേം അനീഷിനെ വിളിച്ചു.

''ഡാ പുല്ലേ, ഇവിടെ കപ്പയൊന്നും കാണുന്നില്ല.''

''അവിടുണ്ടെടാ. നീ ഫ്രീസറിൽ നോക്കിയാ?''

''കപ്പ ഫ്രീസറിലാ?''

''ആ, ഇത് കട്ട് ചെയ്ത് ഫ്രോസൺ ആയിട്ട് കിട്ടണതാ. വേണേൽ പോയി ഫ്രീസറീന്നെടുക്കെഡേയ്.''

ഇതും പറഞ്ഞ് അനീഷ് ഫോൺ വെച്ചു.

(ടിസ്റ്റോട് ടിസ്റ്റ് അവര് നിക്കണതിന്റെ അപ്പറത്തെ റൂമിൽ ഒരു ഫ്രിഡ്ജ് ഇരിപ്പുണ്ടായിരുന്നു. കഷ്ടകാലത്തിന് ദാസനത് കണ്ടു....)

''തള്ള ഫ്രിഡ്ജ് ഒക്കെ കൊണ്ട് അകത്ത് കുഴിച്ചിട്ടിരിക്ക്യാ. വെറുതെയല്ല ഇവിടെ മൊത്തം തപ്പിയിട്ടും കിട്ടാത്തത്.''

അമ്മൂമ്മയെ പ്രാകിക്കൊണ്ട് ദാസൻ നേരെ ആ റൂമിലേക്ക് കേറി. അതോടെ ടെമ്പർ കംപ്ലീറ്റായി ലൂസായ അമ്മൂമ്മ ഇവന്മാരേതോ അന്താരാഷ്ട്രഭീകരന്മാരാണെന്ന് ഉറപ്പിച്ച് വിജയനെ വിട്ട് പുറത്തേക്കോടി നാട്ടുകാരെ വിളിച്ചുകൂട്ടാൻ തുടങ്ങി.

അതോടെ സംഗതി ഏതാണ്ട് പിടികിട്ടിയ വിജയൻ ''അളിയാ, ഓടിക്കോോാ....ഇത് കടയൊന്നുമല്ല, തള്ളേടെ വീടെങ്ങാണ്ടാ'ന്നും പറഞ്ഞ് ഇറങ്ങിയോടി. പക്ഷേ ചത്താലും കപ്പയും കൊണ്ടേ പോകൂ എന്ന ഒടുക്കത്തെ ഡിറ്റർമിനേഷനിലായിരുന്ന ദാസൻ ഇതൊന്നും അറിഞ്ഞതുപോലുമില്ല. അവൻ നേരെ കേറിച്ചെന്ന് ഫ്രിഡ്ജ് തുറന്നു. ഒന്നും കാണാത്തതോണ്ട് അതിന്റെ ഫ്രീസറും തുറന്നുനോക്കി. കപ്പയില്ല.

''അളിയാ, ആ കോപ്പൻ നമ്മളെ പറ്റിച്ചതാ. ഇതില് കപ്പയൊന്നുമില്ല. മൂന്നാല് ബിയറിരിപ്പുണ്ട്. അതും വാങ്ങി വീട്ടീപ്പോവാം.''

ദാസൻ അതിലിരുന്ന ബിയർ മൊത്തം എടുത്ത് തിരിഞ്ഞത് അമ്മൂമ്മയുടെ കാറല് കേട്ട് കയ്യീക്കിട്ടിയ വടിയുമെടുത്ത് ഓടിവന്ന അപ്പൂപ്പന്റെ നേരെയായിരുന്നു.

സംഘർഷഭരിതമായ ആ അന്തരീക്ഷത്തിൽ ഒന്നര സെക്കന്റ് നേരത്തെ നിശബ്ദത ഭേദിച്ചുകൊണ്ട് ദാസൻ അപ്പൂപ്പനോട് ഇപ്രകാരം ചോദിച്ചു.

''ഫോർ ബിയർ, ഹൗ മച്ച്? കിത്നാ?''

* * *

പിന്നീട് കുറേനാളത്തേക്ക് കപ്പ എന്ന് കേൾക്കുമ്പോൾ ദാസന് ചില പ്രത്യേകശരീരഭാഗങ്ങളിൽ ഒരു വേദനപോലെ തോന്നാറുണ്ടെന്നാണ് ചരിത്രം പറയുന്നത്.

■

കല്യാണമാമൻ

ഈയിടെ ഒരു ദിവസം, ഫുഡ് എന്നതിനപ്പുറത്തേക്ക് യാതൊരു ഉദ്ദേശ്യവുമില്ലാതെ കയറിച്ചെന്ന ഒരു കല്യാണനിശ്ചയത്തിൽ ചില പ്രത്യേകസാഹചര്യങ്ങളാൽ 'ചെറുക്കന്റെ അമ്മാവൻ' എന്ന താക്കോൽ സ്ഥാനം അടിച്ചേൽപ്പിക്കപ്പെട്ട് എനിക്ക് സ്റ്റേജിൽത്തന്നെ കയറിയിരിക്കേണ്ടി വന്നു.

ചെറുക്കന്റെ ഭാഗത്തൂന്ന് സ്റ്റേജില് ആകെയുള്ളത് പത്ത് പേര്. കൂട്ടത്തിൽ പ്രായമായ രണ്ടുപേരുള്ളത് ചമ്രം പടിഞ്ഞിരിക്കാൻ പറ്റില്ലെന്നും പറഞ്ഞ് ഏറ്റോം പുറകില് പോയി ചെയറുമിട്ട് ഇരിപ്പായി. പിന്നെ നാലഞ്ച് ലേഡീസ് ഉള്ളത് അതിന്റേം പുറകില് പോയി മറ്റേ സൈഡിലുള്ളവരുടെ സാരിയുടേം ബ്ലൗസിന്റെയുമൊക്കെ കുറ്റം കണ്ടുപിടിക്കുന്നു.

അങ്ങനെ അവസാനം ഏറ്റോം ഫ്രന്റില്, സ്വന്തം കല്യാണത്തിനുവരെ സ്റ്റേജിൽ കേറാൻ മടിച്ചിട്ട് മുങ്ങാൻ നോക്കിയ ചരിത്രമുള്ള ഞാൻ.

കൂടെ എന്നേക്കാൾ പ്രായം കുറഞ്ഞ രണ്ടു ന്യൂജനറേഷൻസും. എന്നെപ്പോലെത്തന്നെ അപ്രതീക്ഷിതമായി പെട്ടുപോയ രണ്ട് ഹതഭാഗ്യർ.

പെണ്ണിന്റെ സൈഡില് രണ്ടോ മൂന്നോ വരിയായിട്ട് കൊറേപ്പേര് ഇരിപ്പുണ്ട്. ഇരിക്കാൻ സ്ഥലമില്ലാതെ കുറച്ചുപേര് നിക്കുന്നുമുണ്ട്. മൊത്തത്തിൽ ഹിസ് ഹൈനസ്സ് അബ്ദുള്ളയിലെ 'ദേവസഭാതലം' പാട്ടിന് സെറ്റിട്ട ഒരു അവസ്ഥ.

'അവര് പഞ്ചമം ഇട്ടാൽ നമ്മക്ക് ഷഡ്ജം ഇടാം' എന്നൊക്കെ പറഞ്ഞ് ഒരു മാരകവിറ്റടിച്ച പോലെ ഞാൻ സ്വയം ഇരുന്ന് ചിരിച്ചോണ്ടിരുന്നപ്പോ പെണ്ണിന്റെ അമ്മാവന്റെ വക ഒരു ഡയലോഗ്, എന്നോട്.

''ന്നാ പിന്നെ... തുടങ്ങിക്കോളൂ.''

ഞാനെന്ത് തുടങ്ങാൻ? എനിക്കീ ചടങ്ങുകളെക്കുറിച്ച് യാതൊരു ഐഡിയേമില്ല. ഞാൻ പതുക്കെ കൂടെയിരിക്കണവനെ തോണ്ടി.

''ഡാ...''

''പാലടയാന്നാ തോന്നണേ....നല്ല മണം.''

ആഹാ... അടിപൊളി. നല്ല ആളോടാ ചോദിച്ചത്. അവനവിടെ പായസത്തിന്റെ മണം പിടിച്ചോണ്ടിരിപ്പാണ്..

വല്ല്യ പ്രതീക്ഷയൊന്നും ഇല്ലായിരുന്നെങ്കിലും ഞാൻ അടുത്ത വനേം ഒന്ന് തോണ്ടിനോക്കി.

''ഡാ, എന്തൂട്ടാ തൊടങ്ങണ്ടേന്ന് വല്ല പിടീംണ്ടാ?''

''വല്ല പ്രാർത്ഥനേം ചൊല്ലാനാവും. ആ ജനഗണമനയെങ്ങാനും എടുത്തങ്ങ് കാച്ചിക്കോ മഹേഷേട്ടാ.''

പുല്ല്. ചോദിക്കണ്ടാർന്നു. അവന്റെ ഒടുക്കത്തെയൊരു വിജ്ഞാനം. ജനഗണമന പ്രാർത്ഥനയാക്കിയ അവനെ നോക്കി ഞാൻ രണ്ട് സെക്കന്റ് മൗനം ആചരിച്ചോണ്ടിരുന്നപ്പോ പിന്നേം മറ്റേ അമ്മാവന്റെ ശബ്ദം.

''മുഹൂർത്തം കഴിയാറായി. ഇനി താമസിക്കണ്ട. വേഗം തുടങ്ങി ക്കോളൂ.''

ഞാൻ പിന്നെ സമയം കളയാതെ കുറേ വിനയം എടുത്ത് മുഖത്ത് വാരിത്തേച്ചു. ന്നിട്ട് വിനയാന്വിതപുങ്കിലകങ്കിലനായി പുള്ളിയോട് പറഞ്ഞു.

''വേണ്ട. അമ്മാവൻ തന്നെ തുടങ്ങിക്കോളൂ.''

''ഏയ്, അങ്ങനല്ല. ചെറുക്കന്റെ അമ്മാവനാണ് തുടങ്ങേണ്ടത്.''

ആയിക്കോട്ടെ, ന്നാപ്പിന്നെ ചെറുക്കന്റെ അമ്മാവൻ തുടങ്ങി ക്കോട്ടെ എന്നമട്ടിൽ ഞാനൊന്ന് നെടുവീർപ്പിടാൻ തുടങ്ങിയപ്പഴാണ് ഓർത്തത്, പണ്ടാരമടങ്ങാൻ, അത് ഞാനാണല്ലോ.

അവസാനം രണ്ടും കൽപ്പിച്ച് ഞാനങ്ങ് ചോദിച്ചു.

''അല്ല.... ഇതിപ്പോ... എന്താ തുടങ്ങണ്ടേ?''

പറഞ്ഞുവന്നപ്പോ സംഭവം വളരെ സിമ്പിളായിരുന്നു. ചെറുക്കന്റെ അമ്മാവൻ പറയണമത്രേ, 'തീരുമാനങ്ങളെല്ലാം ഇനി എല്ലാവരെയും അറിയിക്കാം'എന്ന്.

തീരുമാനം അറിയിക്കാനല്ലാതെ പിന്നെ ഇക്കണ്ട ജനത്തിനെ മൊത്തം വിളിച്ചുവരുത്തിയത് ഇസ്രായേൽ പാലസ്തീൻ പ്രശ്നം ചർച്ചചെയ്യാനോ മറ്റോ ആണോ? ഇതിനിയിപ്പോ ഞാൻ പറഞ്ഞിട്ട് വേണോ? ഓരോരോ മണ്ടത്തരങ്ങളേയ്.

എന്തേലും ആവട്ടെ. ഇനി ഞാൻ അനൗൺസ് ചെയ്യാത്തോണ്ട് ചടങ്ങ് മുടങ്ങണ്ട. ഞാൻ മാക്സിമം ബാസിട്ട് അലറി.

''ഹും... ആരവിടെ... തീരുമാനങ്ങളെല്ലാം എല്ലാവരെയും അറിയിക്കിൻ.''

ഈ ഒരു ഡയലോഗ് കഴിഞ്ഞപ്പോ പിന്നെ കൊറേ നേരത്തേക്ക് എനിക്ക് വല്ല്യ റോളൊന്നുമില്ലായിരുന്നു. എല്ലാം പെണ്ണിന്റെ അച്ഛനും അമ്മാവന്മാരും ഏറ്റെടുത്തു. ബോറടിച്ചിട്ട് ഞാൻ പതുക്കെ ഓഡിറ്റോറിയം മൊത്തം ഒരു റൗണ്ട് സ്കാൻ ചെയ്ത് രണ്ടാമത്തേത് തുടങ്ങാറായപ്പോഴേക്കും മറ്റേ മാമൻ പിന്നേം എന്നോടെന്തോ ചോദിച്ചു.

മിക്കവാറും അടുത്ത അനൗൺസ്മെന്റിന് ടൈം ആയിക്കാണും. 'ഹും, ആരവിടെ... എല്ലാവരും പോയി ഊണ് കഴിക്കിൻ' എന്നെങ്ങാനും വിളിച്ചുപറയാനാവുമെന്ന് കരുതി ഞാൻ പതുക്കെ തൊണ്ടയൊക്കെ റെഡിയാക്കിവരുമ്പോഴേക്കും. പുള്ളി പിന്നേം ചോദിച്ചു.

''അപ്പോ തീരുമാനങ്ങൾ എല്ലാം സമ്മതമല്ലേ?''

യ്യോ.... എന്ത് തീരുമാനം? ഞാനൊന്നും കേട്ടില്ലാർന്നു.

ഞാൻ പതുക്കെ അടുത്തിരിക്കണവനെ തോണ്ടി.

''ഡാ, എന്തൂട്ടാ തീരുമാനം?''

''രണ്ട് ഗ്ലാസ്സ് പാലടയും ഒരു ഗ്ലാസ്സ് പരിപ്പും. അതാണെന്റെ തീരുമാനം. എന്താണ് മഹേഷേട്ടന്റെ തീരുമാനം?''

നിലവിളക്കെടുത്ത് അവന്റെ തലമണ്ടയ്ക്കിട്ടൊരെണ്ണം കൊടുക്കാനാക്കാണ് തോന്നിയത്. അവനിതുവരെ പായസം വിട്ടിട്ടില്ല.

മറ്റവനോട് ചോദിച്ചിട്ടും വല്ല്യ വിശേഷമൊന്നും ഉണ്ടാവാൻ പോണില്ലെന്നറിയാവുന്നതോണ്ട് ഞാനതിന് മിനക്കെട്ടില്ല.

മാമൻ പിന്നേം ചോദിക്കണ്ണ്ട് 'സമ്മതമാണോ, സമ്മതമല്ലേ' എന്നൊക്കെ. ശ്ശെടാ, ഈ ചെക്കനും പെണ്ണിനും തമ്മിലിഷ്ടായിട്ട് കല്യാണം കഴിക്കണേന് എന്നോടെന്തിനാണ് സമ്മതം ചോദിക്കണത്? ചുമ്മാ ഒരു വെറൈറ്റിക്ക് വേണ്ടി സമ്മതമല്ലാന്ന് പറഞ്ഞാലോന്നൊക്കെ ഞാൻ ആലോചിച്ചു. പിന്നെ റിസ്കെടുക്കണ്ടാന്ന് വെച്ച് അവസാനം സമ്മതമാണെന്ന് തന്നെയങ്ങ് പറഞ്ഞു.

അതിന്റെടയ്ക്ക് ചെറുക്കന്റെ അനിയത്തി എന്റെ കയ്യിൽ ഒരു പൊതി കൊണ്ടന്നുതന്നിട്ട് പറഞ്ഞു അത് പെണ്ണിന്റെ അമ്മാവന് കൊടുക്കാൻ. ഞാൻ അവിടിരുന്ന ഇരിപ്പീന്ന് ഒരിഞ്ചുപോലും അനങ്ങാതെ 'മാമാ, പൂയ്' എന്നും വിളിച്ച് ആ പൊതി പുള്ളിക്കങ്ങ് എറിഞ്ഞുകൊടുത്തു.

സ്റ്റേജില് പെട്ടെന്ന് ആകെയൊരു സ്തംഭനാവസ്ഥ. എല്ലാവരുടെ മുഖത്തും 'താനെന്തൊരു ദുരന്തമാടോ' എന്ന ഭാവവും ഒരു കുശു കുശുപ്പും. ചടങ്ങുകളെക്കുറിച്ച് ഒരു കോപ്പുമറിയാത്ത കല്യാണ ച്ചെക്കൻ വരെ 'ഹമ്മാവനാണത്രേ, ഹമ്മാവൻ' എന്ന മട്ടിൽ എന്നെ പുച്ഛത്തോടെ നോക്കുന്നു.

സംഭവമെന്താ? ചുമ്മാ ഓലപ്പടക്കം കത്തിച്ചെറിയണപോലെ ഞാൻ വലിച്ചെറിഞ്ഞത് അങ്ങനെ വെറുമൊരു പൊതിയായിരുന്നില്ല. അത് ചെക്കന്റേം പെണ്ണിന്റേം ജാതകമായിരുന്നു സൂർത്തുക്കളേ, ജാതകം. അവരുടെ ഭാവിജീവിതം എന്തായിത്തീരുമെന്ന് പണ്ടാരോ ദിവ്യദൃഷ്ടി കൊണ്ട് ഗണിച്ച് കണ്ടുപിടിച്ച് എഴുതിവെച്ച വിശുദ്ധ ഗ്രന്ഥങ്ങളാണ് കൂട്ടിക്കെട്ടി ആ പൊതിയിൽ വെച്ചിരിക്കണത്.

അത് ശരിക്കും അങ്ങനല്ലാർന്നൂത്രേ കൊടുക്കേണ്ടത്. എഴുന്നേറ്റ് കിഴക്കോട്ട് തിരിഞ്ഞുനിന്ന് ഭക്ത്യാദരപൂർവ്വം രണ്ടുകൈകൊണ്ടും കൊടുക്കേണ്ട സാധനമായിരുന്നു ഞാൻ പൂച്ചയ്ക്ക് മീൻതല എറിഞ്ഞു കൊടുക്കണപോലെ നിസ്സാരമായി ഇട്ടുകൊടുത്തത്. ഓരോരോ പണി വരുന്ന വഴിയേ.

ഞാൻ പതുക്കെ മുട്ടുകുത്തിപ്പോയി ആ മാമൻറടുത്തൂന്ന് പൊതി തിരിച്ചെടുത്തോണ്ടുവന്ന് ഒന്നും സംഭവിക്കാത്തപോലെ ആ മാമ നോട് തന്നെ ചോദിച്ചു 'മാമാ മാമാ ഇവിടൊക്കെ കിഴക്കെവിട്യാ'ന്ന്.

ആ സ്റ്റേജിൽ അപ്പൊ ഏതാണ്ട് ഒരു പത്തുമുപ്പത് പേരുണ്ടായി രുന്നു. ഞാനിത് ചോദിച്ച് കഴിഞ്ഞതും എല്ലാരും കൂടി ഏതാണ്ട് ഒരു മുപ്പത്തഞ്ച് ദിക്കിലേക്ക് കൈ ചൂണ്ടി. ശ്ശെടാ...ഇതിനും മാത്രം കിഴക്കോ? നമ്മടോടെയൊക്കെ ഒന്നേയുള്ളല്ലോ...!!!

അവസാനം കൂട്ടത്തീന്ന് ഒരു നല്ല കിഴക്ക് നോക്കി സെലക്റ്റ് ചെയ്ത് എഴുന്നേറ്റുനിന്ന് ജാതകമെടുത്ത് ഞാൻ മാമന്റെ കയ്യിലേ ക്കങ്ങ് വെച്ചുകൊടുത്തു. ന്നിട്ട് തിരിച്ച് സീറ്റിൽ വന്നിരുന്ന് മറ്റവന്റെ കൂടെക്കൂടി പായസത്തിന്റെ മണം പിടിക്കാൻ തുടങ്ങി. ഹല്ലപിന്നെ ദേഷ്യം വരൂല്ലേ.

*   *   *

നേരാ തിരുമേനീ... അതീപ്പിന്നെ ഈപ്പച്ചൻ കല്യാണനിശ്ചയങ്ങൾക്ക് പോയിട്ടില്ല. അതിന്റെ കൊറവ് ഈപ്പനങ്ങ് സഹിച്ചു. യെസ്... ഐ ആം ഔട്ട്സ്പോക്കൺ...!!! (ഇതിവിടെ പറയണ്ട കാര്യമൊന്നുമില്ലെ ന്നറിയാം. പക്ഷേ വേറെ എൻഡ് പഞ്ച് ഒന്നും കിട്ടിയില്ല. അതോണ്ടാ... ബ്ലീസ്... അഡ്ജസ്റ്റ് ചെയ്യണം.)

■